สาส์น
จาก
กางเขน

โดย

ศจ.ดร. แจร็อก ลี

URIM BOOKS

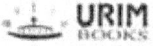

สาส์นจากกางเขน

โดย ศจ.ดร. แจร็อก ลี

ISBN: 979-11-263-0084-6 03230

Copyright ©2016 by Urim Books

ห้ามจัดพิมพ์หนังสือเล่มนี้หรือส่วนหนึ่งส่วนใดของหนังสือเล่มนี้ซ้ำ หรือเก็บไว้ในระบบเพื่อนำกลับมาใช้ใหม่ หรือถ่ายทอดด้วยรูปแบบอื่นใด หรือโดยเครื่องมืออิเล็กทรอนิกส์ เครื่องกล การถ่ายสำเนา การบันทึกหรือด้วยวิธีการหนึ่งใดเหล่านี้โดยมิได้รับอนุญาตจากผู้จัดพิมพ์อย่างเป็นลายลักษณ์อักษร

ข้อพระคัมภีร์ที่ใช้ในเล่มนี้คัดมาจาก พระคริสตธรรมคัมภีร์ฉบับ 1971 ของสมาคมพระคริสตธรรมไทย

พิมพ์ครั้งที่ 1
กันยายน 2009
1,000 เล่ม

จัดพิมพ์โดย อูริมบุคส์
851, คูโร-ดอง, คูโร-กุ, โซล เกาหลีใต้
www.urimbook.com

คำนำ

เราปรารถนาให้ผู้อ่านทุกท่านเข้าใจพระทัยของพระเจ้าและแผนการอันยิ่งใหญ่ของพระองค์ในความรักและวางรากฐานอันแข็งแกร่งให้กับความเชื่อของท่าน

"สาส์นจากกางเขน" นำผู้คนจำนวนนับไม่ถ้วนเข้าสู่หนทางแห่งความรอดนับตั้งแต่ปี 1986 และสำแดงถึงพระราชกิจอันมากมายของพระวิญญาณบริสุทธิ์ผ่านการรณรงค์เพื่อการประกาศพระกิตติคุณทั่วโลกหลายครั้ง ในที่สุดพระเจ้าพระบิดาทรงอวยพระพรให้ข้าพเจ้าได้จัดพิมพ์หนังสือเล่มนี้ขึ้น ข้าพเจ้าขอถวายคำขอบพระคุณและพระสิริแด่พระองค์

หลายคนบอกว่าตนเชื่อในพระเจ้าพระผู้สร้างและรู้จักความรักของพระเยซูคริสต์พระบุตรของพระองค์ แต่คนเหล่านี้กลับไม่กล้าประกาศถึงพระกิตติคุณด้วยความมั่นใจ ที่จริง มีคริสเตียนเพียงไม่กี่คนที่เข้าใจน้ำพระทัยและการจัดเตรียมของพระเจ้า ยิ่งกว่านั้น คริสเตียนบางคนหันหลังให้กับพระเจ้าเนื่องจากคนเหล่านั้นไม่ได้รับคำตอบอย่างชัดเจนเกี่ยวกับคำถามจำนวนมากที่ปรากฏอยู่ในพระคัมภีร์และไม่เข้าใจการจัดเตรียมอย่างลี้ลับแห่งความรักของพระเจ้า

ยกตัวอย่าง เมื่อมีคนถามท่านด้วยคำถามเหล่านี้ท่านจะตอบคนเหล่านั้นอย่างไร "ทำไมพระเจ้าจึงปลูกต้นไม้แห่งการสำนึกในความดีและความชั่วและยอมให้มนุษย์กินจากต้นไม้นั้น" "ทำไมพระเจ้าจึงสร้างให้มีนรกจนพระองค์ต้องมอบพระเยซูคริสต์พระบุตรของพระองค์เพื่อคนบาป" และ "เพราะเหตุใดพระเยซูจึงเป็นพระผู้ช่วยให้รอดแต่เพียงผู้เดียว"

ข้าพเจ้าเข้าใจถึงการจัดเตรียมอย่างลึกซึ้งของพระเจ้าเกี่ยวกับการทรงสร้างและการจัดเตรียมอันลี้ลับของพระองค์ซึ่งซ่อนอยู่ในกางเขนในช่วงปีแรก ๆ ในการดำเนินชีวิตคริสเตียนของข้าพเจ้า หลังจากที่ข้าพเจ้าได้รับการทรงเรียกให้เป็น

ผู้รับใช้แห่งพระกิตติคุณข้าพเจ้าเริ่มถามตนเองว่า "เราจะนำผู้คนจำนวนมากมาสู่เส้นทางแห่งความรอดและถวายเกียรติกับพระเจ้าได้อย่างไร" ข้าพเจ้าตระหนักขึ้นมาว่าข้าพเจ้าต้องเข้าใจพระคัมภีร์ทุกถ้อยคำรวมทั้งพระคัมภีร์ตอนที่ยากที่จะเข้าใจโดยผ่านการตีความของพระเจ้าและเทศนาพระคำเหล่านั้นไปทั่วโลก ข้าพเจ้าอดอาหารบ่อยมากและอธิษฐานเผื่อเรื่องนี้ พระเจ้าทรงเริ่มต้นเปิดเผยพระคำเหล่านี้กับข้าพเจ้าหลังจากเจ็ดปีผ่าน

ในปี 1985 ในขณะที่ข้าพเจ้ากำลังอธิษฐานอย่างร้อนรนอยู่นั้นข้าพเจ้าได้รับการเติมเต็มด้วยพระวิญญาณบริสุทธิ์ พระวิญญาณเริ่มตีความหมายของการจัดเตรียมอันลี้ลับของพระเจ้าที่ถูกซ่อนไว้ให้กับข้าพเจ้าทราบ สิ่งนั้นคือ "สาส์นจากกางเขน" ข้าพเจ้าเทศนาเกี่ยวกับเรื่องนี้ในการนมัสการตอนเช้าวันอาทิตย์เป็นเวลา 21 สัปดาห์ติดต่อกัน เทปบันทึกคำเทศนาในหัวข้อ "สาส์นจากกางเขน" ส่งผลกระทบต่อผู้คนจำนวนมากทั้งในและต่างประเทศ เมื่อใดก็ตามที่มีการเทศนาเรื่องสาส์นจากกางเขนพระวิญญาณบริสุทธิ์ทรงทำงานเหมือนไฟลามทุ่ง คนจำนวนมากกลับใจจากบาปและได้รับการรักษาจากโรคภัยไข้เจ็บของตน ก่อนหน้านั้นคนเหล่านี้ไม่รู้จักพระเจ้าและความรักอันล้ำลึกของพระองค์อย่างแท้จริง แต่เวลานี้เขาเริ่มเข้าใจแผนการของพระเจ้า พบกับพระองค์ และมีความหวังสำหรับชีวิตนิรันดร์โดยผ่านคำเทศนาเรื่องนี้

ถ้าท่านเข้าใจอย่างชัดเจนว่าทำไมพระเจ้าจึงปลูกต้นไม้แห่งการสำนึกในความดีและความชั่วไว้ในสวนเอเดน ท่านก็สามารถเข้าใจถึงการจัดเตรียมของพระองค์เพื่อดูแลรักษามนุษย์และท่านจะรักพระเจ้ามากขึ้น ยิ่งกว่านั้น การที่ท่านรู้เป้าหมายที่แท้จริงของชีวิตท่านจะสามารถต่อสู้กับความบาปแม้ต้องเสียเลือดก็ตาม พยายามที่สุดที่จะมีจิตใจเหมือนพระทัยของพระเยซูคริสต์องค์พระผู้เป็นเจ้า และสัตย์ซื่อกับพระเจ้าจนถึงวันตาย

"สาส์นจากกางเขน" จะชี้ให้ท่านเห็นถึงการจัดเตรียมอันลี้ลับของพระเจ้าที่ซ่อนไว้ในกางเขนและช่วยท่านให้วางรากฐานอันแข็งแกร่งสำหรับชีวิตคริสเตียนที่ดีและแท้จริงของท่านได้ ด้วยเหตุนี้ ผู้ที่อ่านหนังสือเล่มนี้จึงเข้าใจถึงการจัดเตรียมและความรักอันลึกซึ้งของพระเจ้า มีความเชื่อที่แท้จริง และดำเนินชีวิตคริสเตียนอย่างเป็นที่โปรดปรานในสายพระเนตรของพระองค์

ข้าพเจ้าขอบคุณผู้อำนวยการและเจ้าหน้าที่แผนกบรรณาธิการที่ทุ่มเททุกอย่างเพื่อจัดพิมพ์หนังสือเล่มนี้ นอกจากนั้นข้าพเจ้าขอขอบคุณแผนกแปลด้วยเช่นกัน ขอให้ผู้คนจำนวนมากเข้าใจถึงการจัดเตรียมอย่างลึกซึ้งของพระเจ้า พบกับความรักของพระองค์ และได้รับความรอดในฐานะบุตรที่แท้จริงของพระเจ้า ข้าพเจ้าอธิษฐานเพื่อสิ่งเหล่านี้ในพระนามของพระเยซูคริสต์องค์พระผู้เป็น...อาเมน

แจร็อก ลี

ศจ.ดร. แจร็อก ลี

เกี่ยวกับผู้เขียน

ดร.แจร็อก ลี เกิดที่เมืองมวน จังหวัดโจนนัม สาธารณะรัฐเกาหลี ในปี 1943 เมื่อท่านมีอายุ 20 ปี ดร.ลี ทนทุกข์ทรมานกับโรคภัยไข้เจ็บที่รักษาไม่ได้หลายชนิด เป็นเวลาถึงเจ็ดปีและนอนรอความตายโดยไม่มีความหวังของการหายโรค อย่างไรก็ตาม วันหนึ่งในช่วงฤดูใบไม้ผลิของปี 1974 พี่สาวของท่านได้พาท่านมาที่คริสตจักรและเมื่อท่านคุกเข่าลงอธิษฐานพระเจ้าผู้ทรงพระชนม์อยู่ทรงรักษาท่านให้หายจากโรคภัยไข้เจ็บทั้งสิ้นของท่านในทันที

นับตั้งแต่ดร.ลีพบกับพระเจ้าผู้ทรงพระชนม์อยู่ผ่านทางประสบการณ์อย่างอัศจรรย์นั้นเป็นต้นมาท่านรักพระเจ้าอย่างจริงใจและสุดหัวใจของท่าน ในปี 1978 ท่านได้รับการทรงเรียกให้เป็นผู้รับใช้ของพระเจ้า ท่านอธิษฐานอย่างร้อนรนเพื่อจะเข้าใจน้ำพระทัยของพระเจ้าอย่างชัดเจนและทำให้น้ำพระทัยนั้นสำเร็จอย่างสมบูรณ์พร้อมทั้งเชื่อฟังพระวจนะทั้งสิ้นของพระเจ้า ในปี 1982 ท่านก่อตั้งคริสตจักรแมนมินในกรุงโซล ประเทศเกาหลีใต้ พระราชกิจอันมากมายของพระเจ้าซึ่งรวมถึงการรักษาโรคอย่างอัศจรรย์และหมายสำคัญต่าง ๆ เกิดขึ้นในคริสตจักรของท่านอย่างต่อเนื่อง

ในปี 1986 ดร.ลีได้รับการสถาปนาให้เป็นศิษยาภิบาล ณ ที่ประชุมสมัชชาประจำปีของคริสตจักรของพระเยซู "ซุงกุล" แห่งประเทศเกาหลีใต้และในปี 1990 (4 ปีต่อมา) คำเทศนาของท่านถูกนำไปเผยแพร่ในประเทศออสเตรเลีย สหรัฐอเมริกา รัสเซีย ฟิลิปปินส์ และอีกหลายประเทศผ่านพันธกิจของผู้ประกาศข่าวประเสริฐ (เอฟ.อี.บี.ซี.) สถานีวิทยุกระจายเสียงแห่งเอเชีย (เอ.บี.เอส.) และสถานีวิทยุคริสเตียนแห่งกรุงวอชิงตัน (ดับเบิ้ลยู.ซี.อาร์.เอส.)

สามปีต่อมาในปี 1993 คริสตจักรแมนมินเซ็นทรัลเชิร์ชได้รับเลือกให้เป็นหนึ่งใน "50 คริสตจักรชั้นนำระดับโลก" โดยนิตยสาร "โลกคริสตชน" ของสหรัฐอเมริกาและท่านได้รับมอบปริญญาดุษฎีบัณฑิตกิตติมศักดิ์สาขาพันธกิจศาสตร์จากสถาบันพระคริสตธรรมที่มีชื่อเสียงสองแห่งในสหรัฐอเมริกา นั่นคือ วิทยาลัยคริสเตียนเฟธแห่งรัฐฟลอริด้าและสถาบันพระคริสตธรรมคิงส์เวย์ แห่งรัฐไอโอวา

นับตั้งแต่ปี 1993 เป็นต้นมา ดร.ลี เป็นผู้นำในการทำพันธกิจทั่วโลกโดยผ่านการรณรงค์เพื่อการประกาศที่จัดขึ้นในประเทศต่าง ๆ เช่น ประเทศแทนซาเนีย อาร์เจนติน่า อูกานดา ญี่ปุ่น ปากีสถาน เคนย่า ฟิลิปปินส์ ฮอนดูรัส อินเดีย รัสเซีย เยอรมนี เปรู สาธารณะรัฐประชาธิปไตยคองโก และนครนิวยอร์ก สหรัฐอเมริกา ในปี 2002 ท่านได้รับการขนานนามว่าเป็น "ศิษยาภิบาลของคนทั่วโลก" โดยหนังสือพิมพ์คริสเตียนฉบับหนึ่งในประเทศเกาหลีใต้จากการทำพันธกิจด้านการประกาศพระกิตติคุณในต่างประเทศของท่าน

ในเดือนกุมภาพันธ์ 2008 คริสตจักรแมนมินเซ็นทรัลเชิร์ชมีสมาชิกมากกว่า 1 แสนคนและมีคริสตจักรสาขาทั้งในและต่างประเทศอีก 7,800 แห่งทั่วโลก ปัจจุบันคริสตจักรส่งมิชชั่นนารีมากกว่า 127 คนไปยัง 25 ประเทศทั่วโลกซึ่งรวมถึงสหรัฐอเมริกา รัสเซีย เยอรมนี แคนาดา ญี่ปุ่น จีน ฝรั่งเศส อินเดีย เคนย่า และอีกหลายประเทศ

ในปัจจุบัน ดร.ลีเขียนหนังสือมากกว่า 50 เล่มซึ่งรวมถึงหนังสือที่มียอดขายสูงสุดเรื่อง "ลิ้มรสชีวิตนิรันดร์ก่อนความตาย" "ชีวิตและศรัทธาของข้าพเจ้า"

"สาส์นจากกางเขน" "ขนาดแห่งความเชื่อ" "สวรรค์ภาค 1 และ 2" "นรก" และ "ฤทธานุภาพของพระเจ้า" งานเขียนของท่านถูกแปลเป็นภาษาต่างๆ มากกว่า 25 ภาษา

ปัจจุบัน ดร.ลีเป็นผู้ก่อตั้ง ผู้อำนวยการ และประธานของสมาคมและองค์กรมิชชันนารีจำนวนมากซึ่งรวมถึงการดำรงตำแหน่งประธานของสหคริสตจักรแห่งความบริสุทธิ์เกาหลี (UHCK); ผู้อำนวยการ The Nation Evangelization Paper; ผู้อำนวยการองค์การพันธกิจมิชชั่นแมนมิน (MWM); ผู้ก่อตั้งสถานีโทรทัศน์แมนมิน (Manmin TV); ผู้ก่อตั้งและประธานเครือข่ายสื่อมวลชนคริสเตียนทั่วโลก (GCN); ผู้ก่อตั้งและประธานเครือข่ายหมอคริสเตียนทั่วโลก (WCDN); และผู้ก่อตั้งและประธานสถาบันศาสนศาสตร์นานาชาติแมนมิน (MIS)

บทนำ

"สาส์นจากกางเขน" เป็นพระสติปัญญาและฤทธานุภาพของพระเจ้า และเป็นข่าวสารที่มีพลานุภาพที่คริสเตียนทุกคนต้องยึดถือ

ข้าพเจ้าขอถวายคำขอบพระคุณและพระสิริทั้งสิ้นแด่พระเจ้าพระบิดาผู้ทรงนำให้เราจัดพิมพ์ "สาส์นจากกางเขน" สมาชิกคริสตจักรแมนมินจำนวนมากทั่วโลกอยากให้มีการจัดพิมพ์หนังสือเล่มนี้ หนังสือเล่มนี้ให้คำตอบที่ชัดเจนต่อคำถามมากมายที่คริสเตียนจำนวนมากสงสัย เช่น "ก่อนการทรงสร้างพระเจ้าพระบิดาทรงมีพระลักษณะอย่างไร" "ทำไมพระเจ้าจึงทรงสร้างมนุษย์และอนุญาตให้มนุษย์อาศัยอยู่ในโลกนี้" "ทำไมพระเจ้าจึงปลูกต้นไม้แห่งการสำนึกในความดีและความชั่วไว้ในสวนเอเดน" "ทำไมพระเจ้าจึงส่งพระบุตรองค์เดียวของพระองค์มาเป็นเครื่องบูชาไถ่บาป" "ทำไมพระเจ้าจึงวางแผนการจัดเตรียมเรื่องความรอดผ่านทางไม้กางเขนโบราณนั้น" และคำถามอื่น ๆ อีกมากมาย

หนังสือเล่มนี้รวมเอาคำเทศนาของดร.แจร็อก ลีที่ได้รับการเจิมจากพระวิญญาณเอาไว้และให้ความกระจ่างกับท่านเพื่อท่านจะรู้และเข้าใจถึงความรักที่ลึกซึ้ง กว้างใหญ่ และไพศาลของพระเจ้า

บทที่ 1 "พระเจ้าพระผู้สร้างและพระคัมภีร์" แนะนำให้ท่านรู้จักกับพระเจ้าและวิธีการที่พระองค์ทรงกระทำการในท่ามกลางท่าน ในบทนี้ท่านจะพบกับหลักฐานของการทรงพระชนม์อยู่ของพระเจ้าและรู้ถึงความถูกต้องแม่นยำของพระคัมภีร์โดยพิจารณาจากประวัติศาสตร์ของมนุษยชาติ ยิ่งกว่านั้น บทนี้จะพิสูจน์ให้เห็นว่าทฤษฎีการวิวัฒนาการเป็นแนวคิดที่ไม่ถูกต้องและการทรงสร้างของพระเจ้าเป็นเรื่องจริง

บทที่ 2 "พระเจ้าทรงสร้างและทรงดูแลรักษามนุษย์" ยืนยันให้เห็นว่าพระเจ้าทรงสร้างสิ่งสารพัดในจักรวาลและทรงสร้างมนุษย์ขึ้นตามพระฉายาของพระองค์ นอกจากนั้น บทนี้ยังสอนท่านให้ทราบถึงความหมายที่แท้จริงของชีวิตมนุษย์และจุดประสงค์ของการดูแลรักษามนุษย์เพื่อทำให้มนุษย์เป็นลูกฝ่ายวิญญาณที่แท้จริงของพระองค์เช่นกัน

บทที่ 3 "ต้นไม้แห่งการสำนึกในความดีและความชั่ว" ให้คำตอบต่อคำถามที่สำคัญของคริสเตียนทุกคน นั่นคือ "ทำไมพระเจ้าจึงปลูกต้นไม้แห่งการสำนึกในความดีและความชั่ว" บทนี้อธิบายถึงเหตุผลโดยละเอียดซึ่งจะช่วยท่านให้เข้าใจถึงความรักอันลึกซึ้งและการจัดเตรียมอย่างลี้ลับของพระเจ้าผู้ทรงดูแลรักษามนุษย์บนแผ่นดินโลก

บทที่ 4 "เคล็ดลับที่ถูกซ่อนไว้ก่อนปฐมกาล" อธิบายถึงความสัมพันธ์ระหว่างกฎเกณฑ์ของการไถ่ถอนที่ดินคืนกับกฎฝ่ายวิญญาณเรื่องความรอดของมนุษย์ (เลวีนิติ 25) บทนี้ยังอธิบายว่ามนุษย์อยู่บนเส้นทางไปสู่ความตายเพราะความบาปของตนแต่พระเจ้าทรงจัดเตรียมหนทางแห่งความรอดให้กับมนุษย์นับตั้งแต่ก่อนปฐมกาล สุดท้าย บทนี้สอนให้ท่านทราบว่าเพราะเหตุใดพระเจ้าจึงทรงซ่อนหนทางแห่งความรอดเอาไว้จนกระทั่งถึงเวลาของพระองค์และพระเยซูทรงมีคุณสมบัติเพียงพอที่จะทำตามเงื่อนไขของกฎเกณฑ์แห่งการไถ่ถอนคืนอย่างไร

บทที่ 5 "ทำไมพระเยซูจึงเป็นพระผู้ช่วยให้รอดองค์เดียวของเรา" อธิบายให้ทราบว่าแผนการของพระเจ้าสำหรับความรอดของมนุษย์ซึ่งถูกซ่อนไว้นับตั้งแต่ก่อนปฐมกาลสำเร็จในพระเยซูอย่างไร เหตุผลสำหรับการตรึงบนกางเขนของพระองค์ พระพรและสิทธิของบุตรของพระเจ้า ความหมายของพระนาม "พระเยซูคริสต์" เหตุผลที่พระเจ้าไม่ได้ประทานนามอื่นซึ่งให้เราทั้งหลายรอดในท่ามกลางมนุษย์ทั่วใต้ฟ้าเว้นแต่พระนามของพระเยซูคริสต์ตลอดจนเรื่องราวอื่น ๆ ท่านจะสัมผัสถึงความรักที่เกินกว่าจะวัดได้ของพระเจ้าถ้าท่านเข้าใจนัยฝ่ายวิญญาณของคำเทศนาที่บรรยายไว้ในบทนี้

บทที่ 6 “การจัดเตรียมของไม้กางเขน” ให้ความกระจ่างกับท่านเกี่ยวกับความหมายของการทนทุกข์ของพระคริสต์ ทำไมพระเยซูจึงบังเกิดในคอกสัตว์และนอนอยู่ในรางหญ้าถ้าพระองค์เป็นพระเจ้าอย่างแท้จริง เพราะเหตุใดพระองค์จึงยากจนตลอดชีวิตของพระองค์ เพราะเหตุใดพระองค์จึงถูกเฆี่ยนตีทั่วร่างกาย สวมมงกุฎหนาม และพระหัตถ์และพระบาทของพระองค์ถูกตอกด้วยตะปู ทำไมพระองค์จึงได้รับความทุกข์ทรมานจากความเจ็บปวดจนเลือดและน้ำไหลออกมาจากร่างกายของพระองค์

บทนี้ให้คำตอบที่ชัดเจนต่อคำถามเหล่านี้และช่วยท่านให้เข้าใจนัยฝ่ายวิญญาณของการทนทุกข์ของพระองค์ บรรดาโรคภัยไข้เจ็บตลอดจนปัญหาต่าง ๆ เช่น ความยากจน ครอบครัวแตกแยก ปัญหาธุรกิจ และปัญหาอื่น ๆ จะได้รับการแก้ไขโดยผ่านความเข้าใจและความเชื่อของท่านในความหมายฝ่ายวิญญาณของการทนทุกข์ของพระเยซู บทนี้ช่วยให้ท่านรู้ถึงความรักอันลึกซึ้งของพระเจ้า เลิกทำความชั่วทุกชนิด และเข้าส่วนในธรรมชาติของพระเจ้า

บทที่ 7 “คำตรัสสุดท้ายเจ็ดคำของพระเยซูบนไม้กางเขน” อธิบายถึงนัยฝ่ายวิญญาณของคำตรัสสุดท้ายเจ็ดคำของพระเยซูบนไม้กางเขนก่อนการสิ้นพระชนม์ของพระองค์ พระเยซูทรงทำให้พันธกิจที่พระองค์ได้รับจากพระเจ้าพระบิดาสำเร็จผ่านทางคำตรัสสุดท้ายเจ็ดคำบนไม้กางเขนของพระองค์ บทนี้เน้นให้ท่านเข้าใจถึงความรักอันยิ่งใหญ่ของพระเจ้าเพื่อมนุษยชาติ รอคอยการเสด็จกลับมาครั้งที่สองของพระองค์ และต่อสู้อย่างสุดกำลังเพื่อให้ไปถึงเป้าหมายด้วยความหวังสำหรับการเป็นขึ้นมา

บทที่ 8 “ความเชื่อที่แท้จริงและชีวิตนิรันดร์” บอกให้ท่านทราบว่าเราผูกพันเป็นหนึ่งเดียวกับพระเยซูคริสต์ผู้เป็นเจ้าบ่าวของเราด้วยความเชื่อที่แท้จริงเท่านั้น พระคัมภีร์เตือนคนที่พูดว่าตนเชื่อในพระเยซูคริสต์พระผู้ช่วยให้รอดแต่คนเหล่านี้ไม่รอดในวันพิพากษา พระคัมภีร์ให้น้ำหนักไม่เฉพาะกับการยอมรับพระเยซูคริสต์เท่านั้นแต่กับการกินเนื้อพระบุตรของพระเจ้าและการดื่มพระโลหิตของพระองค์เพื่อให้ไปถึงความรอดด้วย บทนี้ยังสอนท่านเกี่ยวกับธรรมชาติของความเชื่อ วิธีการบรรลุถึงความเชื่อ และสิ่งที่ท่านควรทำเพื่อให้ไปถึงความรอดโดยรวมเช่นกัน

บทที่ 9 "การบังเกิดจากน้ำและพระวิญญาณ" ซึ่งมีการพูดถึงครั้งแรกในการสนทนาระหว่างพระเยซูกับนิโคเดมัส การแลกเปลี่ยนความคิดเห็นนี้สรุปถึงสาส์นจากกางเขน จิตใจของท่านต้องรับการรื้อฟื้นใหม่อย่างต่อเนื่องด้วยน้ำและพระวิญญาณบริสุทธิ์จนกว่าพระเยซูคริสต์เสด็จกลับมา ท่านต้องรักษาร่างกาย จิตใจ และจิตวิญญาณทั้งสิ้นของท่านให้ปราศจากตำหนิในการเสด็จมาของพระเยซูคริสต์องค์พระผู้เป็นเจ้าซึ่งเป็นช่วงเวลาที่องค์พระผู้เป็นเจ้าจะรับท่านเป็นเจ้าสาวที่งดงามของพระองค์

บทที่ 10 "ลัทธิเทียมเท็จคืออะไร" มุ่งเจาะหาข้อมูลโดยละเอียดเกี่ยวกับธรรมชาติของลัทธิเทียมเท็จและอภิปรายถึงความเข้าใจในแง่ลบและไม่ถูกต้องของคริสเตียนจำนวนมากเกี่ยวกับเรื่องนี้ ในปัจจุบัน ผู้คนจำนวนมากเข้าใจผิดหรือตำหนิการทำงานอันยิ่งใหญ่ของพระเจ้าว่าเป็นลัทธิเทียมเท็จหรือการสอนผิดโดยไม่ระมัดระวังเพราะคนเหล่านี้ไม่เข้าใจถึงคำจำกัดความของพระคัมภีร์เกี่ยวกับลัทธิเทียมเท็จ บทนี้เตือนท่านไม่ให้ตำหนิหรือกล่าวโทษการทำงานของพระวิญญาณบริสุทธิ์ว่าเป็นลัทธิเทียมเท็จและอธิบายให้ท่านทราบถึงวิธีการแยกแยะระหว่างพระวิญญาณแห่งความจริงกับวิญญาณแห่งความเท็จ และบอกให้ท่านทราบถึงกลุ่มต่าง ๆ ที่เป็นลัทธิเทียมเท็จ

อัครทูตเปาโลพูดถึงสาส์นจากกางเขนไว้ใน 1 โครินธ์ 1:18 ซึ่งเป็นพระสติปัญญาของพระเจ้าว่า "คนทั้งหลายที่กำลังจะพินาศก็เห็นว่าเรื่องกางเขนเป็นเรื่องโง่ แต่พวกเราที่กำลังจะรอดเห็นว่าเป็นฤทธานุภาพของพระเจ้า" ทุกคนสามารถมีความเชื่อที่แท้จริง พบกับพระเจ้าผู้ทรงพระชนม์อยู่ และชื่นชมกับชีวิตคริสเตียนอย่างบริบูรณ์ได้เมื่อเขาเข้าใจเคล็ดลับที่ซ่อนอยู่ในกางเขนและตระหนักถึงการจัดเตรียมแห่งความรักอันยิ่งใหญ่ของพระเจ้าเพื่อมนุษยชาติ

"สาส์นจากกางเขน" เป็นคำสอนพื้นฐานของชีวิตท่าน ด้วยเหตุนี้ ข้าพเจ้าจึงอธิษฐานในพระนามขององค์พระผู้เป็นเจ้าเพื่อให้ท่านวางรากฐานสำหรับชีวิตคริสเตียนของท่านและบรรลุถึงซึ่งความรอดและชีวิตนิรันดร์

จุมซุน วิน
ผู้อำนวยการแผนกบรรณาธิการ

สารบัญ

บทที่ 1 / พระเจ้าพระผู้สร้างและพระคัมภีร์
1. ความผิดพลาดของทฤษฎีการวิวัฒนาการ / 22
2. พระเจ้าพระผู้สร้าง / 24
3. เราเป็นผู้ซึ่งเราเป็น / 28
4. พระเจ้าทรงรอบรู้ทุกสิ่งและทรงมีฤทธานุภาพสูงสุด / 31
5. พระเจ้าคือผู้เขียนพระคัมภีร์ / 33
6. ทุกถ้อยคำของพระคัมภีร์เป็นความจริง / 35

บทที่ 2 / พระเจ้าทรงสร้างและดูแลรักษามนุษย์
1. หนทางแห่งความรอดของมนุษย์ / 43
2. พระเจ้าทรงสร้างมนุษย์ / 46
3. เพราะเหตุใดพระเจ้าจึงดูแลรักษามนุษย์ / 49
4. พระเจ้าทรงแยกข้าวละมานออกจากข้าวสาลี / 53

บทที่ 3 / ต้นไม้แห่งการสำนึกในความดีและความชั่ว
1. อาดัมและเอวาในสวนเอเดน / 59
2. อาดัมไม่เชื่อฟังด้วยเสรีภาพในการตัดสินใจของตน / 61
3. ค่าจ้างของความบาปคือความตาย / 66
4. ทำไมพระเจ้าจึงปลูกต้นไม้แห่งการสำนึกในความดี และความชั่วไว้ในสวนเอเดน / 70

บทที่ 4 / เคล็ดลับที่ถูกซ่อนไว้ก่อนปฐมกาล
1. สิทธิอำนาจของอาดัมถูกส่งมอบให้กับผีมารซาตาน / 77
2. กฎเกณฑ์ของการไถ่ถอนที่ดินคืน / 78
3. เคล็ดลับที่ถูกซ่อนไว้ก่อนปฐมกาล / 81
4. พระเยซูทรงมีคุณสมบัติตามธรรมบัญญัติ / 82

บทที่ 5 / ทำไมพระเยซูจึงเป็นพระผู้ช่วยให้รอดของเราแต่ผู้เดียว
1. การจัดเตรียมเรื่องความรอดผ่านทางพระเยซูคริสต์ / 93
2. เพราะเหตุใดพระเยซูจึงถูกตรึงบนไม้กางเขน / 97
3. ไม่มีนามอื่นใดในโลกนี้เว้นแต่พระนาม "พระเยซูคริสต์" / 102

บทที่ 6 / การจัดเตรียมของไม้กางเขน

1. บังเกิดในคอกสัตว์และนอนในรางหญ้า / 109
2. ชีวิตของพระเยซูในความยากจน / 113
3. ทรงถูกเฆี่ยนและพระโลหิตที่หลั่งไหล / 116
4. ทรงสวมมงกุฎหนาม / 119
5. ฉลองพระองค์และฉลองพระองค์ชั้นใน / 124
6. พระหัตถ์และพระบาทของพระองค์ถูกตอกตะปู / 133
7. ขาของพระองค์ไม่หักแต่สีข้างของพระองค์ถูกแทง / 135

บทที่ 7 / คำตรัสสุดท้ายเจ็ดคำของพระเยซูบนไม้กางเขน

1. โอพระบิดาเจ้าข้าขอโปรดอภัยโทษเขา / 143
2. วันนี้เจ้าจะอยู่กับเราในเมืองบรมสุขเกษม / 145
3. หญิงเอ๋ยจงดูบุตรของท่านเถิด จงดูมารดาของท่านเถิด / 151
4. เอโลอี เอโลอี ลามาสะบักธานี / 154
5. เรากระหายน้ำ / 156
6. สำเร็จแล้ว / 158
7. พระบิดาเจ้าข้า ข้าพระองค์ฝากวิญญาณจิตของข้าพระองค์ไว้ในพระหัตถ์ของพระองค์ / 159

บทที่ 8 / ความเชื่อและชีวิตนิรันดร์ที่แท้จริง
1. นี่คือความลี้ลับอันลึกซึ้ง / 167
2. การยอมรับอย่างจอมปลอมไม่นำไปสู่ความรอด / 174
3. เนื้อและเลือดของพระบุตรของพระเจ้า / 185
4. การยกโทษโดยการเดินในความสว่างเท่านั้น / 194
5. ความเชื่อพร้อมกับการกระทำคือความเชื่อที่แท้จริง / 199

บทที่ 9 / การบังเกิดจากน้ำและพระวิญญาณ
1. นิโคเดมัสมาหาพระเยซู / 207
2. พระเยซูทรงช่วยนิโคเดมัสให้มีความเข้าใจฝ่ายวิญญาณ / 209
3. เมื่อเกิดจากน้ำและพระวิญญาณ / 211
4. พยานทั้งสาม: พระวิญญาณ น้ำ และพระโลหิต / 216

บทที่ 10 ลัทธิเทียมเท็จคืออะไร
1. คำจำกัดความของพระคัมภีร์เกี่ยวกับลัทธิเทียมเท็จ / 222
2. พระวิญญาณแห่งความจริงและวิญญาณแห่งความเท็จ / 228
3. จงระวังเกี่ยวกับลัทธิเทียมเท็จ / 234

1

พระเจ้าพระผู้สร้างและพระคัมภีร์

ความผิดพลาดของทฤษฎีการวิวัฒนาการ

พระเจ้าพระผู้สร้าง

เราเป็นผู้ซึ่งเราเป็น

พระเจ้าทรงรอบรู้ทุกสิ่งและทรงมีฤทธานุภาพสูงสุด

พระเจ้าคือผู้เขียนพระคัมภีร์

ทุกถ้อยคำของพระคัมภีร์เป็นความจริง

ปฐมกาล 1:1

"ในปฐมกาลพระเจ้าทรงเนรมิตสร้างฟ้าและแผ่นดิน"

ทฤษฎีต่างๆ เกี่ยวกับกำเนิดของมนุษย์หรือของชีวิตโดยทั่วไปมักก่อให้เกิดข้อโต้เถียงและทัศนะที่แตกต่างกันมากมาย อย่างไรก็ตาม ทฤษฎีเหล่านี้แยกออกเป็น 2 กลุ่มหลักๆ ได้แก่ ทฤษฎีการทรงสร้างและทฤษฎีการวิวัฒนาการ

ในด้านหนึ่ง ทฤษฎีการทรงสร้างให้เหตุผลว่าพระเจ้าทรงออกแบบและทรงสร้างจักรวาลและสิ่งสารพัดตามพระสติปัญญาของพระองค์ ผู้คนที่เชื่อในทฤษฎีการทรงสร้างมีทัศนะซึ่งยึดเอาพระเจ้าเป็นศูนย์กลางและเชื่อว่าพระเจ้าทรงเป็นผู้จัดการชีวิตและความตาย ความโชคดีและความโชคร้ายของมนุษย์ และทรงทำให้พระคำของพระองค์ที่บันทึกไว้ในพระคัมภีร์สำเร็จเป็นจริง ดังนั้น คนเหล่านี้จึงดำเนินชีวิตตามพระคำของพระองค์ด้วยความหวังของการรับเอาแผ่นดินสวรรค์เป็นมรดก

ในอีกด้านหนึ่ง ผู้คนที่ยึดถือทฤษฎีการวิวัฒนาการยืนกรานว่าสิ่งมีชีวิตทุกอย่างเกิดขึ้นเองโดยธรรมชาติจากสสารที่ไร้ชีวิตและวิวัฒนาการจากสิ่งมีชีวิตที่เรียบง่ายไปสู่สิ่งต่างๆ นับไม่ถ้วน คนเหล่านี้เชื่อว่าชีวิตถือกำเนิดขึ้นโดยบังเอิญ ดังนั้นคนเหล่านี้จึงไม่ยอมรับพระเจ้าพระผู้สร้างและไม่มีความหวังสำหรับแผ่นดินสวรรค์ ดังนั้น จึงเป็นเรื่องปกติที่คนเหล่านี้จะยึดเอามนุษย์เป็นศูนย์กลางและเป้าหมายของชีวิตในโลกนี้

ในเมื่อผู้คนที่ยึดถือทฤษฎีนี้ต้องแก้ปัญหาทุกอย่างของตนด้วยตัวเองและไม่พึ่งพาพระเจ้าพระผู้สร้าง การดำเนินชีวิตของคนเหล่านี้จึงมุ่งให้ความสำคัญกับอาหาร เสื้อผ้า และสิ่งของอื่นๆ นอกจากนั้น เพื่อจะมีความสุขกับชีวิตที่ต้องตายนี้ให้มากที่สุดคนเหล่านี้จึงแสวงบางสิ่งบางอย่างเพื่อเติมเต็มความโดดเดี่ยวและความว่างเปล่าของตน อย่างไรก็ตาม ไม่มีสิ่งใดจะทำให้คนเหล่านี้มีความสุขที่แท้จริงได้ สุดท้าย เขาต้องกลับไปเป็นดินเพียงกำมือเดียว วงจรนี้ช่างเป็นสิ่งที่สูญเปล่าเสียเหลือเกิน

ทฤษฎีที่ตรงกันข้ามกันทั้งสองทฤษฎีนี้มีอิทธิพลต่อจุดประสงค์และความหมายของชีวิต และในที่สุดทฤษฎีทั้งสองนี้กลายเป็นปัจจัยสำคัญในการตัดสินใจเลือกระหว่างชีวิตนิรันดร์หรือความตายนิรันดร์ ด้วยเหตุผลดังกล่าว ความเข้าใจที่ชัดเจนและถูกต้องจึงเป็นสิ่งจำเป็น

1. ความผิดพลาดของทฤษฎีการวิวัฒนาการ

ในปัจจุบันเราพบว่ายิ่งวิทยาศาสตร์ก้าวหน้ามากขึ้นเท่าใด วิทยาศาสตร์ยิ่งพิสูจน์หักล้างการวิวัฒนาการมากยิ่งขึ้นเท่านั้น ที่จริง การเชื่อในการวิวัฒนาการยิ่งยากกว่าการเชื่อในการทรงสร้าง เมื่อท่านเจาะลึกลงไปในทฤษฎีการวิวัฒนาการด้วยวิธีการทางวิทยาศาสตร์ ความเป็นไปได้ที่ว่าจักรวาลและสิ่งสารพัดเกิดจากการวิวัฒนาการในช่วงเวลาอันยาวนานมีน้อยกว่าหนึ่งในแสนล้าน

ทฤษฎีการวิวัฒนาการตั้งอยู่บนพื้นฐานของสมมติฐานที่ไม่มีการรับรอง

ผู้คนที่ยึดถือทฤษฎีการวิวัฒนาการเชื่อว่าการระเบิดครั้งใหญ่ทำให้เกิดจักรวาลขึ้น คนเหล่านี้ให้เหตุผลว่าก๊าซไฮโตรเจนพัฒนาขึ้นเป็นโลกและระบบสุริยะจักรวาล น้ำบนโลกเกิดจากความเป็นกลางของกรดที่อยู่ในโลกและด่างที่อยู่บนผิวโลกและตั้งสมมติฐานว่าน้ำได้ชะล้างสสารที่เป็นแร่และสสารที่มีรสเค็มเป็นเวลาหลายพันล้านปีและก่อตัวเป็นทะเล ชีวภาพของสิ่งมีชีวิตจึงเกิดขึ้นมาจากทะเลตามธรรมชาติ

ครั้งแรก ทฤษฎีการวิวัฒนาการตั้งอยู่บนพื้นฐานของการสันนิษฐานของชาร์ลส์ดาร์วินในช่วงการเดินทางไปกับเรือเดินสมุทร*บีเกิ้ล*เป็นเวลา 5 ปีซึ่งเริ่มต้นในปี 1831 ในช่วงการเดินทางหลังจากที่ท่านสังเกตพืชพันธุ์และสัตว์นานาชนิดชาร์ลส์ดาร์วินสันนิษฐานว่าพืชพันธุ์และสัตว์ทุกชนิดบนแผ่นดินโลกมีวิวัฒนาการมาจากสิ่งมีชีวิตรูปทรงที่ต่ำกว่าไปสู่สิ่งมีชีวิตรูปทรงที่สูงกว่า จากสิ่งมีชีวิตชนิดเดียวไปสู่สิ่งมีชีวิตหลากหลายชนิด และมนุษย์มีวิวัฒนาการมาจากลิง

ในหนังสือของท่านเรื่อง *"กำเนิดของสิ่งมีชีวิต"* ดาร์วินนำเสนอข้อสมมติฐานว่าสิ่งมีชีวิตมีวิวัฒนาการมาจากวัตถุที่ไม่มีชีวิต โดยธรรมชาติ ข้อสมมติฐานนี้ไม่ใช่

ข้อเท็จจริงที่ได้รับการรับรองแต่เป็นเพียงทฤษฎีชั่วคราว ท่านจะเชื่อทฤษฎีการวิวัฒนาการที่ตั้งอยู่บนพื้นฐานของสมมติฐานข้อนี้หรือไม่

ซากพืชและซากสัตว์ปฏิเสธการวิวัฒนาการ

ท่านยังสามารถมองเห็นความผิดพลาดของการวิวัฒนาการผ่านทางซากพืชและซากสัตว์ด้วยเช่นกัน จากการถูกฝังกลบอยู่ในชั้นตะกอนมาเป็นเวลานานซากพืชและซากสัตว์จึงบ่งบอกถึงรูปร่างของสิ่งมีชีวิตที่ตายไปแล้วหรือเป็นร่องรอยที่ได้รับการสงวนรักษาไว้ในโลก โดยทั่วไปซากพืชและซากสัตว์ถือเป็นหลักฐานสนับสนุนการวิวัฒนาการ แต่นั่นไม่ใช่ความจริง

ตรงกันข้าม ซากพืชและซากสัตว์เป็นสิ่งที่พิสูจน์ว่าสิ่งมีชีวิตทุกอย่างถูกสร้างขึ้นตามชนิดของตน จากการสังเกตซากพืชและซากสัตว์ที่ขุดค้นได้ทั้งหมดท่านจะพบข้อเท็จจริงที่ว่ามีช่องว่างอย่างชัดเจนระหว่างสิ่งมีชีวิตชนิดต่าง ๆ และไม่เคยมีการค้นพบซากพืชและซากสัตว์ของสิ่งมีชีวิตรูปทรงสอดแทรกเลย

มีการพิสูจน์เช่นกันว่าซากพืชและซากสัตว์ (ซึ่งน่าจะสนับสนุนสมมติฐานที่ว่ามนุษย์มีวิวัฒนาการมาจากลิง) เป็นซากของมนุษย์หรือของลิง ไม่ใช่ซากของสัตว์รูปทรงสอดแทรก

ยกตัวอย่าง ผู้เชี่ยวชาญคาดคะเนว่าชิ้นส่วนกระดูกขากรรไกรและหัวกะโหลกของร่างกายมนุษย์ (ซึ่งถูกค้นพบในปี 1912 ใกล้เมืองพิล์ทดาว ประเทศอังกฤษ) มีอายุอย่างน้อย 5 แสนปี ผู้เชี่ยวชาญเชื่อว่าชิ้นส่วนเหล่านี้เป็นรูปทรงสอดแทรกของชีวิตซึ่งแสดงถึงกระบวนการที่เกิดขึ้นอย่างช้า ๆ ของการวิวัฒนาการของมนุษย์

อย่างไรก็ตาม การตรวจสอบและการทดสอบอย่างถี่ถ้วนเปิดเผยให้เห็นว่าหัวกะโหลกของมนุษย์และกระดูกขากรรไกรของลิงถูกนำมาสอดแทรกเข้าด้วยกันและชิ้นส่วนเหล่านี้มีอายุเพียงไม่กี่พันปีเท่านั้นเอง ยิ่งกว่านั้น มีการพิสูจน์ว่าสารละลายที่มีส่วนผสมของเหล็กถูกนำมาใช้เพื่อทำให้กระดูกเปรอะเปื้อนและกระดูกเหล่านี้ถูกนำไปจัดเก็บไว้ในลักษณะที่ให้ดูเหมือนว่ามีอายุเก่าแก่มากกว่าความเป็นจริง นักวิทยาศาสตร์ที่มีชื่อเสียงของโลกหลายคนพบว่าสิ่งนั้นเป็นการปลอมแปลงหลักฐาน บางคนพยายามผสมกระดูกของลิงและของมนุษย์เข้าด้วยกันเพื่อทำให้ชิ้นส่วนนั้นดูเป็นเหมือนกระดูกของมนุษย์วานร

แม้แต่ผู้ยึดถือทฤษฎีการวิวัฒนาการก็ปฏิเสธความเป็นจริงของการวิวัฒนาการ

สิ่งที่น่าสนใจก็คือในการประชุมนานาชาติเรื่องการวิวัฒนาการซึ่งจัดขึ้น ณ นครชิคาโก ประเทศสหรัฐอเมริกาในปี 1980 แม้แต่บรรดาผู้ที่ยึดถือทฤษฎีการวิวัฒนาการเองก็ปฏิเสธทฤษฎีการวิวัฒนาการของดาร์วิน คนเหล่านั้นแก้ไขทฤษฎีของตนอย่างกว้างขวางและยอมรับว่าการวิวัฒนาการจากสิ่งมีชีวิตเซลล์เดียวไปสู่สิ่งมีชีวิตชนิดอื่นไม่สามารถเกิดขึ้นได้

แม้จะเป็นแนวคิดที่ผิดพลาดก็ตามแต่ทฤษฎีการวิวัฒนาการได้สร้างความลำบากยากเข็ญอย่างมากให้กับมนุษยชาติเนื่องจากทฤษฎีนี้เป็นรากฐานให้กับลัทธิคอมมิวนิสต์และลัทธิของคนไม่มีพระเจ้า โรม 1:25 กล่าวว่า *"เพราะว่าเขาได้เอาความจริงเรื่องพระเจ้ามาแลกกับความเท็จและได้นมัสการและปรนนิบัติสิ่งที่พระองค์ได้ทรงสร้างไว้แทนพระองค์ผู้ทรงสร้างผู้ซึ่งสมควรจะได้รับความสรรเสริญเป็นนิตย์ อาเมน"* พระคัมภีร์ข้อนี้บอกอย่างชัดเจนว่าค่านิยมของผู้คนจำนวนมากถูกบิดเบือนไปจนคนเหล่านั้นปฏิเสธพระเจ้าพระผู้สร้าง

ด้วยเหตุนี้ ลัทธิคอมมิวนิสต์และลัทธิของคนไม่มีพระเจ้าจึงตั้งอยู่บนพื้นฐานของทฤษฎีการวิวัฒนาการทางวัตถุ ลัทธิเหล่านี้มองข้ามศักดิ์ศรีของความเป็นมนุษย์และถือว่าชีวิตของมนุษย์เป็นเพียงสิ่งชั่วคราวซึ่งชักนำผู้คนจำนวนมากไปสู่ความกลัว ความยากจน และความตาย

2. พระเจ้าพระผู้สร้าง

ปัจจุบัน มีหนังสืออยู่มากมายในโลก แต่ไม่มีหนังสือเล่มใดนอกจากพระคัมภีร์ที่จะให้คำตอบอย่างละเอียดและชัดเจนต่อคำถามเรื่องกำเนิดและการทรงสร้างจักรวาล ตลอดจนจุดเริ่มต้นและอวสานของเผ่าพันธุ์ของมนุษย์

พระคัมภีร์ให้คำตอบอย่างชัดเจนต่อคำถามเรื่องกำเนิดของจักรวาลและชีวิต ปฐมกาล 1:1 กล่าวว่า *"ในปฐมกาลพระเจ้าทรงเนรมิตสร้างฟ้าและแผ่นดิน"* และฮีบรู 11:3 ระบุว่า *"โดยความเชื่อนี้เองเราจึงเข้าใจว่าพระเจ้าได้ทรงสร้างกัลปจักรวาลด้วยพระดำรัสของพระองค์ ดังนั้น สิ่งที่มองเห็นจึงเป็นสิ่งที่เกิดจากสิ่งที่ไม่ปรากฏให้เห็น"*

ไม่ใช่ทุกสิ่งที่ประจักษ์แก่ตาจะเกิดจากสิ่งที่มีอยู่แล้ว สิ่งที่ประจักษ์แก่ตาถูกสร้างขึ้นมาจาก "ความว่างเปล่า" ด้วยคำบัญชาของพระเจ้า

มนุษย์อาจสร้างบางสิ่งบางอย่างขึ้นมาจากสิ่งที่มีอยู่แล้วได้ กล่าวคือ มนุษย์สามารถเปลี่ยนแปลงรูปแบบหรือผสมผสานวัตถุที่มีอยู่แล้วเพื่อทำให้เป็นบางสิ่งบางอย่าง แต่มนุษย์ไม่สามารถสร้างสิ่งหนึ่งสิ่งใดขึ้นมาจากความว่างเปล่าได้ มนุษย์ไม่มีวันสร้างสิ่งมีชีวิตได้ แม้มนุษย์ได้พัฒนาเทคโนโลยีทางด้านวิทยาศาสตร์ที่มีความสามารถมากพอที่จะสร้างคอมพิวเตอร์ระบบสมองเทียม (เอ.ไอ.) หรือการลอกเลียนพันธุกรรมแพะ (การทำ "โคลนนิ่ง") แต่มนุษย์ก็ไม่สามารถสร้างตัวอะมีบาจากความว่างเปล่าได้

มนุษย์เพียงแต่ดึงเอาสิ่งมีชีวิตจากสิ่งต่าง ๆ ที่พระเจ้าทรงประทานให้และนำสิ่งเหล่านั้นมาผสมผสานด้วยวิธีการที่หลากหลาย ท่านต้องรู้ว่ามนุษย์ไม่สามารถทำสิ่งใดได้มากกว่านี้

ดังนั้น ท่านควรรู้ว่าพระเจ้าเท่านั้นที่สามารถสร้างสิ่งต่าง ๆ จากความว่างเปล่า พระเจ้าพระผู้สร้างเท่านั้นที่ทรงสร้างและควบคุมจักรวาล โลก ประวัติศาสตร์ ชีวิต และความตายเอาไว้ด้วยคำบัญชาของพระองค์ พระองค์เป็นผู้กำหนดพระพรและคำแช่งสาปของมนุษย์

หลักฐานที่จะทำให้ท่านเชื่อในพระเจ้าพระผู้สร้าง

ทุกสิ่งทุกอย่าง (ไม่ว่าจะเป็นบ้าน โต๊ะ หรือตะปู) ล้วนได้รับการออกแบบไว้โดยใครบางคน จักรวาลที่กว้างใหญ่ไพศาลนี้ต้องมีผู้ออกแบบอย่างแน่นอน จักรวาลนี้ต้องมีเจ้าของซึ่งเป็นผู้สร้างและผู้ครอบครอง พระคัมภีร์บอกเราซ้ำแล้วซ้ำอีกว่าพระเจ้าคือพระผู้สร้าง

เมื่อท่านมองไปรอบ ๆ ท่านจะเห็นหลักฐานมากมายของการทรงสร้าง ตัวอย่างที่ง่ายที่สุดคือการพิจารณาผู้คนจำนวนมากบนแผ่นดินโลก ไม่ว่าคนเหล่านี้มีเชื้อชาติใด อายุเท่าไหร่ เพศอะไร หรือจะอยู่ในสถานะใดของสังคมก็ตาม คนเหล่านี้ล้วนมีสองตา สองหู จมูกเดียวที่มีสองรู และมีปากเดียวเหมือนกันทุกคน

แม้ว่าสัตว์แต่ละชนิดจะมีความแตกต่างกันบ้างในเรื่องสายพันธุ์ แต่สัตว์แต่ละชนิดก็มีโครงสร้างของหน้าตาที่คล้ายคลึงกัน ยกตัวอย่าง ช้างมีจมูกยาว (ที่เรียกว่างวง) อวัยวะส่วนนี้อยู่บริเวณกลางใบหน้าและเหนือปาก งวงไม่ได้อยู่เหนือตา หรือ

อยู่ใต้ปาก หรืออยู่เหนือหัวของช้าง ช้างแต่ละเชือกมีรูจมูกสองรู สองตา สองหู และปากเดียว นกทั้งหมดที่อยู่บนท้องฟ้า ปลาทั้งหมดที่อยู่ในน้ำล้วนมีโครงสร้างที่คล้ายคลึงกัน

สัตว์แต่ละชนิดไม่เพียงแต่จะมีโครงสร้างของหน้าตาคล้ายคลึงกันเท่านั้น ระบบการย่อยและการสืบพันธุ์ของสัตว์เหล่านั้นก็คล้ายคลึงกันด้วย ในทำนองเดียวกัน สัตว์แต่ละชนิดกินอาหารด้วยปากและสิ่งใดก็ตามที่ผ่านเข้าไปทางปาก เข้าไปในท้อง และถ่ายเทออกมาจากร่างกาย สัตว์ทุกชนิดผสมพันธุ์กับเพศตรงกันข้ามและให้กำเนิดลูกของตน

เมื่อนำเอาปัจจัยที่ชัดเจนเหล่านี้มารวมเข้าด้วยกัน ท่านไม่อาจกล่าวได้ว่าสิ่งนี้เป็นเหตุบังเอิญหรือเป็นหลักฐานของการวิวัฒนาการที่บงการโดย "ความอยู่รอดของผู้ที่แข็งแรงที่สุด" ทฤษฎีการวิวัฒนาการไม่สามารถอธิบายสิ่งเหล่านี้ได้

ด้วยเหตุนี้ ข้อเท็จจริงของการมีโครงสร้างทางด้านอวัยวะที่คล้ายคลึงกันของมนุษย์และสัตว์จึงเป็นหลักฐานบ่งชี้ว่าทุกสิ่งถูกสร้างและถูกออกแบบไว้โดยพระเจ้าพระผู้สร้าง ถ้าสมมติว่าพระเจ้าไม่ใช่พระเจ้าเพียงองค์เดียวแต่ทรงเป็นพระเจ้าองค์หนึ่งในท่ามกลางพระจำนวนมาก สิ่งทรงสร้างต่าง ๆ เหล่านี้ก็คงมีอวัยวะหลายอย่างแตกต่างกันและมีโครงสร้างและตำแหน่งของร่างกายที่ไม่เหมือนกัน

นอกจากนั้น เมื่อท่านมองเข้าไปในธรรมชาติและจักรวาลท่านจะเห็นถึงข้อพิสูจน์ของการทรงสร้างในสิ่งเหล่านั้นมากยิ่งขึ้น ช่างเป็นสิ่งที่น่าพิศวงอย่างยิ่งที่รู้ว่าสิ่งสารพัดในระบบสุริยะจักรวาล เช่น การหมุนและการโคจรของโลกกำลังดำเนินไปโดยปราศจากข้อผิดพลาดแม้แต่เพียงนิดเดียว

ลองมองดูนาฬิกาที่ข้อมือของท่านสิ ภายในนาฬิกาเรือนนั้นมีอะไหล่ที่มีความประณีตอยู่หลายชิ้น ถ้าอะไหล่ชิ้นที่เล็กที่สุดหายไปนาฬิกาเรือนนั้นก็ไม่ทำงาน ดังนั้น จักรวาลนี้จึงได้รับการออกแบบไว้ให้ทำงานภายใต้การกำกับดูแลของพระเจ้า

ยกตัวอย่าง มนุษย์หรือรูปแบบอื่นใดของชีวิตจะไม่สามารถดำรงอยู่ได้ถ้าปราศจากการหมุนรอบโลกของดวงจันทร์ ตำแหน่งของดวงจันทร์ในปัจจุบันไม่อาจอยู่ใกล้หรือไกลเกินไปจากโลก พระเจ้าทรงวางดวงจันทร์ไว้ในระยะที่เหมาะสมเพื่อมนุษย์จะสามารถมีชีวิตอยู่บนโลกนี้ได้

เพราะการอยู่ในตำแหน่งที่เหมาะสมของดวงจันทร์ในปัจจุบันจึงทำให้เกิดแรงดึงดูดซึ่งส่งผลให้เกิดน้ำขึ้นและน้ำลงในทะเล ปรากฏการณ์น้ำขึ้นน้ำลงดังกล่าวทำให้เกิดการเคลื่อนไหวในทะเลซึ่งไปสู่การชำระล้างทะเลให้สะอาด ในทำนอง

เดียวกัน สิ่งสารพัดในจักรวาลถูกสร้างให้เคลื่อนไหวอย่างแม่นยำตามการกำกับดูแลของพระเจ้า

ทำไมบางคนจึงไม่เชื่อในพระเจ้าพระผู้สร้าง

บางคนเชื่อในพระเจ้าพระผู้สร้างและดำเนินชีวิตตามพระคำของพระองค์ เพราะเหตุใดบางคน (ซึ่งสามารถให้เหตุผลและเสาะหาคำตอบของทุกอย่างในวิทยาศาสตร์) จึงไม่เชื่อในพระเจ้าพระผู้สร้าง

ถ้าท่านได้เรียนรู้ตั้งแต่ในวัยเด็กจากคริสเตียนที่สัตย์ซื่อว่าพระเจ้าทรงพระชนม์อยู่และทรงเป็นพระผู้สร้างที่มีฤทธานุภาพ คงไม่ใช่เรื่องยากที่ท่านจะเชื่อในพระเจ้าพระผู้สร้าง

แต่ในปัจจุบันมีคนจำนวนมากได้รับอิทธิพลจากทฤษฎีการวิวัฒนาการนับตั้งแต่วัยหนุ่มและมี "ความรู้" อีกมากมายที่ไม่ใช่ความจริง นอกจากนั้นมีคนอีกมากมายที่คบค้าสมาคมกับคนที่ไม่เชื่อในพระเจ้าหรือมีความสงสัยในพระองค์

ถ้าท่านดำเนินชีวิตอยู่ในสภาพแวดล้อมเช่นนี้ หากท่านไปคริสตจักรและได้ยินพระคำของพระเจ้า ท่านจะเกิดความสงสัยและความขัดแย้งและไม่อาจเชื่อในพระเจ้าพระผู้สร้างได้เนื่องจากความรู้ก่อนหน้านี้ของท่านขัดแย้งกับสิ่งที่ท่านได้ยินและเรียนรู้ในคริสตจักร

ตราบใดที่ท่านไม่ได้กำจัดความคิดหรือความรู้ที่ท่านเรียนรู้ในโลกออกไป แม้ท่านจะเข้าร่วมนมัสการเป็นประจำ ท่านก็ไม่อาจมีความเชื่อฝ่ายวิญญาณ (ซึ่งเป็นความเชื่อที่เกิดจากพระเจ้า) ที่ห่างไกลจากความสงสัยใด ๆ ทั้งสิ้นได้

ถ้าไม่มีความเชื่อฝ่ายวิญญาณท่านก็ไม่สามารถเชื่อในแผ่นดินสวรรค์หรือนรกได้ ท่านเห็นว่าโลกที่ท่านมองเห็นเป็นเพียงโลกเดียวและดำเนินชีวิตตามแนวทางของท่านเอง

มีกี่ครั้งที่ท่านเห็นทฤษฎีต่าง ๆ (ซึ่งได้รับการยอมรับนับถือในเวลานั้น) กลับตาลปัตรหรือถูกแทนที่ด้วยทฤษฎีใหม่ในภายหลัง ถึงแม้ว่าสิ่งนี้อาจไม่ใช่สิ่งที่เกิดขึ้น แต่ก็เป็นความจริงที่ว่าทฤษฎีและคำยืนยันซึ่งเป็นที่นิยมมากถูกปรับปรุงแก้ไขหรือเพิ่มเติมด้วยข้อเท็จจริงใหม่ที่เพิ่งค้นพบในภายหลัง

เมื่อเวลาผ่านไปและวิทยาศาสตร์มีความก้าวหน้ายิ่งขึ้น ผู้คนจะพบคำอธิบายและทฤษฎีที่ดีกว่าแม้ว่าสิ่งเหล่านั้นจะไม่สมบูรณ์แบบก็ตาม ข้าพเจ้าไม่ได้บอกว่า

งานวิจัยต่าง ๆ ของบรรดานักวิทยาศาสตร์เป็นสิ่งที่ผิดพลาดทั้งหมด

ยังมีหลายสิ่งหลายอย่างบนแผ่นดินโลกที่ไม่อาจอธิบายได้ด้วยความสามารถของมนุษย์ ดังนั้นท่านต้องยอมรับข้อเท็จจริงนี้

ยกตัวอย่าง เมื่อพูดถึงจักรวาลท่านยังไม่ได้ไปยังอีกด้านหนึ่งของจักรวาลที่อยู่ห่างไกลออกไปจากโลก หรือท่านไม่เคยกลับไปสู่โลกในสมัยโบราณ แต่ผู้คนก็พยายามอธิบายจักรวาลโดยการตั้งสมมติฐานและทฤษฎีมากมายขึ้น

ก่อนที่มนุษย์เดินทางไปถึงดวงจันทร์ มนุษย์เคยสันนิษฐานว่า "อาจมีสิ่งมีชีวิตอาศัยอยู่ในบนนั้นหรือสิ่งมีชีวิตอาจอาศัยอยู่ในบางที่บางแห่งในระบบสุริยะจักรวาลที่ไกลออกไปจากโลก" แต่หลังจากการเดินทางไปถึงดวงจันทร์มนุษย์จึงประกาศว่า "ไม่มีสิ่งมีชีวิตอาศัยอยู่บนดวงจันทร์" ในปัจจุบัน นักวิทยาศาสตร์กล่าวว่า "มีความเป็นไปได้ที่ดาวอังคารจะมีสิ่งมีชีวิตอาศัยอยู่" หรือ "มีร่องรอยบางอย่างของน้ำบนดาวเคราะห์สีแดงดวงนี้"

แม้ท่านจะค้นคว้าเป็นเวลานานและเพิ่มพูนความรู้ของท่านอย่างมาก แต่ถ้าท่านไม่รู้จักน้ำพระทัย การจัดเตรียม และฤทธานุภาพของพระเจ้าพระผู้สร้าง ท่านก็ไม่อาจหนีพ้นความจำกัดของมนุษย์ได้

ด้วยเหตุนี้ โรม 1:20 จึงกล่าวว่า *"ตั้งแต่เริ่มสร้างโลกมาแล้ว สภาพที่ไม่ปรากฏของพระเจ้านั้นคือฤทธานุภาพอันถาวรและเทวสภาพของพระองค์ก็ได้ปรากฏชัดในสรรพสิ่งที่พระองค์ได้ทรงสร้าง ฉะนั้นเขาทั้งหลายจึงไม่มีข้อแก้ตัวเลย"*

ใครก็ตามที่เปิดจิตใจของตนและใคร่ครวญถึงเรื่องนี้ก็จะสามารถสัมผัสถึงฤทธานุภาพของพระเจ้าและธรรมชาติของพระองค์ผ่านทางสิ่งทรงสร้างต่าง ๆ ของพระองค์ เช่น ดวงอาทิตย์ ดวงจันทร์ และดวงดาว—ซึ่งเป็นสิ่งที่พระเจ้าใช้เพื่ออนุญาตให้ท่านรู้ถึงการดำรงพระชนม์อยู่ของพระองค์และเชื่อในพระองค์

3. เราเป็นผู้ซึ่งเราเป็น

เมื่อได้ยินเรื่องพระเจ้าพระผู้สร้างหลายคนอาจสงสัยว่า "พระเจ้าอยู่ที่ไหน" "พระเจ้ามาจากไหน" หรือ "พระเจ้ามีลักษณะอย่างไร"

ความรู้และความคิดของมนุษย์ไม่อาจเอาชนะความจำกัดบางอย่างได้ซึ่งเป็นสิ่งที่บ่งบอกให้รู้ว่ามนุษย์มีจุดเริ่มต้นและจุดสิ้นสุด ด้วยเหตุนี้ เราจึงต้องการคำตอบที่ชัดเจนให้กับคำถามเหล่านั้น แต่พระเจ้าทรงดำรงอยู่เหนือความเข้าใจของมนุษย์ ดัง

นั้น พระองค์จึงเป็นพระเจ้าผู้ทรงดำรงอยู่ "ในอดีต" "ในปัจจุบัน" และ "ในอนาคต"
อพยพบทที่ 3 บรรยายถึงเหตุการณ์ที่พระเจ้าทรงบัญชาโมเสสให้นำชนชาติอิสราเอลเข้าสู่แผ่นดินคานาอัน โมเสสถามพระเจ้าว่าตนจะตอบคนอิสราเอลอย่างไรเมื่อคนเหล่านั้นถามเกี่ยวกับพระนามของพระเจ้า

พระเจ้าตรัสกับโมเสสว่า "เราเป็นผู้ซึ่งเราเป็น" และบัญชาให้ท่านกล่าวกับคนอิสราเอลว่า "พระองค์ผู้ทรงพระนามว่าเราเป็นทรงใช้ข้าพเจ้ามาหาท่านทั้งหลาย" (อพยพ 3:14)

"เราเป็น" คือวลีที่พระเจ้าใช้เพื่อเรียกขานพระองค์เองและมีความหมายว่าไม่มีผู้ใดให้กำเนิดกับพระเจ้าหรือสร้างพระองค์ขึ้นมา แต่พระองค์เป็นอยู่อย่างสมบูรณ์แบบและพระองค์เองทรงเป็นพระผู้สร้าง

พระเจ้าทรงเป็นความสว่างที่ตรัสออกมาในปฐมกาล

ยอห์น 1:1 กล่าวว่า "ในปฐมกาลพระวาทะดำรงอยู่และพระวาทะทรงสถิตอยู่กับพระเจ้าและพระวาทะทรงเป็นพระเจ้า" ด้วยวิธีการนี้ พระเจ้าผู้ทรงเป็นพระวาทะในปฐมกาลทรงเป็นผู้ดำรงพระชนม์อยู่โดยลำพังอย่างสมบูรณ์แบบโดยไม่ได้ถูกสร้างขึ้น พระองค์อยู่ที่ไหนและอยู่ในลักษณะใด

พระเจ้าทรงเป็นพระวิญญาณ ดังนั้นพระองค์จึงอยู่ในสภาพของพระวาทะในมิติที่สี่ซึ่งเป็นมิติฝ่ายวิญญาณไม่ใช่มิติที่สามที่สามารถมองเห็นได้ พระเจ้าไม่ได้ดำรงอยู่ในรูปร่างหนึ่งรูปร่างใดแต่ทรงดำรงอยู่ในฐานะความสว่างที่ลึกซึ้งและงดงามพร้อมด้วยพระสุรเสียงที่สดใสและชัดเจน พระองค์ทรงครอบครองอยู่เหนือจักรวาลทั้งสิ้น

ดังนั้น 1 ยอห์น 1:5 จึงบอกว่า "นี่เป็นข้อความที่เราได้ยินจากพระองค์และบอกแก่ท่านทั้งหลาย คือว่าพระเจ้าทรงเป็นความสว่างและความมืดในพระองค์ไม่มีเลย" ข้อนี้มีความหมายฝ่ายวิญญาณและเป็นการบอกถึงพระลักษณะของพระเจ้าผู้ทรงเป็นความสว่างในปฐมกาล

ในปฐมกาล พระเจ้าทรงดำรงอยู่ในฐานะความสว่างพร้อมกับพระสุรเสียงในความสว่างนั้น พระสุรเสียงของพระองค์สดใส ไพเราะ และแผ่วเบา พระสุรเสียงนี้ดังก้องอยู่เหนือจักรวาล คนที่เคยได้ยินพระสุรเสียงของพระเจ้าเป็นส่วนตัวจะเข้าใจในเรื่องนี้

ณ จุดหนึ่ง พระเจ้า "เราเป็น" ทรงเป็นองค์ตรีเอกานุภาพเพื่อดูแลรักษาบุตรที่แท้จริงของพระองค์ผู้ซึ่งพระองค์ทรงแบ่งปันความรัก พระเจ้าจำเป็นต้องมีพระบุตรผู้ซึ่งจะทำให้พันธกิจของการเป็นพระผู้ช่วยให้รอดสำเร็จและต้องมีพระวิญญาณบริสุทธิ์ผู้ซึ่งจะทำให้พันธกิจของการเป็นพระผู้ช่วยสำเร็จ

พระเจ้าทรงดำรงอยู่โดยลำพังก่อนปฐมกาล

ด้วยเหตุนี้ วิวรณ์ 22:13 จึงกล่าวว่า *"เราคืออัลฟาและโอเมกา เป็นเบื้องต้นและเป็นเบื้องปลาย เป็นปฐมและเป็นอวสาน"* ข้อความนี้กล่าวถึงพระเจ้าพระบิดา พระเจ้าพระบุตร และพระเจ้าพระวิญญาณบริสุทธิ์

พระเจ้าทรงแบ่งพระองค์เองเป็นพระเจ้าพระบิดาผู้ทรงเป็นอัลฟาและโอเมกาแห่งความรู้และอารยธรรมทั้งสิ้นของมนุษย์ พระเจ้าพระบุตรผู้ทรงเป็นเบื้องต้นและเป็นเบื้องปลายแห่งความรอดของมนุษย์ และพระเจ้าพระวิญญาณบริสุทธิ์ผู้ทรงเป็นปฐมและเป็นอวสานของการดูแลรักษามนุษย์ ณ จุดนี้สมาชิกแต่ละองค์แห่งตรีเอกานุภาพมีพระฉายาของพระองค์เองเพื่อบรรลุถึงการมีบุตรฝ่ายวิญญาณที่แท้จริง

ปฐมกาล 1:26 แสดงให้เห็นพระฉายาของตรีเอกานุภาพอย่างชัดเจนและเป็นพระฉายาเดียวกันกับตอนที่พระองค์ทรงสร้างฟ้าสวรรค์และแผ่นดินโลก *"แล้วพระเจ้าตรัสว่า 'ให้เราสร้างมนุษย์ตามพระฉายาตามอย่างของเรา ให้ครอบครองฝูงปลาในทะเล ฝูงนกในอากาศและฝูงสัตว์ ให้ปกครองแผ่นดินทั่วไปและสัตว์ต่าง ๆ ที่เลื้อยคลานบนแผ่นดิน'"*

พระเจ้าพระผู้สร้างทรงดำรงอยู่ก่อนกาลเวลา ทรงวางแผนที่จะทำให้บุตรฝ่ายวิญญาณของพระองค์เป็นขึ้นมาและทรงทำตามที่วางแผนไว้ ด้วยเหตุนี้ ถ้าท่านเข้าใจถึงพระเจ้า "เราเป็น" อย่างครบถ้วนท่านก็ควรทำลายวิธีการคิด ทฤษฎี และทัศนคติเก่า ๆ ของท่านและควรรับเอาพระราชกิจแห่งการทรงสร้างที่พระเจ้าทรงจัดเตรียมไว้

สิ่งที่มนุษย์สร้างไม่เหมือนกับสิ่งที่พระเจ้าสร้างเพราะสิ่งที่มนุษย์สร้างมีความจำกัดและข้อบกพร่อง เมื่อความรู้และอารยธรรมของมนุษย์ก้าวหน้าไปอย่างต่อเนื่อง ผลิตภัณฑ์ที่ดีกว่าถูกสร้างขึ้นมาแต่ผลิตภัณฑ์เหล่านั้นยังมีข้อจำกัดของตนอยู่มากมาย

บางคนสร้างรูปเคารพจากทองคำ เงิน ทองสัมฤทธิ์ และเหล็ก และเรียกสิ่งที่ตน

สร้างขึ้นว่าพระเจ้า คนเหล่านั้นคุกเข่ากราบไหว้และขอพรจากรูปเคารพที่ตนสร้างขึ้น สิ่งเหล่านี้เป็นเพียงรูปแกะสลักที่ทำมาจากไม้ เหล็ก หรือหินซึ่งไม่สามารถหายใจ พูด หรือกระพริบตาของตนเองได้ (ฮาบากุก 2:18-19)

แม้คนจำนวนมากจะอ้างว่าตนเองเป็นคนฉลาดแต่ผู้คนเหล่านี้ก็ไม่อาจแยกแยะระหว่างความจริงและความเท็จได้ คนเหล่านี้กลับทำรูปเคารพสำหรับตนและเรียกสิ่งนั้นว่าพระที่ตนนมัสการ (โรม 1:22-25) การกระทำเช่นนี้เป็นสิ่งที่โง่เขลาและน่าอับอายสักเพียงใด

เพราะฉะนั้น ถ้าผู้คนนมัสการและปรนนิบัติพระที่ไร้ประโยชน์เนื่องจากคนเหล่านี้ไม่รู้จักพระเจ้า ผู้คนเหล่านี้ควรกลับใจใหม่อย่างสิ้นเชิง นมัสการพระเจ้า "เราเป็น" และทำหน้าที่ของตนในฐานะบุตรของพระเจ้า

4. พระเจ้าทรงรอบรู้ทุกสิ่งและทรงมีฤทธานุภาพสูงสุด

พระเจ้าพระผู้สร้างผู้ทรงเนรมิตสร้างจักรวาลเป็นพระเจ้าผู้สมบูรณ์แบบซึ่งดำรงอยู่ก่อนปฐมกาล พระองค์ทรงรอบรู้ทุกสิ่งและทรงมีฤทธานุภาพสูงสุด พระคัมภีร์บันทึกถึงหมายสำคัญและการอัศจรรย์จำนวนมากที่ไม่อาจเกิดขึ้นได้ด้วยพลังอำนาจและความรู้ของมนุษย์

พระราชกิจอันทรงฤทธานุภาพของพระเจ้าผู้ทรงรอบรู้ทุกสิ่ง และทรงมีฤทธานุภาพสูงสุด (ผู้ทรงเป็นเหมือนเดิมในวานนี้และวันนี้) เกิดขึ้นในสมัยของพระคัมภีร์เดิมและพระคัมภีร์ใหม่ผ่านทางคนของพระเจ้าจำนวนมากซึ่งมีฤทธิ์อำนาจของพระองค์

ที่เป็นเช่นนี้ก็เพราะว่า *"ถ้าพวกท่านไม่เห็นหมายสำคัญและการอัศจรรย์ ท่านก็จะไม่เชื่อ"* เหมือนที่พระเยซูทรงตรัสไว้ในยอห์น 4:48 ผู้คนจะไม่เชื่อเว้นแต่คนเหล่านั้นจะเห็นการทำงานของพระเจ้าผู้ทรงฤทธานุภาพ

พระเจ้าทรงแสดงให้เห็นถึงการอัศจรรย์และหมายสำคัญมากมาย

หนังสืออพยพบันทึกโดยละเอียดว่าพระเจ้าผู้ทรงรอบรู้ทุกสิ่ง และผู้ทรงฤทธานุภาพทรงกระทำการอัศจรรย์และหมายสำคัญอันยิ่งใหญ่หลายประการผ่านทางโมเสสเมื่อพระองค์นำคนอิสราเอลออกจากอียิปต์เพื่อเข้าสู่แผ่นดินคานาอัน

ยกตัวอย่าง เมื่อพระเจ้าทรงส่งโมเสสไปหาฟาโรห์กษัตริย์แห่งอียิปต์ พระองค์ทรงทำให้เกิดภัยพิบัติกับฟาโรห์และประเทศของท่าน พระองค์ทรงทำให้คนอิสราเอลเดินบนผืนดินแห้งด้วยการแยกทะเลแดงออกจากกัน และพระองค์ทรงกวาดต้อนกองทัพของฟาโรห์ด้วยคลื่นยักษ์

แม้หลังจากการอพยพ พระเจ้าทรงทำให้น้ำไหลออกมาจากหินเมื่อโมเสสใช้ไม้เท้าของท่านตีไปที่ก้อนหิน พระองค์ทรงเปลี่ยนน้ำขมให้เป็นน้ำจืด และพระองค์ทรงประทานมานาจากสวรรค์เพื่อให้ผู้คนนับล้านดำรงชีพอยู่ได้โดยไม่ต้องกังวลเรื่องอาหาร

ต่อมาในพระคัมภีร์เดิมเราพบว่าพระเจ้าทรงประทานฤทธิ์อำนาจแก่เอลียาห์เพื่อให้ท่านเผยพระวจนะในช่วงเวลาสามปีครึ่งของความแห้งแล้ง โดยการอธิษฐานของท่านฝนจึงตกลงมา และท่านทำให้คนตายเป็นขึ้นมา

ในพระคัมภีร์ใหม่เราเห็นพระเยซูพระบุตรของพระเจ้าทรงทำให้ลาซารัสเป็นขึ้นมาหลังจากที่ตายไปแล้วสี่วัน พระองค์ทรงทำให้คนตาบอดมองเห็นและทำให้ผู้คนจำนวนหายจากโรคภัยไข้เจ็บ ความพิการ และการถูกวิญญาณชั่วคุกคาม พระองค์ทรงเดินบนน้ำและทรงทำให้คลื่นลมในทะเลสงบนิ่ง

พระเจ้าทรงทำการอัศจรรย์มากมายโดยมือของเปาโลแม้กระทั่งเมื่อเขานำผ้าเช็ดหน้าหรือผ้ากันเปื้อนจากตัวของท่านไปแตะต้องร่างกายของคนเจ็บป่วยคนเหล่านั้นก็หายโรคและวิญญาณชั่วก็หนีไป (กิจการ 19:11-12) หมายสำคัญมากมายเกิดขึ้นผ่านทางเปโตรผู้เป็นสาวกที่ดีที่สุดคนหนึ่งของพระเยซู ผู้คนนำคนป่วยที่นอนอยู่บนเตียงและบนแคร่มาวางไว้ตามท้องถนนเพื่อให้เงาของเปโตรถูกคนเหล่านั้นเมื่อท่านเดินผ่านไป (กิจการ 5:15)

นอกจากนั้น พระเจ้ายังทรงทำการอัศจรรย์และสำแดงหมายสำคัญหลายอย่างผ่านทาง สเทเฟนและฟีลิปในพระคัมภีร์ พระองค์ยังทรงสำแดงหมายสำคัญและการอัศจรรย์เหล่านี้อย่างต่อเนื่องผ่านทางคริสตจักรของเราในปัจจุบัน

ผู้คนที่ป่วยด้วยโรคร้ายซึ่งไม่มีทางรักษาให้หาย อย่างเช่น โรคมะเร็ง วัณโรค โรคลูคีเมีย และโรคเอดส์ต่างก็ได้รับการรักษาให้หาย คนตายเป็นขึ้นมาและคนง่อยสามารถลุกขึ้นยืน เดิน และวิ่งได้

ยิ่งกว่านั้น พระเจ้าทรงสำแดงหมายสำคัญและการอัศจรรย์ที่ยิ่งใหญ่กว่าตลอด จนสิ่งที่น่าอัศจรรย์ใจอีกมากมายผ่านคำอธิษฐานทางโทรศัพท์และผ่านผ้าเช็ดหน้า ที่ข้าพเจ้าอธิษฐานเจิม ผู้คนที่เจ็บป่วยได้รับการรักษาให้หาย เครื่องยนต์ที่เสียได้รับ การซ่อมแซม และความปรารถนาแห่งจิตใจได้รับการเติมเต็ม

ด้วยเหตุนี้ ใครก็ตามที่เชื่อในพระเจ้าผู้ทรงฤทธานุภาพองค์นี้และอธิษฐานตาม น้ำพระทัยของพระองค์ก็สามารถได้รับคำตอบในสิ่งใดก็ตามที่ตนอธิษฐานทูลขอ

5. พระเจ้าคือผู้เขียนพระคัมภีร์

พระเจ้าทรงเป็นพระวิญญาณ ดังนั้นพระองค์จึงไม่ปรากฏแก่ตาแต่พระองค์ทรง สำแดงพระองค์เองออกมาในหลากหลายแนวทางเสมอ โดยทั่วไปพระเจ้าทรงเปิด เผยพระองค์เองผ่านทางธรรมชาติและโดยเฉพาะอย่างยิ่งผ่านทางคำพยานของผู้ คนที่หายโรคและได้รับคำตอบจากพระองค์ นอกจากนั้น พระองค์ทรงเปิดเผย พระองค์เองโดยละเอียดผ่านทางพระคัมภีร์

ฉะนั้น โดยทางพระคัมภีร์ท่านจึงสามารถรู้จักกับพระเจ้าองค์เที่ยงแท้ พบกับ พระองค์ และไปถึงความรอดและชีวิตนิรันดร์ด้วยการตระหนักถึงพระราชกิจของ พระองค์ นอกจากนั้น ท่านสามารถดำเนินชีวิตที่ประสบความสำเร็จและถวายเกียรติ แด่พระเจ้าได้ด้วยการเข้าใจถึงพระทัยของพระองค์และรู้ว่าท่านควรรักพระองค์และ รับเอาความรักของพระองค์อย่างไร (2 ทิโมธี 3:15-17)

พระคัมภีร์คือการหายใจของพระเจ้า

2 เปโตร 1:21 กล่าวว่า *"เพราะว่าคำของผู้เผยพระวจนะนั้น ไม่ได้มาจากความ คิดในจิตใจของมนุษย์ แต่มนุษย์ได้กล่าวคำซึ่งมาจากพระเจ้าตามที่พระวิญญาณ บริสุทธิ์ได้ทรงดลใจเขา"* และ 2 ทิโมธี 3:16 ระบุว่า *"พระคัมภีร์ทุกตอนได้รับการ ดลใจจากพระเจ้า"* สิ่งนี้หมายความว่าพระคัมภีร์ตั้งแต่หนังสือปฐมกาลถึงวิวรณ์เป็น พระคำของพระเจ้าที่ถูกเขียนขึ้นด้วยน้ำพระทัยของพระองค์เท่านั้น

ดังนั้น จึงมีวลีต่าง ๆ เช่น *"พระเจ้าตรัสว่า" "องค์พระผู้เป็นเจ้าตรัสว่า"* และ *"พระเจ้าผู้เป็นองค์พระผู้เป็นเจ้าตรัสว่า"* ปรากฏอยู่มากมายในพระคัมภีร์ สิ่งเหล่า นี้ยืนยันว่าพระคัมภีร์ไม่ใช่ถ้อยคำของมนุษย์แต่เป็นพระดำรัสของพระเจ้า

พระคัมภีร์ประกอบด้วยหนังสือเล่มต่าง ๆ 66 เล่ม เป็นพระคัมภีร์เดิม 39 เล่ม และพระคัมภีร์ใหม่ 27 เล่ม พระคัมภีร์ถูกเขียนขึ้นด้วยผู้เขียนประมาณ 34 คนโดยใช้ระยะเวลาในการเขียนถึง 1,600 ปีนับตั้งแต่ปีก่อนคริสตศักราช 1,500 มาจนถึงปีคริสตศักราช 100 สิ่งที่น่าทึ่งเกี่ยวกับพระคัมภีร์ก็คือแม้จะมีผู้เขียนหลายคนและมีความแตกต่างกันในหลายด้านแต่พระคัมภีร์ทั้งเล่มกลับมีความกลมกลืนเป็นหนึ่งเดียวกันตั้งแต่ต้นจนจบ พระคัมภีร์แต่ละข้อสอดประสานกับพระคัมภีร์ข้ออื่น ๆ เป็นอย่างดี

ดังนั้นอิสยาห์ 34:16 จึงกล่าวไว้ว่า "จงแสวงหาและอ่านจากหนังสือของพระเจ้า สัตว์เหล่านี้จะไม่ขาดไปสักอย่างเดียว ไม่มีตัวใดที่จะไม่มีคู่ เพราะพระโอษฐ์ของพระเจ้าได้บัญชาไว้แล้วและพระวิญญาณของพระองค์ได้รวบรวมไว้" ที่เป็นเช่นนี้ได้ก็เพราะว่าต้นตอของการเขียนพระคัมภีร์คือพระเจ้าเพราะพระวิญญาณของพระองค์ทรงครอบครองเหนือจิตใจของผู้เขียนเหล่านั้นและทรงรวบรวมพระคำของพระองค์เข้าไว้ด้วยกัน สิ่งที่ท่านควรจดจำไว้ก็คือผู้เขียนพระคัมภีร์เป็นเพียงผู้ที่บันทึกให้กับพระเจ้า แต่ผู้เขียนพระคัมภีร์ที่แท้จริงคือพระเจ้า

ยกตัวอย่าง สมมติว่ามีคุณแม่อายุมากคนหนึ่งอาศัยอยู่ในชนบท เธอส่งจดหมายไปถึงลูกชายคนเล็กที่เรียนหนังสืออยู่ในเมือง เธออ่านและเขียนหนังสือไม่ได้ดังนั้นเธอจึงพูดข้อความของจดหมายของเธอเพื่อให้ลูกชายคนโตบันทึกข้อความนั้นลงไป เมื่อลูกชายคนเล็กที่อยู่ในเมือง ได้รับจดหมายฉบับนี้เขารู้ทันทีว่าคุณแม่เป็นผู้ส่งจดหมายฉบับดังกล่าวมาให้เขาไม่ใช่พี่ชายคนโตถึงแม้ว่าในความเป็นจริงจดหมายฉบับนั้นถูกเขียนขึ้นโดยพี่ชายคนโตของเขาก็ตาม พระคัมภีร์ก็เช่นเดียวกัน

จดหมายรักของพระเจ้าที่เต็มไปด้วยพระพรและพระสัญญา

พระคัมภีร์ถูกเขียนขึ้น โดยผู้รับใช้ของพระเจ้าที่เต็มล้นด้วยพระวิญญาณเพื่อเปิดเผยถึงพระเจ้า ท่านต้องเชื่อข้อเท็จจริงที่ว่าพระคัมภีร์เป็นพระคำของพระเจ้าผู้สัตย์ซื่อที่ทรงเปิดเผยพระองค์เอง

พระคำของพระเจ้าเป็นวิญญาณและชีวิต (ยอห์น 6:63) เพื่อว่าใครก็ตามที่ได้ยินและเชื่อในพระคำนี้จะได้รับชีวิตนิรันดร์โดยวิญญาณจิตของเขาจะได้รับชีวิตที่ครบบริบูรณ์ ใครก็ตามที่เชื่อและเชื่อฟังพระคำของพระเจ้าผู้นั้นจะมีชีวิตที่มั่งคั่งและจะเป็นบุคคลที่ดีพร้อมตามแบบอย่างของพระเยซูคริสต์

พระเจ้าทรงเสด็จเข้ามาในโลกในสภาพของเนื้อหนังเพื่อเปิดเผยพระองค์เองกับมนุษย์และสภาพของเนื้อหนังนั้นคือพระเยซู ฟีลิปซึ่งเป็นสาวกคนหนึ่งของพระเยซูไม่รู้เกี่ยวกับเรื่องนี้และเรียกร้องให้พระเยซูสำแดงพระเจ้าให้ตนเห็น ฟีลิปไม่ทราบว่าพระเยซูคือพระเจ้าผู้ทรงรับสภาพเป็นมนุษย์ทั้งนี้เพื่อให้เป็นไปตามคำสุภาษิตที่ว่า "กระโจมไฟจะไม่ส่องแสงสว่างจากฐานของตน"

ยอห์น 14:8 เป็นต้นไปบันทึกคำสนทนาระหว่างฟีลิปกับพระเยซูไว้ดังนี้...

ฟีลิปทูลพระองค์ว่า *"พระองค์เจ้าข้าขอสำแดงพระบิดาให้ข้าพระองค์ทั้งหลายได้เห็นก็พอใจข้าพระองค์แล้ว"* พระเยซูตรัสกับเขาว่า *"ฟีลิปเอ๋ยเราได้อยู่กับท่านนานถึงเพียงนี้และท่านยังไม่รู้จักเราอีกหรือ ผู้ที่ได้เห็นเราก็ได้เห็นพระบิดา ท่านจะพูดได้อย่างไรอีกว่า 'ขอสำแดงพระบิดาให้ข้าพระองค์ทั้งหลายเห็น' ท่านไม่เชื่อหรือว่าเราอยู่ในพระบิดาและพระบิดาทรงอยู่ในเรา คำซึ่งเรากล่าวแก่ท่านทั้งหลายนั้นเรามิได้กล่าวตามใจชอบ แต่พระบิดาผู้ทรงสถิตอยู่ในเราได้ทรงกระทำพระราชกิจของพระองค์"*

ถึงแม้พระเยซูทรงให้หลักฐานที่น่าเชื่อถือว่าพระองค์และพระเจ้าทรงเป็นหนึ่งเดียวกันด้วยการทำการอัศจรรย์ที่ไม่อาจเกิดขึ้นได้ถ้าปราศจากฤทธิ์อำนาจของพระเจ้า แต่ฟีลิปก็ยังคงต้องการให้พระเยซูสำแดงพระบิดาให้เขาเห็น พระเยซูทรงบอกให้ฟีลิปเชื่อคำสอนของพระองค์พร้อมกับหลักฐานแห่งการอัศจรรย์เหล่านั้น

พระเจ้าเสด็จเข้ามาในโลกในสภาพของเนื้อหนังเพื่อสำแดงพระองค์เองและพระเจ้าทรงอนุญาตให้มีการบันทึกพระคัมภีร์ขึ้นเพราะผู้คนไม่สามารถมองเห็นพระเจ้าได้ด้วยตาของตนเอง

เพราะฉะนั้น ท่านสามารถรับพระพรและคำตอบที่พระเจ้าทรงสัญญาไว้ในพระคัมภีร์เมื่อท่านมีสามัคคีธรรมกับพระเจ้าผู้ทรงพระชนม์อยู่ผ่านทางพระคัมภีร์ รู้จักน้ำพระทัยของพระองค์ และทำตามพระคำของพระองค์

6. ทุกถ้อยคำของพระคัมภีร์เป็นความจริง

บันทึกทางประวัติศาสตร์ทำให้ท่านมีความรู้เกี่ยวกับผู้คนหรือเหตุการณ์บางอย่างในสมัยอดีต ประวัติศาสตร์เป็นเรื่องราวของการเปลี่ยนแปลงของกาลเวลา

และทำให้ท่านรู้ถึงสิ่งของ ผู้คน หรือสภาพความเป็นอยู่ในยุคนั้นโดยละเอียด

ประวัติศาสตร์ของมนุษย์พิสูจน์ให้เห็นว่าพระคัมภีร์เป็นความจริง ท่านจะเห็นว่าพระคัมภีร์เป็นเรื่องประวัติศาสตร์และเป็นเรื่องจริงโดยเฉพาะอย่างยิ่งเมื่อท่านมองดูเหตุการณ์ ผู้คน สถานที่ หรือธรรมเนียมประเพณีในพระคัมภีร์อย่างถี่ถ้วน

ในเมื่อพระคัมภีร์เดิมถูกถ่ายทอดต่อมาบนพื้นฐานของข้อเท็จจริงที่เป็นกลาง อาทิ เช่น ข้อมูลที่สำคัญหรือเล็ก ๆ น้อย ๆ ที่เกิดขึ้นกับตัวบุคคล ประชาชน หรือกลุ่มคนจากสมัยของอาดัมและเอวา ชนชาติอิสราเอลจึงถือว่าพระคัมภีร์เป็นเอกสารศักดิ์สิทธิ์ทางด้านประวัติศาสตร์เกี่ยวกับประเทศและเป็นมรดกของตนมาจนถึงปัจจุบัน แม้นักประวัติศาสตร์จำนวนมากก็ยอมรับว่าพระคัมภีร์เป็นแหล่งข้อมูลที่เชื่อถือได้

ประวัติศาสตร์พิสูจน์ถึงความเป็นจริงของพระคัมภีร์

อันดับแรก ข้าพเจ้าอยากแบ่งปันถึงประวัติศาสตร์ของชนชาติอิสราเอลกับท่านบนพื้นฐานของพระคัมภีร์เพื่อพิสูจน์ว่าพระคำของพระเจ้าในพระคัมภีร์เป็นความจริง

อาดัมผู้เป็นบรรพบุรุษของมนุษยชาติได้ทำบาปต่อพระเจ้า ดังนั้นมนุษย์ทุกคนซึ่งเป็นเชื้อสายของอาดัมจึงตกอยู่ในความบาปและดำเนินชีวิตโดยไม่รู้จักพระเจ้าพระผู้สร้างของตน ณ จุดนั้นเองที่พระเจ้าได้ทรงเลือกสรรชนชาติหนึ่งและทรงมีเจตนาที่จะเปิดเผยน้ำพระทัยและการจัดเตรียมของพระองค์ผ่านทางชนชาตินี้

ประการแรก พระเจ้าทรงเรียกอับราฮัมผู้มีจิตใจที่พรั่งพร้อมที่สุด ทรงขัดเกลาท่าน และทรงแต่งตั้งท่านให้เป็นบิดาแห่งความเชื่อ อับราฮัมเป็นบิดาของอิสอัค อิสอัคเป็นบิดาของยาโคบ และพระเจ้าทรงเรียกยาโคบว่า "อิสราเอล" และทรงทำให้มีสิบสองเผ่าเกิดขึ้นมาจากลูกชายสิบคนของท่าน

เมื่อยาโคบยังมีชีวิตอยู่พระเจ้าทรงนำท่านไปยังอียิปต์และช่วยให้ท่านสามารถสร้างประเทศขึ้นมาด้วยการทำให้ลูกหลานของท่านเพิ่มจำนวนขึ้นและสุดท้ายทรงนำคนเหล่านั้นกลับไปยังแผ่นดินคานาอัน

พระเจ้าทรงประทานธรรมบัญญัติให้กับโมเสสในช่วงที่อยู่ในถิ่นทุรกันดาร ทรงอบรมสั่งสอนคนอิสราเอลให้ดำเนินชีวิตตามพระวจนะของพระองค์ และทรง

นำคนเหล่านี้ด้วยพระวจนะของพระองค์เพียงอย่างเดียว

หลังจากที่คนอิสราเอลเข้าสู่แผ่นดินคานาอันคนเหล่านี้จะมั่งคั่งได้ก็ต่อเมื่อพวกเขาเชื่อฟังธรรมบัญญัติ เมื่อคนอิสราเอลรับใช้รูปเคารพและทำความชั่วร้าย แสนยานุภาพของประเทศก็เสื่อมถอยลงและประสบกับความทุกข์ยากลำบากจากการถูกโจมตีของชาวต่างชาติ คนอิสราเอลถูกจับไปเป็นเชลยหรือตกเป็นทาส เมื่อคนเหล่านี้กลับใจอิสราเอลได้รับการรื้อฟื้นขึ้นมาใหม่ วงจรนี้เกิดขึ้นซ้ำแล้วซ้ำอีก ดังนั้น โดยทางประวัติศาสตร์ของอิสราเอลพระเจ้าทรงสำแดงให้มนุษย์ทุกคนเห็นว่าพระองค์ทรงพระชนม์อยู่และทรงครอบครองเหนือสิ่งสารพัดด้วยพระวจนะของพระองค์

ท่านจะเห็นได้เช่นกันว่าคำพยากรณ์มากมายในพระคัมภีร์สำเร็จเป็นจริงและกำลังอยู่ในขั้นตอนของความสำเร็จ ยกตัวอย่าง ในลูกา 19:43-44 พระเยซูตรัสถึงการล่มสลายของกรุงเยรูซาเล็มว่า…

ด้วยว่าเวลาจะมาถึงเจ้าเมื่อศัตรูของเจ้าจะก่อเชิงเทินต่อสู้เจ้าและล้อมขังเจ้าไว้ทุกด้าน แล้วจะเหวี่ยงเจ้าลงให้ราบบนพื้นดินกับทั้งลูกทั้งหลายของเจ้าซึ่งอยู่ในเจ้าและเขาจะไม่ปล่อยให้ศิลาซ้อนทับกันไว้ภายในเจ้าเลยเพราะเจ้าไม่ได้รู้เวลาที่พระองค์เสด็จมาเยี่ยมเจ้า

ในพระคัมภีร์ข้อเหล่านี้พระเยซูทรงหมายความว่ากรุงเยรูซาเล็มจะถูกทำลายอย่างไรเนื่องจากความชั่วร้ายที่ทวีมากขึ้น คำพยากรณ์นี้สำเร็จในปีค.ศ. 70 เมื่อนายพลติตัสแห่งอาณาจักรโรมได้บัญชาให้ทหารของท่านขุดคลองรอบกรุงเยรูซาเล็ม ล้อมกรุงเอาไว้ และสังหารประชาชนจำนวนมากที่อยู่ภายในกำแพงเมือง เหตุการณ์นี้เกิดขึ้น 40 ปีหลังจากคำพยากรณ์ของพระเยซู

พระเยซูตรัสไว้ในมัทธิว 24:32 ว่า "*จงเรียนคำเปรียบเรื่องต้นมะเดื่อ เมื่อแตกกิ่งแตกใบ ท่านก็จะรู้ว่าฤดูร้อนใกล้จะถึงแล้ว*" ต้นมะเดื่อในที่นี้เป็นสัญลักษณ์ของชนชาติอิสราเอลและคำอุปมานี้สอนว่าอิสราเอลจะเป็นอิสระเมื่อการเสด็จมาครั้งที่สองของพระเยซูใกล้เข้ามา ในที่สุด ประวัติศาสตร์เป็นพยานยืนยันว่าพระคำของพระเจ้าข้อนี้กลายเป็นความจริงเมื่ออิสราเอลที่ล่มสลายในปีค.ศ. 70 ถูกสถาปนาขึ้นมาใหม่อย่างอัศจรรย์ในวันที่ 14 พฤษภาคม 1948 ซึ่งนับเป็นเวลา 1900 ปีหลังจากการถูกทำลาย

คำพยากรณ์ของพระคัมภีร์และความสำเร็จของคำพยากรณ์เหล่านั้นในพระคัมภีร์ใหม่

ข้าพเจ้าเป็นพยานยืนยันว่าพระวจนะของพระเจ้าในพระคัมภีร์เป็นความจริงด้วยการศึกษาดูว่าคำพยากรณ์ของพระคัมภีร์เดิมสำเร็จเป็นจริงในสมัยพระคัมภีร์ใหม่อย่างไร

ธรรมบัญญัติของพระคัมภีร์เดิมไม่ใช่วิธีการที่ครบถ้วนของการ "เป็นบุตรที่แท้จริงของพระเจ้า" ธรรมบัญญัติเป็นเพียงเงาที่สำแดงให้เห็นถึงพระเจ้า นั่นคือสาเหตุที่พระเจ้าทรงสัญญาถึงการเสด็จมาของพระเมสสิยาห์ซึ่งปรากฏอยู่ทั่วไปในพระคัมภีร์เดิม เมื่อถึงเวลาพระองค์ทรงส่งพระเยซูคริสต์ลงมาในโลกนี้เพื่อรักษาพระสัญญาของพระองค์

พระเยซูเสด็จมาในโลกนี้เมื่อประมาณ 2 พันปีที่แล้ว ประวัติศาสตร์ตะวันตกมีอยู่สองช่วงที่เกี่ยวข้องกับการบังเกิดของพระเยซู คำว่า "ก.ค.ศ." ย่อมาจาก "ก่อนคริสตศักราช" ซึ่งหมายถึงประวัติศาสตร์ก่อนช่วงเวลาของพระเยซู ในขณะที่คำว่า "ค.ศ." ย่อมาจาก "คริสตศักราช" ซึ่งหมายถึงปีขององค์พระผู้เป็นเจ้า แม้แต่ประวัติศาสตร์เองก็ยืนยันถึงการบังเกิดของพระเยซู

อันดับแรกให้เราศึกษาปฐมกาล 3:15

เราจะให้เจ้าหญิงนี้เป็นศัตรูกัน ทั้งพงศ์พันธุ์ของเจ้าและพงศ์พันธุ์ของเขาด้วย พงศ์พันธุ์ของหญิงจะทำให้หัวของเจ้าแหลกและเจ้าจะทำให้ส้นเท้าของเขาฟกช้ำ

พระคัมภีร์ข้อนี้พยากรณ์ว่าองค์พระผู้เป็นเจ้าของเราซึ่งเป็นพงศ์พันธุ์ของหญิงจะเสด็จมาและทำลายพลังอำนาจของความตาย "หญิง" ในที่นี้หมายถึงอิสราเอล พระเยซูเสด็จมาในโลกในฐานะบุตรชายของโยเซฟซึ่งเป็นผู้ที่อยู่ในเผ่ายูดาห์ของอิสราเอล (ลูกา 1:26-32)

อิสยาห์ 7:14 กล่าวว่า "*เพราะฉะนั้น องค์พระผู้เป็นเจ้าจะประทานหมายสำคัญเอง ดูเถิด หญิงสาวคนหนึ่งจะตั้งครรภ์และคลอดบุตรชายคนหนึ่งและเขาจะเรียกนามของท่านว่าอิมมานูเอล*"

พระคัมภีร์ข้อนี้บอกเป็นนัยว่าพระบุตรของพระเจ้าจะถูกส่งลงมาเพื่อไถ่โทษความผิดบาปให้กับเผ่าพันธุ์ของมนุษย์ผ่านทางการปฏิสนธิ์โดยเดชของพระวิญญาณบริสุทธิ์ พระเยซูทรงบังเกิดจากหญิงพรหมจารีย์โดยพระวิญญาณบริสุทธิ์อย่างแท้จริง (มัทธิว 1:18-25)

มีคาห์ 5:2 พยากรณ์ไว้ว่าพระเยซูจะทรงบังเกิดในเบธเลเฮม

โอ เบธเลเฮม เอฟราธาห์ แต่เจ้าผู้เป็นหน่วยเล็กในบรรดาตระกูลของยูดาห์ จากเจ้าจะมีผู้หนึ่งออกมาเพื่อเรา เป็นผู้ที่จะปกครองในอิสราเอล ดั้งเดิมของท่านมาจากสมัยเก่าจากสมัยโบราณกาล

เพื่อให้สำเร็จตามพระคำข้อนี้พระเยซูจึงเสด็จมาบังเกิดในเบธเลเฮมแคว้นยูดาห์ในช่วงสมัยของกษัตริย์เฮโรด แม้แต่ประวัติศาสตร์ก็ยืนยันถึงความจริงข้อนี้

มีการพยากรณ์ถึงการสังหารเด็กทารกจำนวนมากโดยกษัตริย์เฮโรดในช่วงเวลาการบังเกิดของพระเยซู (เยเรมีห์ 31:15; มัทธิว 2:16) การเสด็จเข้ากรุงเยรูซาเล็มของพระเยซู (เศคาริยาห์ 9:9; มัทธิว 21:1-11) และการเสด็จขึ้นสู่สวรรค์ของพระเยซู (สดุดี 16:10; กิจการ 1:9) และคำพยากรณ์เหล่านี้ล้วนสำเร็จเป็นจริง

นอกจากนั้น ยังมีการพยากรณ์ถึงการทรยศของยูดาสอิสคาริโอทที่ติดตามเป็นสาวกของพระเยซูถึง 3 ปี (สดุดี 41:9) และการทรยศพระเยซูด้วยเงินสามสิบเหรียญ (เศคาริยาห์ 11:12) และคำพยากรณ์เหล่านี้ก็สำเร็จเป็นจริงเช่นกัน

ดังนั้น ท่านจึงสามารถเชื่อได้ว่าพระคัมภีร์เป็นความจริงและเป็นพระคำของพระเจ้าอย่างแท้จริงโดยเฉพาะอย่างยิ่งเมื่อท่านเห็นว่าคำพยากรณ์ต่างๆ ในพระคัมภีร์เดิมสำเร็จเป็นจริงตามที่พยากรณ์ไว้อย่างแม่นยำ

คำพยากรณ์ของพระคัมภีร์ที่ยังไม่สำเร็จ

พระเจ้าทรงทำให้พระเยซูคริสต์พระผู้ช่วยให้รอดของเราเป็นผู้ทำให้คำพยากรณ์ต่าง ๆ ของพระคัมภีร์เดิมสำเร็จเป็นจริงในสมัยของพระคัมภีร์ใหม่ คำพยากรณ์ที่เกี่ยวกับพระเยซูทุกเรื่อง ช่วงเวลาแห่งประวัติศาสตร์ของอิสราเอลและประวัติศาสตร์ของมนุษยชาติล้วนสำเร็จเป็นจริงโดยไม่มีข้อผิดพลาดแม้แต่ข้อเดียว การตรวจสอบประวัติศาสตร์ของโลกทำให้ค้นพบว่าทุกถ้อยคำของ

คำพยากรณ์ในพระคัมภีร์ได้สำเร็จเป็นจริงและกำลังจะสำเร็จเป็นจริง

    ผู้พยากรณ์ในสมัยพระคัมภีร์เดิมและพระคัมภีร์ใหม่ได้พยากรณ์ถึงความรุ่งเรืองและการล่มสลายของมหาอำนาจของโลก การทำลายและการสร้างกรุงเยรูซาเล็มขึ้นใหม่ และเหตุการณ์ในอนาคตของบุคคลสำคัญ คำพยากรณ์จำนวนมากในพระคัมภีร์ได้สำเร็จเป็นจริงและกำลังจะสำเร็จเป็นจริง ผู้คนจะได้เห็นการเสด็จมาครั้งสองของพระเยซู การถูกรับขึ้นไป อาณาจักรยุคพันปี และการพิพากษา ณ พระที่นั่งใหญ่สีขาว เวลานี้องค์พระผู้เป็นเจ้าของเรากำลังจัดเตรียมสถานที่สำหรับท่านเหมือนที่พระองค์ทรงสัญญาไว้ (ยอห์น 14:2) และอีกไม่นานพระองค์จะเสด็จมารับท่านไปอยู่ในสถานที่นิรันดร์

    เวลานี้โลกของเรากำลังได้รับความทุกข์ทรมานจากการกันดารอาหาร แผ่นดินไหว ความวิปริตของดินฟ้าอากาศและอุบัติเหตุที่รุนแรง ท่านต้องไม่มองว่าสิ่งเหล่านี้เป็นเหตุบังเอิญแต่ควรตระหนักว่าการเสด็จมาครั้งที่สองของพระเยซูกำลังใกล้เข้ามา (มัทธิว 24:3-14) ท่านจะไปถึงความรอดโดยสมบูรณ์ด้วยการตื่นตัวอยู่เสมอและประดับตัวท่านเองให้พร้อมในฐานะเจ้าสาว

2
พระเจ้าทรงสร้างและทรงดูแลรักษามนุษย์

หนทางแห่งความรอดของมนุษย์
พระเจ้าทรงสร้างมนุษย์
เพราะเหตุใดพระเจ้าจึงดูแลรักษามนุษย์
พระเจ้าทรงแยกข้าวละมานออกจากข้าวสาลี

ปฐมกาล 1:27-28

พระเจ้าจึงทรงสร้างมนุษย์ขึ้นตามพระฉายาของพระองค์ ตามพระฉายาของพระเจ้า นั้นพระองค์ทรงสร้างมนุษย์ขึ้นและได้ทรงสร้างให้เป็นชายและหญิง พระเจ้า ทรงอวยพระพรแก่มนุษย์ตรัสแก่เขาว่า "จงมีลูกดกทวีมากขึ้นจนเต็มแผ่นดิน จงมีอำนาจเหนือแผ่นดิน จงครอบครองฝูงปลาในทะเล และฝูงนกในอากาศ กับบรรดาสัตว์ที่เคลื่อนไหวบนแผ่นดิน"

อย่างน้อยครั้งหนึ่งในชีวิตของท่าน ท่านอาจมีคำถามที่สำคัญ อย่างเช่น คำถามเรื่องการกำเนิด จุดหมายปลายทาง จุดประสงค์ และความหมายของชีวิต จากนั้นท่านพยายามมองหาคำตอบ ผู้คนจำนวนมากทดลองหลายแนวทางเพื่อแก้ปัญหาเหล่านี้แต่ก็เสียชีวิตไปโดยไม่ได้รับคำตอบที่แท้จริง

บุคคลที่มีความเฉลียวฉลาดของโลกอย่างเช่น ขงจื้อ พระพุทธเจ้า หรือโสเครติสพยายามอย่างมากเพื่อให้ได้มาซึ่งคำตอบที่สำคัญเหล่านี้ ขงจื้อมุ่งให้ความสำคัญกับศีลธรรมจรรยาซึ่งเน้นว่าคุณงามความดีที่สมบูรณ์แบบถือเป็นอุดมคติทางด้านจริยธรรมและท่านสร้างสาวกไว้มากมาย พระพุทธเจ้าทรงบำเพ็ญทุกรกิริยาเป็นเวลานานเพื่อให้หลุดพ้นจากการดำรงอยู่ฝ่ายโลก โสเครติสค้นหาความจริงด้วยวิธีการของท่านเองและเสาะหาความรู้ที่แท้จริง

อย่างไรก็ตาม ไม่มีบุคคลใดในหมู่คนเหล่านี้สามารถค้นพบคำตอบถาวร บรรลุถึงความจริง หรือไปถึงชีวิตนิรันดร์ได้ ทั้งนี้ก็เพราะว่าความจริงที่ถูกซ่อนไว้ก่อนการทรงสร้างโลกเป็นเรื่องฝ่ายวิญญาณที่ไม่ประจักษ์แก่ตาและไม่อาจจับต้องได้ ท่านไม่สามารถพบคำตอบที่ชัดเจนเกี่ยวกับชีวิตได้จนกว่าท่านจะเข้าใจถึงการจัดเตรียมของพระเจ้าพระผู้สร้างเกี่ยวกับการดูแลรักษามนุษย์ของพระองค์

1. หนทางแห่งความรอดของมนุษย์

พระเจ้าพระผู้สร้าง พระเยซูคริสต์ รากเหง้าแห่งดวงวิญญาณของเรา ชีวิตหลังความตาย เป้าหมายสูงสุดของชีวิต และหนทางสู่ชีวิตนิรันดร์เรื่องราวเหล่านี้ล้วนได้รับการอธิบายไว้อย่างชัดเจนในพระคัมภีร์ซึ่งเป็นบันทึกของพระคำของพระเจ้าผู้ทรงพระชนม์อยู่ เรื่องราวแห่งความรอดโดยทางไม้กางเขนของพระเยซูคริสต์คือเคล็ดลับของพระเจ้าที่ถูกซ่อนไว้นับตั้งแต่นิรันดร์กาลและบรรจุข่าวสารเรื่องความรักและความยุติธรรมของพระเจ้าเอาไว้

หนทางแห่งความรอดโดยทางพระเยซูคริสต์

บ่อยครั้งมีการเรียกคริสต์ศาสนาว่าเป็น "ศาสนาแห่งไม้กางเขน" ท่านรู้หรือไม่ว่าสิ่งนี้หมายถึงอะไรและเพราะเหตุใดผู้ปกครองประเทศบางคนจึงได้คุกเข่าลงต่อไม้กางเขน อะไรคือเคล็ดลับของการที่ผู้คนจำนวนมากได้รับการยกโทษความผิดบาปโดยความเชื่อและคนเหล่านั้นได้รับความรอดและชีวิตนิรันดร์

คริสเตียนจำนวนมากคิดว่าตนเองรู้จักพระเยซูคริสต์และความหมายของไม้กางเขน ถ้าข้าพเจ้าถามถึงความหมายของไม้กางเขน ผู้เชื่อส่วนใหญ่ (แม้กระทั่งผู้เชื่อใหม่) จะตอบในทำนองว่า "ประมาณสองพันปีที่แล้วพระเยซูพระบุตรของพระเจ้าเสด็จเข้ามาในโลกในสภาพของเนื้อหนังและถูกตรึงเพื่อไถ่โทษความผิดบาปของมนุษย์ วันที่สามพระองค์ทรงเป็นขึ้นมาจากความตายและเป็นพระผู้ช่วยให้รอดของเรา เพื่อทุกคนที่เชื่อในพระเยซูคริสต์จะรอดและเข้าสู่แผ่นดินสวรรค์"

อย่างไรก็ตาม ท่านต้องรู้ว่าความรู้เรื่องนี้เพียงอย่างเดียวไม่สามารถนำท่านไปถึงความรอดได้ ยากอบ 2:19 กล่าวไว้ว่า *"ท่านเชื่อว่าพระเจ้าทรงเป็นหนึ่ง นั่นก็ดีอยู่แล้ว แม้พวกปีศาจก็เชื่อและกลัวจนตัวสั่น"* แม้แต่ผีมารซาตานซึ่งเป็นศัตรูของเราก็รู้และเชื่อในพระเจ้าแต่ผีมารซาตานไม่มีวันรอดได้

เหตุผลก็คือพระเจ้าตรัสไว้ว่าการรู้และเชื่อด้วยความรู้ที่เรียบง่ายเป็นสิ่งที่แตกต่างจากการเข้าใจและการเชื่ออย่างสุดหัวใจ

คือว่าถ้าท่านจะรับด้วยปากของท่านว่าพระเยซูทรงเป็นองค์พระผู้เป็นเจ้า และเชื่อในจิตใจว่าพระเจ้าได้ทรงชุบพระองค์ให้เป็นขึ้นมาจากความตาย ท่านจะรอด ด้วยความความเชื่อด้วยใจก็นำไปสู่ความชอบธรรมและการยอมรับสัจจะของพระเจ้าด้วยปากก็นำไปสู่ความรอด (โรม 10:9-10)

สมมติว่าเรามีส้มอยู่หนึ่งลูก ท่านอาจพูดและยอมรับได้ไม่ยากว่า "อ้อ นี่คือส้มลูกหนึ่ง" ที่เป็นเช่นนี้ก็เพราะท่านคุ้นเคยส้ม ถึงกระนั้น ถ้าข้าพเจ้าถามว่า "ท่านจะตอบผมให้ละเอียดได้หรือไม่ว่าส้มนี้มีประโยชน์อะไรบ้างต่อร่างกายของมนุษย์" มีเพียงไม่กี่คนที่สามารถตอบคำถามนี้ได้ ถึงแม้ว่าท่านได้ยินและเรียนรู้

เกี่ยวกับส้มมาบ้างก็ตาม ถ้าท่านไม่จดจำสิ่งเหล่านั้นไว้ท่านก็มักจะลืม ถ้าท่านไม่ใช่ผู้เชี่ยวชาญในด้านนี้เป็นการยากที่จะอธิบายในรายละเอียด

ถ้าเช่นนั้นท่านจะมีความรอบรู้เกี่ยวกับส้มได้อย่างไร ประการแรก ท่านควรเรียนรู้เรื่องนี้จากผู้เชี่ยวชาญและจดจำความรู้นั้นไว้ แต่ถ้าท่านได้ยินและเรียนรู้เกี่ยวกับส้มเพียงอย่างเดียวก็ยังเป็นสิ่งที่ไร้ประโยชน์อยู่ สิ่งเหล่านี้จะมีประโยชน์กับท่านอย่างแท้จริงก็ต่อเมื่อท่านปลอกเปลือกส้มออกและรับประทานส้มใบนั้น เมื่อท่านรับประทานส้มและสัมผัสรสชาติของส้มแล้วผลไม้ประเภทนี้ก็จะให้โภชนาการกับร่างกายของท่านด้วยการบำรุงเลือด เนื้อ และกระดูกของท่าน

ในทำนองเดียวกัน ความเชื่อและความรู้ที่ท่านมีจะเป็นสิ่งที่ไร้ประโยชน์เว้นแต่ท่านเรียนรู้ถึงการจัดการของพระเจ้ารวมทั้งการจัดเตรียมของพระองค์ตามที่ปรากฏให้เห็นบนไม้กางเขนและเข้าใจถึงความรักและพระคุณของพระเจ้าสำหรับท่านอย่างชัดเจน

การเชื่อด้วยใจและการรับด้วยปาก

ถ้าท่านเข้าใจสาส์นจากกางเขนและมีความรักที่แท้จริงให้กับพระเจ้าในจิตใจของท่าน ท่านก็สามารถมีความเชื่อที่แท้จริงและดำเนินชีวิตคริสเตียนที่แท้จริงซึ่งนำไปสู่ชีวิตนิรันดร์ได้ ถ้าไม่เช่นนั้น แม้ว่าท่านจะเข้าร่วมนมัสการในคริสตจักรมาเป็นเวลาสิบปีหรือยี่สิบปีก็ตาม ท่านก็จะพบว่าตนเองกำลังทำบาปและทำตามแบบอย่างของโลก ท่านไม่มีวันรอดได้

ก่อนมารู้จักกับพระเจ้าข้าพเจ้าเป็นคนที่ไม่เชื่อว่ามีพระเจ้าและข้าพเจ้ายืนยันว่าไม่มีพระเจ้า ไม่มีผีมารซาตาน ไม่มีสวรรค์ และไม่มีนรก ข้าพเจ้าเรียนรู้ลัทธิของคนที่ไม่เชื่อในพระเจ้าจากโรงเรียนและคิดว่าคำยืนยันนี้ถูกต้อง ผู้คนมักคิดว่าข้าพเจ้าเป็นบุคคลที่ช่ำชองโลก

ถึงกระนั้น ในจิตใจของข้าพเจ้ารู้ว่าสิ่งนี้ไม่เป็นความจริง ข้าพเจ้าไม่อาจปฏิเสธชีวิตหลังความตายและกลัวว่าข้าพเจ้าจะตกนรกเมื่อข้าพเจ้าตายไป

สุดท้าย ข้าพเจ้าทนทุกข์ทรมานอยู่กับโรคภัยไข้เจ็บนานาชนิดและเข้าใกล้กับความตาย หลังจากที่พบกับพระเจ้าผู้ทรงพระชนม์อยู่ข้าพเจ้าได้รับการรักษาให้หายจากโรคต่าง ๆ และเข้าใจถึงความรักของพระเจ้าที่ซ่อนอยู่ในกางเขนอย่างชัดเจน

ข้าพเจ้าได้รับการทรงเรียกให้เป็นผู้รับใช้ขององค์พระผู้เป็นเจ้า เวลานี้ข้าพเจ้าเป็นผู้นำในการเป็นพยานกับผู้คนเกี่ยวกับฤทธานุภาพของพระเจ้าผู้ทรงพระชนม์อยู่ และพระเยซูคริสต์องค์พระผู้เป็นเจ้าของเรา ข้าพเจ้านำดวงวิญญาณมากมายมาสู่หนทางแห่งความรอด ถ้าท่านเข้าใจความรักอันยิ่งใหญ่ของพระเจ้าและการจัดเตรียมของพระองค์เพื่อความรอดของมนุษย์อย่างเต็มเปี่ยม ท่านก็จะสามารถรับเอาชีวิตนิรันดร์และสิทธิในการเข้าสู่แผ่นดินสวรรค์และกลายเป็นพยานที่แท้จริงในข่าวประเสริฐของพระเยซูคริสต์ ท่านต้องเข้าใจว่าเพราะเหตุใดพระเจ้าจึงทรงสร้างและทรงดูแลรักษามนุษย์เพื่อท่านจะรู้ถึงความหมายและจุดประสงค์ที่แท้จริงของชีวิต

2. พระเจ้าทรงสร้างมนุษย์

การสร้างอวัยวะ เซลล์ และเนื้อเยื่อต่าง ๆ ของร่างกายอย่างลึกลับซับซ้อนเป็นสิ่งที่เกินความเข้าใจ พระเจ้าผู้ทรงสร้างมนุษย์ด้วยแนวทางนี้ทรงปรารถนาที่จะมีบุตรที่แท้จริงของพระองค์เพื่อพระองค์จะทรงแบ่งปันความรักให้ตลอดชั่วนิจนิรันดร์ ด้วยพระประสงค์นี้ พระเจ้าจึงสร้างมนุษย์ขึ้นตามพระฉายาของพระองค์ ทรงดูแลรักษามนุษย์ และทรงจัดเตรียมสวรรค์ไว้ให้กับมนุษย์

พระเจ้าทรงสร้างสิ่งสารพัดในจักรวาลและสร้างมนุษย์อย่างไร

การทรงสร้างหกวันของพระเจ้า

ปฐมกาลบทที่ 1 บรรยายถึงขั้นตอนที่พระเจ้าทรงใช้ในการสร้างฟ้าสวรรค์และแผ่นดินโลกในเวลาหกวัน พระเจ้าตรัสว่า *"จงเกิดความสว่าง"* ความสว่างก็เกิดขึ้น (ปฐมกาล 1:3) จากนั้นพระองค์ตรัสว่า *"น้ำที่อยู่ใต้ฟ้าจงรวมอยู่แห่งเดียวกัน ที่แห้งจงปรากฏขึ้น"* ก็เป็นดังนั้น (ปฐมกาล 1:9)

เหมือนที่หนังสือฮีบรู 11:3 กล่าวไว้ว่า *"โดยความเชื่อนี้เองเราจึงเข้าใจว่าพระเจ้าได้ทรงสร้างกัลปจักรวาลด้วยพระดำรัสของพระองค์ ดังนั้นสิ่งที่มองเห็นจึงเป็นสิ่งที่เกิดจากสิ่งที่ไม่ปรากฏให้เห็น"* พระเจ้าทรงสร้างโลกทั้งโลกด้วยพระดำรัสของพระองค์

ในวันแรกพระเจ้าทรงสร้างความสว่าง และทรงสร้างขอบฟ้าในวันที่สอง ในวันที่สามเมื่อพระเจ้าตรัสว่า *"น้ำที่อยู่ใต้ฟ้าจงรวมอยู่แห่งเดียวกัน ที่แห้งจง*

ปรากฏขึ้น" ก็เป็นดังนั้นและพระเจ้าจึงทรงเรียกที่แห้งนั้นว่าแผ่นดินและที่ซึ่งน้ำรวมกันนั้นว่าทะเล... จากนั้นพระเจ้าตรัสว่า "แผ่นดินจงเกิดพืชคือผักหญ้าที่มีเมล็ดและต้นไม้ที่ออกผลมีเมล็ดในผลตามชนิดของมันบนแผ่นดิน" ก็เป็นดังนั้น แผ่นดินก็เกิดพืชคือผักหญ้าที่มีเมล็ดตามชนิดของมันและต้นไม้ที่ออกมีเมล็ดในผลตามชนิดของมัน ในวันที่สี่ พระเจ้าทรงสร้างดวงอาทิตย์ ดวงจันทร์ และดวงดาวในขอบฟ้าและทรงให้ดวงอาทิตย์ครอบครองกลางวันและดวงจันทร์ครอบครองกลางคืน ในวันที่ห้า พระองค์ทรงสร้างสิ่งมีชีวิตในทะเลซึ่งเป็นสัตว์ทะเลขนาดใหญ่และสัตว์ที่มีชีวิตนานาชนิดซึ่งแหวกว่ายอยู่ในน้ำเป็นฝูง ๆ ตามชนิดของมัน และนกต่าง ๆ ตามชนิดของมัน วันที่หก พระองค์ทรงสร้างสัตว์ชนิดต่าง ๆ คือสัตว์ใช้งาน สัตว์เลื้อยคลานและสัตว์ป่าตามชนิดของมัน...

พระเจ้าทรงสร้างมนุษย์ตามพระฉายาของพระองค์

พระเจ้าพระผู้สร้างทรงจัดเตรียมสภาพแวดล้อมเป็นเวลาหกวันเพื่อให้มนุษย์สามารถอาศัยอยู่ได้ จากนั้นพระองค์ทรงสร้างมนุษย์ขึ้นตามพระฉายาของพระองค์ พระเจ้าทรงอวยพรให้มนุษย์มีอำนาจเหนือสิ่งทรงสร้างทั้งปวงและทรงกำชับให้มนุษย์ครอบครองเหนือสิ่งทรงสร้างเหล่านั้น

> *พระเจ้าจึงทรงสร้างมนุษย์ขึ้นตามพระฉายาของพระองค์ ตามพระฉายาของพระองค์นั้นพระองค์ทรงสร้างมนุษย์ขึ้นและได้ทรงสร้างให้เป็นชายและหญิง พระเจ้าทรงอวยพระพรแก่มนุษย์ ตรัสแก่เขาว่า "จงมีลูกดกทวีมากขึ้นจนเต็มแผ่นดิน จงมีอำนาจเหนือแผ่นดิน จงครอบครองเหนือฝูงปลาในทะเลและฝูงนกในอากาศกับบรรดาสัตว์ที่เคลื่อนไหวบนแผ่นดิน" (ปฐมกาล 1:27-28)*

พระเจ้าทรงสร้างมนุษย์อย่างไร

> *พระเจ้าทรงปั้นมนุษย์ด้วยผงคลีดิน ระบายลมปราณเข้าทางจมูก มนุษย์จึงเป็นผู้มีชีวิต (ปฐมกาล 2:7)*

คำว่า "ผงคลีดิน" ในพระคัมภีร์ข้อนี้หมายถึงดินเหนียว ช่างปั้นที่มีฝีมือจะใช้ดินเหนียวที่มีคุณภาพเพื่อทำเครื่องลายครามเคลือบเงาสีเขียวอ่อนหรือเครื่องลายครามเคลือบเงาสีขาวที่มีความประณีตและมีราคาสูง ในทางตรงกันข้าม ช่างปั้นที่ไร้ฝีมือจะปั้นหม้อ กระเบื้อง หรืออิฐที่ไม่ประณีตเกลี้ยงเกลา

คุณค่าของเครื่องปั้นดินเผาขึ้นอยู่กับว่าใครคือผู้ปั้น ปั้นด้วยความประณีตเชี่ยวชาญเพียงใด ใช้ดินเหนียวชนิดใดปั้น และเป็นเครื่องปั้นประเภทใด เมื่อพระเจ้าพระผู้สร้างทรงสร้างมนุษย์ตามพระฉายาของพระองค์ พระองค์ทรงสร้างมนุษย์ด้วยความงดงามเพียงใด

หลังจากที่สร้างมนุษย์ขึ้นจากผงคลีดินตามพระฉายาของพระองค์แล้วพระเจ้าทรงระบายลมปราณแห่งชีวิต (ซึ่งเป็นพลังชีวิต) เข้าไปทางจมูก มนุษย์จึงกลายเป็นผู้มีชีวิต ลมปราณแห่งชีวิตคือกำลัง อำนาจ พลังงาน และวิญญาณของพระเจ้า

พระเจ้าทรงระบายลมปราณแห่งชีวิตเข้าไปในมนุษย์

เมื่อท่านคิดถึงกระบวนการแผ่รังสีความสว่างของหลอดไฟเรืองแสงท่านก็สามารถเข้าใจถึงกระบวนการที่มนุษย์ถูกสร้างให้เป็นวิญญาณที่มีชีวิตได้ง่ายยิ่งขึ้น ถ้าท่านต้องการทำให้หลอดไฟเรืองแสงแผ่รังสีความสว่างออกไป อันดับแรกท่านต้องเตรียมหลอดเรืองแสงที่ประดิษฐ์ขึ้นมาเป็นอย่างดีและเสียบปลั๊กหลอดไฟดังกล่าว แต่หลอดไฟเรืองแสงนั้นจะไม่แผ่รังสีความสว่างออกไปจนกว่าท่านจะเปิดกระแสไฟฟ้า

เครื่องรับโทรทัศน์ในบ้านของท่านก็ทำงานในลักษณะเดียวกัน ท่านจะไม่สามารถมองเห็นสิ่งใดบนจอภาพโทรทัศน์จนกว่าท่านจะเปิดเครื่องรับโทรทัศน์ แต่เมื่อท่านเปิดเครื่องโทรทัศน์นั้นแล้วท่านก็จะสามารถมองเห็นภาพและได้ยินเสียง ท่านสามารถทำให้ภาพปรากฏบนจอโทรทัศน์ได้ด้วยการเปิดสวิตช์เครื่องรับโทรทัศน์ แต่ด้านหลังของเครื่องรับโทรทัศน์มีชิ้นส่วนต่าง ๆ มากมายที่ประกอบกันเข้าอย่างสลับซับซ้อน

ในทำนองเดียวกัน พระเจ้าไม่ได้สร้างเพียงรูปร่างของมนุษย์เท่านั้นแต่พระองค์ทรงสร้างอวัยวะภายในและกระดูกไว้ในมนุษย์จากผงคลีดินด้วยเช่นกัน พระองค์ทรงสร้างเส้นเลือดเพื่อให้เลือดไหลผ่านและระบบประสาทที่ช่วยให้ร่างกายทำหน้าที่ได้อย่างสมบูรณ์แบบ

ฤทธิ์อำนาจของพระเจ้าสามารถเปลี่ยนผงคลีดินเป็นผิวหนังที่อ่อนละมุนได้เมื่อหรือถ้าพระองค์ต้องการ พระองค์ทรงระบายลมปราณแห่งชีวิตเข้าไปในมนุษย์เหมือนการไหลเวียนของกระแสไฟฟ้าเข้าสู่เครื่องใช้ไฟฟ้า จากนั้นเลือดในร่างกายของมนุษย์ก็เริ่มไหลเวียนทันทีและมนุษย์จึงสามารถหายใจและเคลื่อนไหวไปมาได้

นอกจากนั้น เนื่องจากพระเจ้าทรงสร้างหน่วยความจำไว้ในเซลล์สมองของมนุษย์ มนุษย์จึงรับเอาและจดจำสิ่งที่ตนได้ยินและสัมผัสไว้ในเซลล์สมอง สิ่งที่รับเข้าไปและจดจำไว้จึงกลายเป็นความรู้ และความรู้ถูกคัดลอกออกมาเป็นความคิด เมื่อความรู้ที่เก็บสะสมไว้ในชีวิตถูกนำมาใช้เราเรียกความรู้นั้นว่าสติปัญญา

แม้จะเป็นเพียงสิ่งทรงสร้าง แต่มนุษย์ได้เพิ่มพูนความรู้และสติปัญญาของตนและได้สร้างอารยธรรมทางด้านวิทยาศาสตร์ที่ซับซ้อนขึ้น เวลานี้มนุษย์สามารถสำรวจจักรวาลและสร้างคอมพิวเตอร์พร้อมกับใส่ข้อมูลมหาศาลไว้ในคอมพิวเตอร์หรือใช้เครื่องคอมพิวเตอร์นั้นซ้ำแล้วซ้ำอีกได้ ดังนั้นมนุษย์จึงได้รับประโยชน์อย่างมากจากคอมพิวเตอร์เหมือนที่พระเจ้าทรงสร้างหน่วยความจำไว้ในเซลล์สมอง มนุษย์ได้พัฒนาก้าวไกลไปจนถึงการสร้างคอมพิวเตอร์ระบบสมองเทียม (เอ.ไอ.) ที่สามารถอ่านตัวอักษรหรืออ่านเสียงของมนุษย์และสามารถสื่อสารกับคนอื่นได้ เมื่อวันเวลาผ่านไปมนุษย์จะพัฒนามากยิ่งขึ้นเรื่อยๆ

การที่พระเจ้าพระผู้สร้างที่ทรงฤทธานุภาพสร้างมนุษย์จากผงคลีดินและระบายลมปราณแห่งชีวิตเพื่อทำให้มนุษย์เป็นผู้มีชีวิตนั้นคงเป็นสิ่งที่ง่ายยิ่งกว่านั้นสักเพียงใด เป็นสิ่งที่ง่ายมากสำหรับพระเจ้าผู้สามารถสร้างสิ่งสารพัดจากความว่างเปล่า แต่เรื่องนี้เป็นสิ่งที่น่าพิศวงและเหลือที่จะหยั่งรู้ได้สำหรับมนุษย์ (สดุดี 139:13-14)

3. เพราะเหตุใดพระเจ้าจึงดูแลรักษามนุษย์

พระเยซูทรงสอนให้เราทราบถึงการจัดเตรียมของพระเจ้าผ่านทางคำอุปมาจำนวนมาก เนื่องจากเรื่องราวฝ่ายวิญญาณเป็นสิ่งที่ไม่อาจเข้าใจได้ด้วยความรู้ของมนุษย์ พระองค์จึงทรงใช้สิ่งของฝ่ายโลกในคำอุปมาเพื่อทำให้ท่านเข้าใจเรื่องราวเหล่านั้น

คำอุปมาเหล่านี้ส่วนใหญ่พูดถึงการเพาะปลูก ยกตัวอย่าง มีคำอุปมาเรื่องผู้หว่านพืช (มัทธิว 13:3-23; มาระโก 4:3-20; ลูกา 8:4-15) คำอุปมาเรื่องเมล็ดพืช (มัทธิว 13:31-32; มาระโก 4:30-32; ลูกา 13:18-19) คำอุปมาเรื่องข้าวละมาน

ท่ามกลางต้นข้าวสาลี (มัทธิว 13:24-30, 36-43) คำอุปมาเรื่องสวนองุ่น (มัทธิว 20:1-16) และคำอุปมาเรื่องสวนองุ่นและคนเช่า (มัทธิว 21:33-41; มาระโก 12:1-9; ลูกา 20:9-16)

คำอุปมาเหล่านี้แสดงให้เราเห็นว่าชาวนาเตรียมผืนดิน หว่านเมล็ดพืช ฟัดร่อนเมล็ดพืชเหล่านั้น และเก็บเกี่ยวผลผลิตฉันใด พระเจ้าทรงสร้างและฟัดร่อนมนุษย์บนแผ่นดินโลกและจะทรงแยกข้าวสาลีออกจากข้าวละมานด้วยฉันนั้น

พระเจ้าทรงต้องการแบ่งปันความรักแท้กับบุตรของพระองค์

พระเจ้าไม่ได้มีเพียงความเป็นพระเจ้าเท่านั้นแต่ทรงมีความเป็นมนุษย์ด้วย ความเป็นพระเจ้าคือฤทธิ์อำนาจของการเป็นพระเจ้าพระผู้สร้างที่ทรงรอบรู้ทุกสิ่งและมีฤทธานุภาพสูงสุด และความเป็นมนุษย์คือความคิดของมนุษย์ ดังนั้น พระเจ้าทรงสร้างและครอบครองเหนือจักรวาล ประวัติศาสตร์ของมนุษย์ และชีวิตทั้งมวล นอกจากนั้น พระองค์ทรงมีความชื่นชมยินดี ความโกรธ ความโศกเศร้า และความสุขด้วยเช่นกัน พระองค์ทรงปรารถนาที่จะแบ่งปันความรักกับบุตรทั้งหลายของพระองค์

พระคัมภีร์แสดงให้เห็นหลายครั้งว่าพระเจ้าทรงมีบุคลิกภาพเหมือนมนุษย์ พระเจ้าทรงชื่นชมยินดีและทรงอวยพระพรมนุษย์ (ซึ่งถูกสร้างขึ้นตามพระฉายาของพระองค์) เมื่อเขาทำในสิ่งที่ถูกต้อง แต่พระองค์ทรงโศกเศร้าเสียพระทัยและทรงมีพระพิโรธเมื่อมนุษย์ทำบาป ความปรารถนาของพระเจ้าที่จะสื่อสารกับบุตรของพระองค์และประทานสิ่งที่ดีแก่คนเหล่านี้มักปรากฏออกมาในพระคำของพระเจ้า

ถ้าพระเจ้ามีเพียงพระลักษณะของความเป็นพระเจ้า พระองค์ก็คงไม่จำเป็นต้องหยุดพักหลังจากการทรงสร้างจักรวาลหกวันและคงไม่ต้องการมีสามัคคีธรรมกับเราโดยพระองค์คงไม่ตรัสว่า *"จงอธิษฐานอย่างสม่ำเสมอ"* (1 เธสะโลนิกา 5:17) *"จงทูลเราและเราจะตอบเจ้าและจะบอกสิ่งที่ใหญ่ยิ่งและที่ซ่อนอยู่ซึ่งเจ้าไม่รู้นั้นให้แก่เจ้า"* (เยเรมีย์ 33:3)

บางครั้งท่านต้องการที่จะอยู่โดยลำพัง แต่ท่านอาจมีความสุขมากกว่าที่จะอยู่กับเพื่อนที่มีความคิดตรงกันซึ่งเป็นผู้ที่แบ่งปันความรักของเขากับท่านได้ ในทำนองเดียวกัน พระเจ้าทรงสร้างมนุษย์ขึ้นตามพระฉายาของพระองค์เพราะพระองค์

ต้องการที่จะแลกเปลี่ยนความรักกับเรา พระองค์ทรงฝึดร่อนวิญญาณจิตของมนุษย์ในโลกนี้เนื่องจากพระองค์ทรงต้องการให้บุตรที่แท้จริงของพระองค์เข้าใจน้ำพระทัยและความรักของพระองค์จากจิตใจของตน

พระเจ้าทรงต้องการให้บุตรของพระองค์เชื่อฟังโดยสมัครใจ

บางคนอาจสงสัยว่าทำไมพระเจ้าจึงสร้างมนุษย์และฝึดร่อนเขาทั้ง ๆ ที่ในสวรรค์ก็มีทูตสวรรค์ที่เชื่อฟังอยู่มากมาย ถึงกระนั้น ทูตสวรรค์ส่วนใหญ่ไม่มีคุณลักษณะของมนุษย์ซึ่งเป็นสิ่งที่สำคัญในการแบ่งปันความรัก กล่าวอีกแง่หนึ่งก็คือทูตสวรรค์เหล่านั้นไม่มีเสรีภาพในการตัดสินใจเลือกด้วยตนเอง ทูตสวรรค์เชื่อฟังคำสั่งได้เหมือนหุ่นยนต์ แต่ทูตเหล่านั้นไม่สามารถรู้สึกถึงความชื่นชมยินดี ความโกรธ ความโศกเศร้า หรือความสุขได้มากเท่ากับมนุษย์ ดังนั้น ทูตสวรรค์จึงไม่สามารถแบ่งปันความรักกับพระเจ้าจากส่วนลึกแห่งจิตใจของตนได้

ยกตัวอย่าง สมมติว่าท่านมีลูกสองคน คนหนึ่งเชื่อฟังคำสั่งของท่านเพียงอย่างเดียว (เหมือนหุ่นยนต์) โดยไม่แสดงอารมณ์ความรู้สึก ความเห็น หรือความรักออกมา ในขณะที่ลูกอีกคนหนึ่งซึ่งบางครั้งทำให้ท่านเสียความรู้สึก แต่ไม่นานเขาเกิดความเสียใจกับการกระทำของตนเองและเข้ามาแนบกอดท่านเอาไว้อย่างเอ็นดู พร้อมกับแสดงความในใจของตนออกมาในหลายรูปแบบ แล้วท่านจะรักลูกคนไหนมากกว่ากัน ลูกคนที่สองอย่างแน่นอน

สมมติว่าท่านมีหุ่นยนต์ตัวหนึ่งที่สามารถทำอาหาร ทำสะอาดบ้าน และรับใช้ท่านได้ ถึงกระนั้น ท่านก็ไม่ได้รักหุ่นยนต์ตัวนั้นมากกว่าลูกของท่าน ไม่ว่าหุ่นยนต์ตัวนั้นจะทำงานหนักให้กับท่านสักเพียงใดก็ตาม ไม่ว่าหุ่นยนต์ตัวนั้นจะมีประโยชน์มากเท่าใดก็ตาม หุ่นยนต์ตัวนั้นก็ไม่มีวันแทนที่ลูกของท่านได้

ในทำนองเดียวกัน พระเจ้าทรงพอพระทัยกับการที่มนุษย์จะเชื่อฟังพระองค์โดยสมัครใจด้วยเหตุผลและความรู้สึกมากกว่าจะพอพระทัยกับทูตสวรรค์ที่เชื่อฟังเหมือนหุ่นยนต์ พระองค์ทรงประทานเสรีภาพในการตัดสินใจและพระวจนะของพระองค์ให้กับมนุษย์ จากนั้นพระองค์ทรงสอนมนุษย์ในสิ่งที่ดีและสิ่งที่ชั่วรวมทั้งสอนเขาให้รู้ว่าอะไรเป็นหนทางแห่งความรอดและอะไรเป็นหนทางแห่งความตาย พระองค์ทรงรอคอยด้วยความอดกลั้นจนกว่ามนุษย์จะเป็นบุตรที่แท้จริงของพระองค์

พระเจ้าทรงฝึดร่อนมนุษย์ด้วยความรักของพ่อแม่

ปฐมกาล 6:5-6 บันทึกไว้ว่า “พระเจ้าทรงเห็นว่าความชั่วช้าของมนุษย์มีมากบนแผ่นดินและทรงเห็นเค้าความคิดในใจของเขาล้วนเป็นเรื่องร้ายเสมอไป พระเจ้าจึงเสียพระทัยที่ได้สร้างมนุษย์ไว้บนแผ่นดินและโทมนัส”

สิ่งนี้หมายความว่าพระเจ้าไม่ทราบถึงข้อเท็จจริงนี้เมื่อพระองค์ทรงสร้างมนุษย์กระนั้นหรือ ไม่ใช่ พระองค์ทรงทราบถึงเรื่องนี้อยู่ก่อนแล้ว พระเจ้าทรงรอบรู้ทุกสิ่งและพระองค์ทรงฤทธานุภาพสูงสุด ดังนั้นพระองค์จึงทรงทราบทุกสิ่งตั้งแต่ปฐมกาล แต่พระองค์ก็ยังสร้างมนุษย์และทรงฝึดร่อนเขา

ถ้าท่านเป็นพ่อแม่ท่านจะเข้าใจเรื่องนี้ดี เป็นการยากเย็นเพียงใดที่จะให้กำเนิดลูกและเลี้ยงดูเขาจนเติบโตเป็นผู้ใหญ่ ในขณะที่ผู้หญิงตั้งครรภ์เธอต้องพบกับความทุกข์ทรมานหลายอย่าง (เช่น อาการคลื่นเหียน) ตลอดเก้าเดือนของการตั้งครรภ์ ในช่วงของการคลอดบุตรคุณแม่ต้องพบกับความเจ็บปวดอย่างรุนแรง พ่อแม่ต้องพยายามและทำงานหนักมากทั้งกลางวันและกลางคืนเพื่อเลี้ยงดู จัดหาเสื้อผ้าเครื่องนุ่งห่ม และอบรมสั่งสอนลูก เมื่อลูกกลับบ้านดึกพ่อแม่จะเป็นห่วงกังวล เมื่อลูกเจ็บป่วยพ่อแม่จะรู้สึกเจ็บปวดมากกว่าลูกของตนเสียอีก

แม้ต้องพบกับความเจ็บปวดและการทำงานอย่างหนักเช่นนี้ ทำไมพ่อแม่จึงยังต้องเลี้ยงดูลูกของตนอยู่เล่า เหตุผลก็คือพ่อแม่ต้องการบุคคลที่ตนสามารถแบ่งปันความรักให้ ซึ่งเป็นบุคคลที่สามารถสัมผัสถึงความรักของพ่อแม่และรักพ่อแม่ของตนด้วยหัวใจ สำหรับพ่อแม่แล้วแม้ความเจ็บปวดที่เกิดขึ้นก็ทำให้กลายเป็นความสุขได้ ยิ่งกว่านั้น ถ้าลูกมีลักษณะเหมือนพ่อแม่ของตนมากเพียงใดสิ่งนั้นยิ่งจะทำให้ลูกดูน่ารักมากขึ้นเพียงนั้น แน่นอน ไม่ใช่ลูกทุกคนจะสำนึกในหน้าที่ของตนที่มีต่อพ่อแม่เสมอไป ลูกบางคนรักและเคารพพ่อแม่ แต่ลูกบางคนก็ทำให้พ่อแม่เสียใจ

เช่นเดียวกัน แม้จะรู้ถึงความเจ็บปวดในการเลี้ยงดูลูกแต่พ่อแม่ก็ไม่ถือว่าสิ่งเหล่านั้นเป็นความเจ็บปวด ตรงกันข้าม พ่อแม่กลับพยายามทุกอย่างเพื่อจะเห็นลูกของตนเติบโตเป็นคนดีและเป็นความยินดีของตน ในทำนองเดียวกัน พระเจ้าทรงทราบว่ามนุษย์จะไม่เชื่อฟัง เสื่อมศีลธรรม และทำให้พระองค์เศร้าพระทัย แต่พระองค์ทรงทราบเช่นกันว่าจะมีบุตรที่แท้จริงบางคนที่พร้อมจะแบ่งปันความรักกับพระองค์ ดังนั้น พระเจ้าจึงทรงสร้างมนุษย์ขึ้นมาและทรงดูแลเขาอย่างเต็มพระทัย

พระองค์ปรารถนาการถวายเกียรติจากลูกของพระองค์

พระเจ้าทรงฝัดร่อนวิญญาณจิตของมนุษย์บนแผ่นดินโลกไม่ใช่เพื่อพระองค์จะมีบุตรที่แท้จริงเท่านั้นแต่เพื่อพระองค์จะได้รับการถวายเกียรติด้วย ทูตสวรรค์หมู่ใหญ่สามารถถวายเกียรติมากมายแด่พระเจ้า แต่ในความเป็นจริงพระองค์ทรงปรารถนาการถวายเกียรติจากส่วนลึกแห่งจิตใจของบุตรที่แท้จริงซึ่งพระองค์ทรงฝัดร่อน

ในอิสยาห์ 43:7 พระเจ้าตรัสว่า *"คือทุกคนที่เขาเรียกตามชื่อของเรา คือผู้ที่เราได้สร้างเพื่อพระสิริของเราผู้ที่เราได้ปั้นและได้กระทำไว้"* และ 1 โครินธ์ 10:31 เตือนท่านไว้ว่า *"เหตุฉะนั้น เมื่อท่านจะรับประทานจะดื่มหรือจะทำอะไรก็ตาม จงกระทำเพื่อเป็นการถวายพระเกียรติแด่พระเจ้า"*

พระเจ้าทรงเป็นพระผู้สร้าง ความรัก และความยุติธรรม พระองค์ทรงประทานพระบุตรองค์เดียวของพระองค์เพื่อช่วยเราให้รอดและทรงจัดเตรียมสวรรค์และชีวิตนิรันดร์ไว้ให้เรา พระองค์สมควรได้รับการถวายพระเกียรติ พระองค์ทรงปรารถนาที่จะให้เกียรติกับผู้คนที่ถวายเกียรติยศแด่พระองค์ด้วยเช่นกัน

ด้วยเหตุนี้ ท่านควรเป็นบุตรที่แท้จริงของพระเจ้าที่สามารถแบ่งปันความรักกับพระองค์ตลอดไปด้วยการเข้าใจว่าเพราะเหตุใดพระเจ้าจึงควรได้รับการถวายเกียรติผ่านทางบุตรฝ่ายวิญญาณของพระองค์ที่พระองค์ทรงฝัดร่อน

4. พระเจ้าทรงแยกข้าวละมานออกจากข้าวสาลี

ชาวนาทำการเพาะปลูกบนผืนดินเพราะคนเหล่านั้นต้องการเก็บเกี่ยวผลผลิตที่อุดมสมบูรณ์ เช่นเดียวกัน พระเจ้าทรงฝัดร่อนวิญญาณจิตของมนุษย์บนแผ่นดินโลกเพื่อพระองค์จะมีบุตรที่แท้จริงที่ไม่เพียงแต่เป็นบุตรที่รักและถวายเกียรติยศแด่พระองค์จากจิตใจของตนเท่านั้นแต่เป็นบุตรที่สามารถแบ่งปันความรักกับพระองค์ในสวรรค์ชั่วนิจนิรันดร์ด้วยเช่นกัน

ในการเก็บเกี่ยวนั้นมักมีทั้งข้าวสาลีและข้าวละมานอยู่ด้วยกันเสมอ ดังนั้นชาวนาต้องแยกข้าวสาลีออกจากข้าวละมาน เก็บรวบรวมข้าวสาลีไว้ในยุ้งฉาง และเผาข้าวละมานด้วยไฟ ในทำนองเดียวกัน พระเจ้าจะทรงแยกข้าวสาลีออกจากข้าวละมานในช่วงสิ้นสุดของการเก็บเกี่ยวดวงวิญญาณของมนุษย์ด้วยเช่นกัน

> *พระหัตถ์ของพระองค์ถือพลั่วพร้อมแล้วและจะทรงชำระลานข้าวของพระองค์ให้ทั่ว พระองค์จะทรงเก็บข้าวของพระองค์ไว้ในยุ้งฉาง แต่พระองค์จะทรงเผาแกลบด้วยไฟที่ไม่รู้ดับ (มัทธิว 3:12)*

ด้วยเหตุนี้ ท่านต้องเชื่ออย่างมั่นคงว่าพระเจ้าทรงฝัดร่อนดวงวิญญาณของมนุษย์บนแผ่นดินโลกและในเวลาของพระองค์พระเจ้าจะทรงเก็บรวบรวมข้าวสาลี (ซึ่งได้แก่บุตรที่แท้จริง) ไว้ในสวรรค์สำหรับชีวิตนิรันดร์ แต่พระองค์จะทรงเผาข้าวละมาน (แกลบ) ด้วยไฟนรกที่ไม่รู้ดับ

ถ้าเช่นนั้นขอให้เราเจาะลึกลงไปว่าในสายพระเนตรของพระเจ้าคนที่เป็นข้าวสาลีและข้าวละมานนั้นเป็นคนชนิดใด และสวรรค์และนรกมีลักษณะอย่างไร

ข้าวสาลีและข้าวละมาน

ข้าวสาลีเป็นสัญลักษณ์ของผู้คนที่ยอมรับเอาพระเยซูคริสต์ ดำเนินอยู่ในความจริง และแบ่งปันความรักกับพระเจ้า คนเหล่านี้เป็นบุตรของความสว่างที่ได้รับพระฉายาของพระเจ้ากลับคืนมาและทำในสิ่งที่พระเจ้าทรงบัญชาไว้

แต่ข้าวละมานหมายถึงผู้คนที่ไม่ยอมรับเอาพระเยซูคริสต์ หรือผู้คนที่อ้างว่าตนเองเชื่อแต่ไม่ได้ดำเนินชีวิตด้วยพระคำของพระเจ้าแต่ทำตามความปรารถนาอันชั่วร้ายของตน

1 ทิโมธี 2:4 บรรยายถึงพระเจ้าของเราไว้ว่าพระองค์เป็น "ผู้ทรงมีพระประสงค์ให้คนทั้งปวงรอดและให้รู้ความจริง" กล่าวคือ พระเจ้าทรงต้องการให้มนุษย์ทุกคนเป็นข้าวสาลีและเข้าสู่แผ่นดินสวรรค์ พระเจ้ากำลังพยายามทำให้ท่านรู้ถึงเรื่องนี้ด้วยวิธีการที่หลากหลายและทรงนำท่านเข้าสู่หนทางแห่งความรอด อย่างไรก็ตามสุดท้ายบางคนก็ฝ่าฝืนน้ำพระทัยและการจัดเตรียมของพระเจ้าด้วยเสรีภาพในการตัดสินใจของตน ต่อพระพักตร์พระเจ้าคนเหล่านี้ไม่ได้ประเสริฐไปกว่าสัตว์ร้ายเพราะเขาได้สูญเสียคุณค่าของความเป็นมนุษย์ของตนไป

ชาวนาเผาข้าวละมานด้วยไฟหรือไม่ก็ใช้สิ่งนี้เพื่อทำปุ๋ยเพราะว่าถ้าข้าวทั้งสองชนิดถูกเก็บไว้ด้วยกันในยุ้งฉางข้าวสาลีก็เสียหาย ด้วยเหตุนี้ พระเจ้าจะไม่ทรงอนุญาตให้ข้าวละมานเข้าสู่แผ่นดินสวรรค์ซึ่งเป็นที่อยู่ของข้าวสาลี มนุษย์แตกต่างไปจากสัตว์เพราะมนุษย์มีวิญญาณนิรันดร์เนื่องจากพระเจ้าได้ระบายลมปราณแห่ง

ชีวิตเข้าไปในเขาเมื่อพระองค์ทรงสร้างมนุษย์ ดังนั้นพระเจ้าจึงไม่อาจทำลายข้าว ละมานหรือปล่อยให้เป็นสิ่งที่ไร้ประโยชน์

พระเจ้าต้องเก็บรวบรวมข้าวสาลีไว้ในแผ่นดินสวรรค์และให้คนเหล่านี้ชื่นชมยินดีกับความสุขชั่วนิรันดร์และพระองค์ต้องเผาข้าวละมานด้วยไฟนรกที่ไม่รู้ดับชั่วนิรันดร์อย่างไม่อาจหลีกเลี่ยงได้ ดังนั้น ท่านต้องจดจำข้อเท็จจริงนี้เอาไว้เพื่อท่านจะไม่ถูกทิ้งลงไปในบึงไฟนรก

ความงดงามของสวรรค์และความสยดสยองของนรก

ในด้านหนึ่ง สวรรค์มีความงดงามเกินกว่าที่จะนำไปเปรียบเทียบกับสิ่งหนึ่งสิ่งใดในโลกนี้ได้ ยกตัวอย่าง ดอกไม้ในโลกนี้เหี่ยวแห้งไปอย่างรวดเร็วแต่ดอกไม้ในสวรรค์ไม่เหี่ยวแห้งและไม่ร่วงโรยเนื่องจากทุกสิ่งในสวรรค์เป็นสิ่งถาวรนิรันดร์ ถนนในสวรรค์ทำด้วยทองคำบริสุทธิ์ที่สุกใสเหมือนแก้ว แม่น้ำแห่งชีวิตสาดแสงเจิดจ้าเหมือนแก้วผลึก และบ้านเรือนบนสวรรค์สร้างด้วยเพชรนิลจินดานานาชนิด ทุกสิ่งในสวรรค์ล้วนงดงามจนไม่อาจถ่ายทอดออกมาด้วยถ้อยคำได้ (กรุณาอ่านเพิ่มเติมจากหนังสือเรื่อง "สวรรค์ ภาค 1 & 2")

ในอีกด้านหนึ่ง นรกเป็นสถานที่ซึ่งตัวหนอนไม่มีวันตาย และไฟไม่มีวันดับ ทุกคนที่อยู่ในนรกจะถูกเผาผลาญด้วยไฟ (มาระโก 9:48-49) ยิ่งกว่านั้น ในนรกมีบึงไฟกำมะถันที่ลุกไหม้ซึ่งมีความร้อนมากกว่าบึงไฟถึงเจ็ดเท่า (วิวรณ์ 20:10,15) ผู้คนที่ไม่เชื่อจะต้องอาศัยอยู่ในบึงไฟที่ไม่รู้ดับหรือบึงไฟกำมะถันที่ลุกไหม้นี้ตลอดนิรันดร์ การอยู่ในนรกช่างเป็นสิ่งที่น่าสยองสยองและเป็นสิ่งที่น่าสะพรึงกลัวสักเพียงใด (กรุณาอ่านเพิ่มเติมจากหนังสือเรื่อง "นรกอเวจี")

ด้วยเหตุนี้ พระเยซูจึงตรัสไว้ในมาระโก 9:43 ว่า "ถ้ามือของท่านทำให้หลงผิดจงตัดทิ้งเสีย ซึ่งจะเข้าในชีวิตด้วยมือด้วนยังดีกว่ามีสองมือและต้องถูกทิ้งในนรกในไฟที่ไม่รู้ดับ"

เพราะเหตุใดพระเจ้าแห่งความรักจึงสร้างทั้งนรกที่น่าสยดสยองและสวรรค์ที่งดงาม ถ้าคนชั่วร้ายได้รับอนุญาตให้เข้าไปอยู่ในสถานที่ซึ่งคนดีและคนที่น่ารักของพระเจ้าอาศัยอยู่สิ่งนี้จะทำให้คนดีมีความลำบากและสวรรค์ก็จะได้รับความเสียหายจากความชั่วร้าย สรุป พระเจ้าสร้างนรกเพราะพระองค์ทรงรักมนุษย์และต้องการที่จะให้สิ่งที่ดีที่สุดเท่านั้นกับลูกของพระองค์

การพิพากษาแห่งพระที่นั่งใหญ่สีขาว

เหมือนที่ชาวนาหว่านเมล็ดพืชและเก็บเกี่ยวผลผลิตปีแล้วปีเล่าฉันใด พระเจ้าทรงฝัดร่อนวิญญาณจิตของมนุษย์มาโดยตลอดนับตั้งแต่อาดัมถูกขับออกจากสวนเอเดนฉันนั้น พระองค์จะทรงกระทำเช่นนั้นต่อไปจนกว่าพระเยซูเสด็จมาอีกครั้งหนึ่ง

พระเจ้าทรงสำแดงน้ำพระทัยของพระองค์ต่อบรรพบุรุษหลายคน เช่น โนอาห์ อับราฮัม โมเสส ยอห์นผู้ให้รับบัพติศมา เปโตร และอัครทูตเปาโล ในปัจจุบันพระองค์กำลังฝัดร่อนวิญญาณจิตของมนุษย์อย่างต่อเนื่องผ่านทางผู้รับใช้และคนงานของพระองค์ แต่เมื่อมีวาระเริ่มต้นก็จำเป็นต้องมีวาระสิ้นสุดฉันใด การฝัดร่อนวิญญาณจิตของมนุษย์จะมีวาระสิ้นสุดด้วยฉันนั้น

2 เปโตร 3:8 บอกเราว่า *"แต่ดูก่อนพวกที่รัก อย่าลืมความจริงข้อนี้เสีย คือวันเดียวของพระเจ้าเป็นเหมือนพันปีและพันปีก็เป็นเหมือนกับวันเดียว"* เหมือนอย่างที่พระเจ้าทรงหยุดพักในวันที่เจ็ดหลังจากการทรงสร้างจักรวาลหกวัน การเสด็จมาของพระเยซูและยุคพันปีซึ่งเป็นช่วงเวลาสะบาโตจะเกิดขึ้นหลังจากหกพันปีนับตั้งแต่การไม่เชื่อฟังของอาดัม หลังจากนั้น โดยผ่านทางการพิพากษาแห่งพระที่นั่งใหญ่สีขาว พระเจ้าจะทรงอนุญาตให้ข้าวสาลีเข้าสู่สวรรค์และจะโยนข้าวละมานทิ้งลงในบึงไฟนรก

ด้วยเหตุนี้ ข้าพเจ้าจึงอธิษฐานในพระนามของพระเยซูคริสต์องค์พระผู้เป็นเจ้าเพื่อให้ท่านเข้าใจถึงการจัดเตรียมและความรักของพระเจ้าในการฝัดร่อนมนุษย์อย่างลึกซึ้ง ดำเนินชีวิตแห่งพระพร และถวายเกียรติยศแด่พระเจ้าด้วยความหวังอันแรงกล้าเกี่ยวกับแผ่นดินสวรรค์

3
ต้นไม้แห่งการสำนึกในความดีและความชั่ว

อาดัมและเอวาในสวนเอเดน

อาดัมไม่เชื่อฟังด้วยเสรีภาพในการตัดสินใจของตน

ค่าจ้างของความบาปคือความตาย

ทำไมพระเจ้าจึงปลูกต้นไม้แห่งการสำนึกในความดี
และความชั่วไว้ในสวนเอเดน

ปฐมกาล 2:15-17

พระเจ้าจึงทรงให้มนุษย์นั้นอยู่ในสวนเอเดนให้ทำและรักษาสวน พระเจ้าจึงทรงบัญชาแก่มนุษย์นั้นว่า "บรรดาผลไม้ทุกอย่างในสวนนี้เจ้ากินได้ทั้งหมด เว้นแต่ต้นไม้แห่งความสำนึกในความดีและความชั่ว ผลของต้นไม้นั้นอย่ากินเพราะในวันใดที่เจ้าขืนกินเจ้าจะต้องตายแน่"

ผู้คนที่ไม่รู้จักความรักอันยิ่งใหญ่ของพระเจ้าพระผู้สร้าง และการจัดเตรียมอย่างล้ำลึกของพระองค์เพื่อการเลี้ยงดูลูกที่แท้จริงของพระองค์ อาจถามว่า "ทำไมพระเจ้าจึงปลูกต้นไม้แห่งการสำนึกในความดีและความชั่วไว้ในสวนเอเดน" "เพราะเหตุใดพระเจ้าจึงอนุญาตให้มนุษย์คนแรกเดินทางเข้าสู่วิถีแห่งการถูกทำลาย" คนเหล่านี้คิดว่ามนุษย์อาจไม่ตายและคงชื่นชมกับชีวิตที่เป็นสุขตลอดไปในสวนเอเดนถ้าพระเจ้าไม่ปลูกต้นไม้ดังกล่าวไว้ในสวนนั้น

บางคนถึงกับกล่าวในทำนองว่า "พระเจ้าอาจไม่รู้ล่วงหน้าด้วยซ้ำไปว่าอาดัมจะกินผลจากต้นไม้แห่งการสำนึกในความดีและความชั่ว" เพราะคนเหล่านี้ไม่เชื่อในความเป็นผู้ทรงรอบรู้ทุกสิ่งและการเป็นผู้มีฤทธานุภาพสูงสุดของพระเจ้า พระเจ้าทรงปลูกต้นไม้ดังกล่าวไว้ในสวนเอเดนด้วยสายพระเนตรที่สั้นโดยไม่ทราบถึงความไม่เชื่อฟังของอาดัมในอนาคตกระนั้นหรือ หรือว่าพระเจ้าทรงมีเจตนาที่จะปลูกต้นไม้นั้นไว้ในสวนและนำอาดัมไปสู่หนทางแห่งความตาย ไม่ใช่แน่นอน

แล้วทำไมพระเจ้าจึงปลูกต้นไม้แห่งการสำนึกในความดีและความชั่วไว้กลางสวนเอเดนเล่า เพราะเหตุใดอาดัมจึงไม่เชื่อฟังคำบัญชาของพระเจ้าและล้มลงสู่หนทางแห่งความตาย

1. อาดัมและเอวาในสวนเอเดน

พระเจ้าทรงสร้างมนุษย์จากผงคลีดินและระบายลมปราณแห่งชีวิตเข้าทางจมูกของเขา และมนุษย์จึงเป็นผู้มีชีวิต (ปฐมกาล 2:7) ผู้มีชีวิตคือการมีชีวิตฝ่ายวิญญาณที่ไม่มีความรู้อื่นใดเมื่อมนุษย์ถูกสร้างขึ้นครั้งแรก ตัวอย่างง่าย ๆ เด็กทารกแรกเกิดไม่มีสติปัญญาและความรู้ ทารกมีระบบความทรงจำในสมองของตน แต่ทารกไม่เคยเห็น ไม่เคยได้ยิน หรือไม่เคยรับการสั่งสอนในเรื่องใดเลย ดังนั้นเด็กทารกจึงแสดงออกด้วยสัญชาตญาณ

ในทำนองเดียวกัน อาดัมไม่มีสติปัญญาหรือความรู้ฝ่ายวิญญาณเมื่อเป็นผู้มีชีวิตครั้งแรก

อาดัมเรียนรู้เกี่ยวกับชีวิตจากพระเจ้า

พระเจ้าทรงสร้างสวนไว้ทางทิศตะวันออกในเอเดนและให้อาดัมอยู่ที่นั่น พระเจ้าทรงให้ความรู้และความจริงเกี่ยวกับชีวิตแบบหนึ่งต่อหนึ่งด้วยการดำเนินอยู่กับอาดัมในสวนนั้นเพื่อพระองค์จะทรงสอนให้อาดัมรู้จักควบคุมและจัดการสวนเอเดน

ปฐมกาล 2:19 ระบุว่า "พระเจ้าจึงทรงปั้นบรรดาสัตว์ในท้องทุ่งและนกในท้องฟ้าให้เกิดขึ้นจากดินแล้วทรงนำมายังชายนั้นเพื่อดูว่าเขาจะเรียกชื่อมันว่าอะไร ชายนั้นตั้งชื่อสัตว์ทั้งปวงที่มีชีวิตว่าอย่างไรสัตว์นั้นก็มีชื่ออย่างนั้น" พระเจ้าทรงเตรียมอาดัมด้วยความรู้เกี่ยวกับชีวิตเพื่อให้มีความพร้อมที่จะครอบครองเหนือสิ่งสารพัด

นอกจากนั้น พระเจ้ายังเห็นว่าไม่เป็นการดีที่อาดัมจะอยู่เพียงลำพัง พระองค์จึงทำให้อาดัมหลับเพื่อสร้างคู่อุปถัมภ์ที่เหมาะสมให้แก่เขา พระเจ้าทรงนำเอาซี่โครงอันหนึ่งของอาดัมออกมาแล้วทำให้เนื้อติดกันเข้าแทนกระดูกอย่างเดิมในขณะที่ชายนั้นกำลังนอนหลับ จากนั้นพระองค์ทรงสร้างหญิงคนหนึ่งจากกระดูกซี่โครงที่ออกมาจากชายและทรงนำหญิงนั้นมาให้อาดัม พระองค์ทรงผูกพันชายนั้นเข้ากับภรรยาของตนและทั้งสองจึงเป็นเนื้อเดียวกัน (ปฐมกาล 2:20-22)

ที่พระเจ้าทรงกระทำเช่นนี้ไม่ใช่เพราะว่าพระเจ้าทรงทิ้งอาดัมให้รู้สึกโดดเดี่ยว แต่เป็นเพราะพระเจ้าทรงพระชนม์อยู่โดยลำพังมาเป็นเวลานานก่อนปฐมกาลและพระองค์ทรงทราบว่าความโดดเดี่ยวนั้นเป็นเช่นไร ความรักและพระคุณอันยิ่งใหญ่ของพระเจ้าทำให้พระองค์สร้างคู่อุปถัมภ์ให้อาดัมและแม้ว่าพระองค์ทรงทราบสถานการณ์ล่วงหน้าแต่พระองค์ก็ทรงอวยพรชายนั้นและภรรยาของตนให้มีลูกดกทวีมากขึ้นจนเต็มแผ่นดิน

ชีวิตยืนยาวของอาดัมในสวนเอเดน

แล้วอาดัมและภรรยาของเขาอาศัยอยู่ในสวนเอเดนนานเท่าใด พระคัมภีร์ไม่ได้

พูดถึงเรื่องนี้ในรายละเอียด แต่ท่านต้องรู้ว่าคนเหล่านั้นอาศัยอยู่ในสวนนานกว่าที่คนส่วนใหญ่คิด

พระคัมภีร์กล่าวถึงข้อเท็จจริงนี้เพียงสองสามข้อ ดังนั้น หลายคนจึงคิดว่าอาดัมกินผลไม้ต้องห้ามและตกอยู่ภายใต้คำแช่งสาปไม่นานหลังจากที่พระเจ้าทรงนำเขาไปอยู่ในสวนเอเดน บางคนถามว่า "พระคัมภีร์บอกว่าประวัติศาสตร์ของมนุษย์มีอายุ 6 พันปี แล้วท่านจะอธิบายซากพืชและซากสัตว์ที่มีอายุมากกว่าหลายหมื่นหลายแสนปีที่แล้วอย่างไร"

ประวัติศาสตร์ของอารยธรรมของมนุษย์ในพระคัมภีร์มีอายุประมาณ 6 พันปีเริ่มต้นจากช่วงเวลาที่อาดัมถูกขับไล่ออกจากสวนเอเดน ประวัติศาสตร์นี้ไม่รวมช่วงเวลาอันยาวนานที่คนทั้งสองอาศัยอยู่ในสวนเอเดน เมื่อวันเวลาที่ยาวนานผ่านไปมีการเปลี่ยนแปลงมากมายทางด้านธรณีวิทยาและทางด้านภูมิศาสตร์อย่างเช่นปฏิกิริยาทางเคมีที่เกิดขึ้นตามส่วนนอกของพื้นผิวโลกและวงจรของการสืบพันธุ์และการสูญพันธุ์ที่เกิดขึ้นบนโลกใบนี้ เหมือนที่มีการอภิปรายไว้ในบทที่ 1 ว่าซากพืชและซากสัตว์จำนวนมากยืนยันถึงข้อเท็จจริงนี้

เหมือนที่พระเจ้าทรงอวยพระพรอาดัมและภรรยาของเขาในปฐมกาล 1:28 อาดัมซึ่งเป็นมนุษย์คนแรก (ก่อนที่ท่านถูกแช่งสาป) เคยดำเนินกับพระเจ้าและให้กำเนิดลูกหลานมากมายเป็นเวลานานและทำให้สวนเอเดนเต็มไปด้วยผู้คน ในฐานะผู้มีอำนาจเหนือสิ่งสารพัดที่ถูกสร้างขึ้นอาดัมปกครองและจัดการแผ่นดินโลกรวมทั้งสวนเอเดน

2. อาดัมไม่เชื่อฟังโดยยึดถือเสรีภาพในการตัดสินใจของตน

พระเจ้าทรงมอบเสรีภาพในการตัดสินใจให้อาดัมและเอวาและอนุญาตให้ทั้งสองคนชื่นชมอยู่กับความอุดมสมบูรณ์และความยินดีในสวนเอเดน กระนั้นมีอยู่สิ่งหนึ่งที่พระเจ้าทรงห้ามไว้ พระเจ้าทรงบัญชาไม่ให้ทั้งสองคนกินผลไม้จากต้นไม้แห่งการสำนึกในความดีและความชั่ว

ถ้าอาดัมเข้าใจพระทัยอันล้ำลึกของพระเจ้าและรักพระองค์อย่างแท้จริงอาดัมก็คงไม่กินผลไม้ต้องห้ามนั้นเพราะเขาถึงรู้คำสั่งของพระเจ้า อย่างไรก็ตาม อาดัมไม่ได้เชื่อฟังคำบัญชาที่เจาะจงนี้เพราะเขาไม่ได้รักพระเจ้าอย่างแท้จริง

พระเจ้าทรงปลูกต้นไม้แห่งการสำนึกในความดีและความชั่วไว้ในสวนเอเดน

และตั้งกฎที่เข้มงวดไว้ระหว่างพระเจ้ากับมนุษย์ พระองค์อนุญาตให้มนุษย์มีเสรีภาพในการตัดสินใจที่จะรักษาคำบัญชาดังกล่าว นั่นเป็นเพราะว่าพระองค์ทรงปรารถนาที่จะมีบุตรที่แท้จริงซึ่งเชื่อฟังพระองค์จากส่วนลึกแห่งจิตใจของตน

อาดัมเพิกเฉยต่อพระคำของพระเจ้า

บ่อยครั้ง ในพระคัมภีร์พระเจ้าทรงสัญญาที่จะอวยพระพรผู้ที่เชื่อฟังคำบัญชาทั้งสิ้นของพระองค์และให้ความสนใจกับพระวจนะทั้งสิ้นของพระองค์ (เฉลยธรรมบัญญัติ 15:4-6; 28:1-4) แต่กระนั้น ใครเล่าที่เชื่อฟังพระบัญชาทั้งสิ้นของพระองค์ แม้แต่พระคัมภีร์เองก็ยอมรับว่ามีคนเพียงไม่กี่คนเท่านั้นในโลกนี้ที่สามารถเชื่อฟังพระบัญชาทั้งสิ้นของพระเจ้าได้

พระเจ้าคงสอนอาดัมที่เป็นมนุษย์คนแรกว่าเขาจะชื่นชมกับชีวิตนิรันดร์และพระพรมากมายตราบใดที่เขาเชื่อฟังพระองค์ แต่เขาจะไปถึงความตายนิรันดร์ถ้าเขาไม่เชื่อฟังพระเจ้า พระเจ้าทรงเตือนไม่ให้อาดัมกินผลไม้จากต้นไม้แห่งการสำนึกในความดีและความชั่ว

ถึงกระนั้น อาดัมและเอวาก็ไม่ได้นำพาต่อพระคำของพระเจ้าและกินผลไม้ต้องห้าม ซาตานพยายามก่อกวนแผนการของพระเจ้าในการสร้างบุตรฝ่ายวิญญาณที่แท้จริงของพระองค์นับตั้งแต่ปฐมกาล ในที่สุด ซาตานก็ประสบความสำเร็จในการทดลองคนทั้งสองให้กินผลไม้ดังกล่าวผ่านทางงูซึ่งเป็นสัตว์ที่มีเล่ห์เหลี่ยมมากกว่าสัตว์ป่าประเภทอื่น (ปฐมกาล 3:1) อาดัมและเอวาไม่เชื่อฟังคำบัญชาของพระเจ้า ถึงแม้ว่าอาดัมเป็นวิญญาณจิตที่มีชีวิตและได้รับการสั่งสอนเฉพาะในเรื่องความจริงจากพระเจ้าเท่านั้น แล้วอาดัมไม่เชื่อฟังคำบัญชาของพระเจ้าได้อย่างไร

ในปฐมกาล 2:15 เราพบว่าพระเจ้าทรงมอบหมายให้อาดัมจัดการและกำกับดูแลสวนเอเดน อาดัมได้รับสิทธิและอำนาจจากพระเจ้าให้ครอบครองและป้องกันสวนเอเดน พระองค์ทรงแต่งตั้งให้อาดัมปกป้องดูแลสวน เพื่อไม่ให้ผีมารซาตานซึ่งเป็นศัตรูของพระองค์มาทำลายสวนนั้น แต่กระนั้น ซาตานก็ยังสามารถควบคุมงูเพื่อทดลองอาดัมและเอวาผ่านทางงูได้ สิ่งนี้จะเป็นไปได้อย่างไร

กล่าวสรุปก็คือซาตานเป็นวิญญาณชั่วที่มีสิทธิอำนาจเหนืออาณาจักรแห่งย่านอากาศ ซาตานไม่มีรูปร่าง ในเอเฟซัส 2:2 บอกว่าซาตานเป็นเจ้าแห่งย่านอากาศและเป็นวิญญาณที่กำลังทำงานอยู่ในคนทั้งหลายที่ไม่เชื่อฟัง

เนื่องจากซาตานเป็นเหมือนคลื่นวิทยุที่ลอยอยู่ในอากาศซาตานจึงสามารถควบคุมงูในสวนเอเดนเพื่อให้ทดลองอาดัมและเอวาได้ ในปฐมกาลบทที่ 1 ได้กล่าวถึงวลีพิเศษซ้ำแล้วซ้ำอีก ทุกครั้งที่สิ้นสุดการทรงสร้างในแต่ละวันคือวลีที่ว่า "พระเจ้าทรงเห็นว่าดี" แต่ไม่มีการกล่าวถึงวลีนี้ในวันที่สองของการทรงสร้างเมื่อพระเจ้าทรงสร้างภาคพื้นฟ้า

เอเฟซัส 2:2 กล่าวถึงช่วงเวลานั้นอีกครั้งหนึ่งว่า *"ครั้งเมื่อก่อนท่านเคยประพฤติในการบาปนั้นตามวิถีของโลก ตามเจ้าแห่งย่านอากาศ คือ วิญญาณที่ครอบครองอยู่ในคนทั้งหลายที่ไม่เชื่อฟัง"* พระเจ้าทรงทราบล่วงหน้าว่าวิญญาณชั่วจะมีสิทธิอำนาจเหนืออาณาจักรแห่งย่านอากาศ

เอวาแพ้การทดลองของงู

งูเป็นเพียงสัตว์ชนิดหนึ่งของท้องทุ่ง งูประสบความสำเร็จในการทดลองเอวาไม่ให้เชื่อฟังคำบัญชาของพระเจ้าอย่างไร

ในสวนเอเดน มนุษย์สามารถสื่อสารกับสิ่งทรงสร้างที่มีชีวิตทุกชนิดได้ เช่น ดอกไม้ ต้นไม้ นก สัตว์ป่า และอื่น ๆ เอวาสามารถสื่อสารกับงูได้ด้วยเช่นกัน ดั้งเดิมงูเป็นที่รักของมนุษย์และมีความเป็นมิตรกันซึ่งไม่เหมือนกับปัจจุบัน งูมีความนุ่มนวล สะอาด ยาว กลม และฉลาดซึ่งเป็นสัตว์ที่เอวาโปรดปราน งูรู้จักเอวาดีและทำให้เธอพึงพอใจ กรณีนี้คล้ายกับการที่สุนัขได้รับความโปรดปรานจากเจ้าของในปัจจุบันเพราะเป็นสัตว์ที่ฉลาดและเชื่อฟังคำสั่งได้ดีกว่าสัตว์ชนิดอื่น

ถึงกระนั้น หลายคนพูดว่า "งูเป็นสัตว์ที่มีพิษร้ายแรง น่ากลัว และน่าขยะแขยง" คนเหล่านี้ไม่ชอบงูอย่างเป็นชีวิตจิตใจเพราะงูเป็นสัตว์ที่ล่อลวงอาดัมและเอวาไม่ให้เชื่อฟังคำบัญชาและผลักดันให้บุคคลทั้งสองเข้าไปสู่หนทางแห่งความตาย

เพื่อให้เข้าใจธรรมชาติของงูท่านต้องรู้จักลักษณะของพื้นดินในสมัยดั้งเดิม ดินแต่ละแห่งจะมีส่วนผสมที่แตกต่างกันและมีองค์ประกอบของส่วนผสมในอัตราส่วนที่แตกต่างกัน ดินจะดีหรือเลวขึ้นอยู่กับธาตุที่เพิ่มเข้าไปในดิน เมื่อพระเจ้าทรงสร้างสัตว์นานาชนิดในท้องทุ่งและนกชนิดต่าง ๆ ในท้องฟ้า พระองค์ทรงเลือกดินที่มีความเหมาะสมกับสัตว์แต่ละชนิด (ปฐมกาล 2:19)

ครั้งแรกพระเจ้าไม่ได้สร้างงูให้มีเล่ห์เหลี่ยม แต่ทรงสร้างให้งูมีความฉลาดมากพอที่จะให้เป็นที่รักของมนุษย์ ถึงกระนั้น งูได้กลายเป็นสัตว์ที่มีเล่ห์เหลี่ยมหลังจาก

ผีมารซาตานเข้าไปสิงสู่ ถ้างูไม่ฟังเสียงของซาตานแต่ทำตามเฉพาะน้ำพระทัยของพระเจ้า งูคงยังเป็นสัตว์ที่ฉลาดและน่ารัก แต่เพราะว่างูฟังเสียงและเชื่อฟังซาตาน งูจึงกลายเป็นสัตว์ที่มีเล่ห์เหลี่ยมจนล่อลวงเอวาให้ล้มลงในความตาย

เพราะเอวาเปลี่ยนแปลงพระคำของพระเจ้า

งูรู้ว่าพระเจ้าตรัสสั่งอาดัมว่า "บรรดาผลไม้ทุกอย่างในสวนนี้เจ้ากินได้ทั้งหมด เว้นแต่ต้นไม้แห่งความสำนึกในความดีและความชั่ว ผลของต้นไม้นั้นอย่ากิน เพราะในวันใดที่เจ้าขืนกิน เจ้าจะต้องตาย" (ปฐมกาล 2:16-17) ดังนั้น งูจึงถามเอวาอย่างมีเล่ห์เหลี่ยมว่า "จริงหรือที่พระเจ้าตรัสห้ามว่า 'อย่ากินผลจากต้นไม้ใดๆ ในสวนนี้'" (ปฐมกาล 3:1)
เอวาตอบงูว่าอย่างไร

> *หญิงนั้นจึงตอบงูว่า "ผลของต้นไม้ต่าง ๆ ในสวนนี้เรากินได้ เว้นแต่ผลของต้นไม้ที่อยู่กลางสวนนั้น พระเจ้าตรัสห้ามว่า 'อย่ากินหรือถูกต้องเลย มิฉะนั้นจะตาย'" (ปฐมกาล 3:2-3)*

พระเจ้าทรงกำชับอาดัมอย่างชัดเจนว่า "เว้นแต่ต้นไม้แห่งความสำนึกในความดีและความชั่ว ผลของต้นไม้นั้นอย่ากิน เพราะในวันใดที่เจ้าขืนกิน เจ้าจะต้องตาย" (ปฐมกาล 2:17) พระองค์ทรงเน้นย้ำว่าคนทั้งสองจะไม่มีวันมีชีวิตอยู่ได้ถ้าเขาขืนกินผลจากต้นไม้นั้น อย่างไรก็ตาม คำตอบของเอวากลับไม่ชัดเจนเท่ากับที่พระเจ้าทรงเตือนไว้ เธอตอบอย่างคลุมเครือเพียงว่า "จะตาย" เอวาละเลยคำว่า "ต้องตาย" กล่าวอีกแง่หนึ่งก็คือ เอวาหมายความว่า "ถ้าคุณกินผลจากต้นไม้ต้องห้ามคุณอาจจะตายหรือไม่ตายก็ได้"

เอวาไม่ได้จดจำคำบัญชาของพระเจ้าและสงสัยพระคำของพระองค์บ้างเล็กน้อย หลังจากที่งูได้ฟังคำตอบที่คลุมเครือและเต็มไปด้วยความสงสัย งูจึงรีบทดลองเธอทันที งูบิดเบือนคำสั่งของพระเจ้าด้วยการพูดกับหญิงนั้นว่า "เจ้าจะไม่ตายจริงดอก" งูเริ่มบิดเบือนคำสั่งของพระเจ้าและส่งเสริมหญิงนั้นโดยพูดว่า *"เพราะพระเจ้าทรงทราบอยู่ว่าเจ้ากินผลไม้นั้นวันใด ตาของเจ้าจะสว่างขึ้นในวันนั้น แล้วเจ้าจะเป็นเหมือนพระเจ้า คือสำนึกในความดีและความชั่ว"* (ปฐมกาล 3:5) งูทดลอง

เธออีกด้วยการปลุกเร้าความอยากรู้อยากเห็นของเธอเพิ่มมากขึ้น

เอวาไม่เชื่อฟังโดยยึดถือเสรีภาพในการตัดสินใจของตนเอง

หลังจากซาตานได้ใส่ความปรารถนาบาปเข้าไปในเอวาผ่านทางความคิดจอมปลอมของเธอ ต้นไม้นั้นก็ดูมีลักษณะแตกต่างไปจากต้นไม้ที่เธอเคยรู้จักก่อนหน้านั้น ปฐมกาล 3:6 กล่าวว่า *"เมื่อหญิงนั้นเห็นว่าต้นไม้นั้นน่ากินและน่าดูด้วย ทั้งเป็นต้นไม้ที่มุ่งหมายจะให้เกิดปัญญา จึงเก็บผลไม้นั้นมากินแล้วส่งให้สามีกินด้วยเขาก็กิน"*
เอวาน่าจะขับไล่การทดลองของงูนั้นออกไปอย่างไม่แยแสโดยสิ้นเชิง แต่ความปรารถนาของคนบาป ตัณหาของตา และความหยิ่งจองหองของชีวิตได้กัดกินเธอ และผลักดันเธอเข้าไปสู่ความบาปของการไม่เชื่อฟัง

บางคนกล่าวว่า "การที่อาดัมและเอวากินผลไม้จากต้นไม้แห่งการสำนึกในความดีและความชั่วนั้นเป็นเพราะทั้งสองคนมี 'ธรรมชาติบาป' ในตัวเองมิใช่หรือ" อาดัมและเอวาไม่มีธรรมชาติบาปแต่ทั้งสองคนมีเพียงความดีงามอยู่ในตัวก่อนที่เขาไม่เชื่อฟัง บุคคลทั้งสองมีเพียงเสรีภาพในการตัดสินใจของตนซึ่งทำให้เขาสามารถกินหรือไม่กินจากต้นไม้ต้องห้ามที่พระเจ้าทรงบัญชาไว้นั้นก็ได้

เมื่อเวลาผ่านไป อาดัมและเอวาเพิกเฉยต่อคำบัญชาของพระเจ้า จากนั้นซาตานจึงทดลองเขาผ่านงูและบุคคลทั้งสองยอมจำนนให้กับการทดลอง โดยการไม่เชื่อฟังดังกล่าวความบาปจึงเข้ามาในโลกผ่านทางบุคคลทั้งสอง อาดัมและเอวาได้ละเมิดคำสั่งที่พระเจ้าทรงตั้งไว้

เรื่องนี้คล้ายคลึงกับกรณีของเด็กที่เติบโตขึ้นในความชั่วร้าย แม้เด็กที่มีความประพฤติและคำพูดที่ชั่วร้ายก็ไม่ได้ชั่วร้ายโดยกำเนิดเสมอไป ขั้นแรกเด็กเลียนแบบคำหยาบคายหรือคำสบถของเด็กคนอื่น ๆ โดยที่เขาไม่รู้ความหมายของคำเหล่านั้น หรือเขาอาจทำตามเด็กคนหนึ่งที่ตบตีเด็กอีกคนหนึ่งและสนุกกับการตบตีเด็กคนอื่น ๆ จนเด็กเหล่านั้นร้องไห้ จากการที่เด็กคนนี้ตบตีเด็กคนอื่น ๆ ซ้ำแล้วซ้ำอีกความชั่วร้ายเริ่มก่อตัวและเติบโตขึ้นภายในเขา

ในทำนองเดียวกัน อาดัมไม่ได้มีธรรมชาติบาปมาตั้งแต่เริ่มต้น เมื่อเขาไม่เชื่อฟังคำบัญชาของพระเจ้าและกินผลไม้จากต้นไม้นั้นด้วยเสรีภาพในการตัดสินใจของตนเอง ความบาปและความชั่วร้ายจึงก่อตัวขึ้นภายในเขา

3. ค่าจ้างของความบาปคือความตาย

เหมือนที่พระเจ้าตรัสกับอาดัมว่า "เว้นแต่ต้นไม้แห่งความสำนึกในความดีและความชั่ว ผลของต้นไม้นั้นอย่ากิน เพราะในวันใดที่เจ้าขืนกิน เจ้าจะต้องตาย" อาดัมและเอวาตายหลังจากที่ทั้งสองคนกินผลจากต้นไม้นั้น ยากอบ 1:15 กล่าวไว้ว่า *"ครั้นตัณหาเกิดขึ้นแล้วก็ทำให้เกิดบาปและเมื่อบาปเจริญเต็มที่แล้วก็นำไปสู่ความตาย"*

โรม 6:23 สอนถึงกฎเกณฑ์ฝ่ายวิญญาณเกี่ยวกับผลของความบาปว่า *"ค่าจ้างของความบาปคือความตาย"* ขอให้เราศึกษาดูว่าความตายมาถึงอาดัมและเอวาเนื่องจากความไม่เชื่อฟังของเขาอย่างไร

ความตายฝ่ายวิญญาณ

พระเจ้าตรัสกับอาดัมอย่างชัดเจนว่า "เว้นแต่ต้นไม้แห่งความสำนึกในความดีและความชั่ว ผลของต้นไม้นั้นอย่ากิน เพราะในวันใดที่เจ้าขืนกิน เจ้าจะต้องตาย" ถึงกระนั้น ทั้งสองก็ไม่ได้ตายทันทีหลังจากที่เขาไม่เชื่อฟังคำบัญชาของพระเจ้า อาดัมและเอวามีชีวิตอยู่ยาวนานและให้กำเนิดบุตรอีกมากมาย แล้วคำว่า "ตาย" ที่พระเจ้าทรงเตือนไว้หมายถึงอะไร

พระเจ้าไม่ได้หมายถึงการตายฝ่ายร่างกายของอาดัมและเอวาแต่หมายถึงการตายฝ่ายวิญญาณจิตของบุคคลทั้งสอง มนุษย์ถูกสร้างให้มีวิญญาณที่สามารถสื่อสารกับพระเจ้าได้ พระองค์ทรงสร้างจิตใจเพื่อให้เป็นผู้รับใช้ฝ่ายวิญญาณของมนุษย์และทรงสร้างร่างกายซึ่งเป็นที่อยู่ของจิตใจและวิญญาณมนุษย์ 1 เธสะโลนิกา 5:23 กล่าวว่ามนุษย์ประกอบด้วยร่างกาย จิตใจ และวิญญาณ เมื่ออาดัมและเอวาไม่เชื่อฟังคำสั่งของพระเจ้า วิญญาณจิตของเขา (ซึ่งเป็นเหมือนเจ้านายของมนุษย์) จึงตาย

พระเจ้าทรงปราศจากตำหนิและไม่มีมลทินด่างพร้อย และทรงเป็นองค์บริสุทธิ์ที่ประทับอยู่ในความสว่างไม่อาจเข้าถึงได้ ดังนั้น คนบาปจึงไม่สามารถอยู่กับพระองค์ได้ อาดัมสามารถสื่อสารกับพระเจ้าได้เมื่อเขายังเป็นวิญญาณที่มีชีวิต แต่เขาไม่สามารถสื่อสารกับพระเจ้าได้อีกต่อไปหลังจากที่วิญญาณของเขาตายเนื่องจากความบาป

จุดเริ่มต้นของชีวิตที่ลำเค็ญ

สวนเอเดนเป็นสถานที่แห่งความอุดมสมบูรณ์งดงามและไร้ซึ่งความวิตกกังวล อาดัมและเอวาสามารถอาศัยอยู่ในสวนนั้นตลอดไปด้วยการกินจากต้นไม้แห่งชีวิต แต่ทั้งสองถูกขับไล่ออกจากสวนเอเดนหลังจากที่เขาทำบาป นับจากเวลานั้นเป็นต้นมา ปัญหาและความยากลำบากของเขาก็เริ่มต้นขึ้น

ผู้หญิงมีความเจ็บปวดมากยิ่งขึ้นในการตั้งครรภ์ ผู้หญิงปรารถนาที่จะมีสามี และสามีของเธอก็ปกครองเหนือเธอ มนุษย์จะมีกินได้ก็ต่อเมื่อเขาทำงานหนักในการเพาะปลูกบนผืนดินที่ถูกสาปและหยาบกระด้างตลอดชีวิตของตนเท่านั้น (ปฐมกาล 3:16-17)

พระเจ้าทรงบอกกับอาดัมในปฐมกาล 3:18-19 ว่า *"แผ่นดินจะให้ต้นไม้และพืชที่มีหนามแก่เจ้าและเจ้าจะกินพืชต่าง ๆ ของทุ่งนา เจ้าจะต้องหากินด้วยเหงื่ออาบหน้าจนเจ้ากลับเป็นดินไป เพราะเราสร้างเจ้ามาจากดิน เจ้าเป็นผงคลีดินและจะต้องกลับเป็นผงคลีดินดังเดิม"* พระเจ้าทรงบอกเป็นนัยจากพระคัมภีร์ข้อเหล่านี้ว่ามนุษย์จะต้องกลับไปเป็นผงคลีดินอีกครั้งหนึ่ง

เพราะอาดัมซึ่งเป็นบรรพบุรุษของมนุษยชาติทำบาปด้วยการไม่เชื่อฟังและวิญญาณจิตของท่านตาย ลูกหลานทั้งสิ้นของอาดัมจึงถือกำเนิดในความบาปและดำเนินอยู่ในวิถีของความตาย

โรม 5:12 บันทึกถึงมรดกของอาดัมที่หลงเหลืออยู่ว่า *"เหตุฉะนั้น เช่นเดียวกับที่บาปได้เข้ามาในโลกเพราะคน ๆ เดียวและความตายก็เกิดมาเพราะบาปนั้น และความตายก็ได้แผ่ไปถึงมวลมนุษย์ทุกคน เพราะมนุษย์ทุกคนทำบาป"*

มนุษย์ทุกคนเกิดมาพร้อมกับความบาปดั้งเดิม

พระเจ้าทรงช่วยให้มนุษย์สามารถมีลูกดกและทวีจำนวนขึ้นโดยผ่านเชื้อพันธุ์แห่งชีวิตที่พระเจ้าทรงประทานให้กับมนุษย์เมื่อพระองค์ทรงสร้างเขา มนุษย์ปฏิสนธิจากการรวมตัวกันของตัวอสุจิและไข่ซึ่งพระเจ้าทรงประทานให้กับผู้ชายและผู้หญิงแต่ละคนเพื่อให้เป็นเชื้อพันธุ์แห่งชีวิต เนื่องจากตัวอสุจิหรือไข่มีลักษณะของพ่อและแม่ เด็กทารกที่ปฏิสนธิด้วยการรวมตัวกันของตัวอสุจิและไข่จึงมีลักษณะ ท่าทาง รสนิยม นิสัย ความชอบ การเดิน การแสดงออก และลักษณะ

อื่น ๆ คล้ายคลึงกับพ่อแม่ของตน

ด้วยแนวทางนั้นธรรมชาติบาปของอาดัมจึงถูกถ่ายทอดไปยังลูกหลานทุกคนของตนหลังจากอาดัมซึ่งเป็นบรรพบุรุษของมนุษย์ทั้งมวลทำบาป สิ่งนี้เรียกว่า "ความบาปดั้งเดิม" ลูกหลานทุกคนของอาดัมจึงเกิดมาพร้อมกับความบาปดั้งเดิม ดังนั้น มนุษย์ทุกคนจึงเป็นคนบาปโดยไม่อาจหลีกเลี่ยงได้

ผู้ที่ไม่เชื่อบางคนบ่นว่า "ผมจะเป็นคนบาปได้อย่างไรกันในเมื่อผมไม่ได้ทำบาป" หรือบางคนถามว่า "ความบาปของอาดัมจะถูกถ่ายทอดลงมาถึงผมได้อย่างไร"

ให้เรามาดูตัวอย่างของเด็กคนหนึ่ง คุณแม่คนหนึ่งมีลูกอายุไม่ถึงขวบอยู่คนหนึ่ง เธอให้นมกับเด็กอีกคนหนึ่งต่อหน้าต่อตาลูกของเธอ มีความเป็นไปได้สูงมากที่เด็กคนนี้จะไม่พอใจและพยายามที่จะไล่เด็กอีกหนึ่งออกไป ถ้าคุณแม่ไม่หยุดให้นมเด็กอีกคนหนึ่งหรือเด็กอีกคนหนึ่งไม่หยุดดูดนมจากคุณแม่ของเขา ลูกของเธออาจผลักไสหรือตบตีคุณแม่หรือเด็กอีกคนหนึ่ง หรือถ้าคุณแม่ยังคงให้นมกับเด็กอีกคนหนึ่งต่อไปลูกของเธออาจส่งเสียงร้องไห้

แม้ไม่มีใครเคยสอนเด็กน้อยคนนั้นในเรื่องความอิจฉา ความริษยา ความเกลียดชัง ความโลภ หรือการตบตี เด็กคนนั้นก็ยังมีสิ่งชั่วร้ายเหล่านี้อยู่ในความคิดของเขามาตั้งแต่เกิด ข้อเท็จจริงนี้อธิบายให้ทราบว่ามนุษย์เกิดมาพร้อมกับความบาปดั้งเดิมซึ่งถ่ายทอดมาจากพ่อแม่ของตน

แล้วความบาปที่แต่ละบุคคลทำตลอดชีวิตของตนจะมีมากกว่านี้สักเท่าใด ท่านต้องเข้าใจว่าไม่ใช่แค่การกระทำที่เป็นบาปเท่านั้นแต่ความชั่วร้ายทุกอย่างที่อยู่ในความคิดของบุคคลถือเป็นความบาปต่อพระพักตร์พระเจ้าผู้ทรงเป็นความสว่างด้วยเช่นกัน พระเจ้าทรงเฝ้ามองดูความชั่วร้ายทุกชนิด อย่างเช่น ความเกลียดชัง ความโลภ การกล่าวร้าย และอื่น ๆ อีกมากมาย

ด้วยเหตุนี้ พระคัมภีร์จึงบอกเราว่าในสายพระเนตรของพระเจ้าไม่มีผู้ใดเป็นผู้ชอบธรรมด้วยการรักษาธรรมบัญญัติและมนุษย์ทุกคนล้วนเสื่อมจากพระสิริของพระเจ้าเนื่องจากความบาปที่เขาได้กระทำ (โรม 3:20, 23)

ไม่ใช่มนุษย์เท่านั้นที่ถูกสาปแต่สิ่งสารพัดก็ถูกสาปด้วย

เมื่ออาดัมซึ่งเป็นผู้ครอบครองเหนือสิ่งสารพัดทำบาปและถูกแช่งสาปผืนดิน

และสัตว์ทุกชนิดซึ่งได้แก่สัตว์ป่าและนกในอากาศทั้งหมดต่างก็ถูกแช่งสาปพร้อมกับเขา นับจากนั้นเป็นต้นมา แมลงที่มีพิษและเป็นอันตรายชนิดต่าง ๆ อย่างเช่น แมลงวันหรือยุงที่สามารถเป็นพาหะของโรคร้ายนานาชนิดได้ถือกำเนิดขึ้น

แผ่นดินเริ่มผลิตพืชที่มีหนามและมนุษย์จะเก็บเกี่ยวพืชผลสำหรับเป็นอาหารได้ก็โดยการทำงานอย่างหนักและเหงื่อไหลอาบหน้าของตนเท่านั้น มนุษย์ต้องหลั่งน้ำตาและพบกับความโศกเศร้า ความเจ็บปวด โรคภัยไข้เจ็บ ความตาย และวิบากกรรมอย่างอื่นในทำนองนี้เนื่องจากมนุษย์ถูกแช่งสาปบนโลกนี้

ด้วยเหตุนี้ โรม 8:20-22 จึงกล่าวว่า *"เพราะว่าสรรพสิ่งเหล่านั้นต้องเข้าอยู่ในอำนาจของอนิจจัง ไม่ใช่ตามใจชอบของตนเอง แต่เป็นไปตามที่พระเจ้าได้ทรงให้เข้าอยู่นั้น ด้วยมีความหวังใจว่าสรรพสิ่งเหล่านั้นจะได้รอดจากอำนาจแห่งความเสื่อมสลายและจะเข้าในเสรีภาพและศักดิ์ศรีแห่งบุตรทั้งหลายของพระเจ้า เรารู้อยู่ว่าบรรดาสรรพสิ่งที่ทรงสร้างนั้นกำลังคร่ำครวญและผจญความทุกข์ยากด้วยกันมาจนทุกวันนี้"*

แล้วงูถูกแช่งสาปอย่างไร ในปฐมกาล 3:14 พระเจ้าทรงตรัสถึงงูเจ้าเล่ห์ที่ทดลองมนุษย์ให้ทำบาปว่า *"เพราะเหตุที่เจ้าทำเช่นนี้ เจ้าจะต้องถูกสาปแช่งมากกว่าสัตว์ใช้งานและสัตว์ป่าทั้งปวง จะต้องเลื้อยไปด้วยท้อง จะต้องกินผงคลีดินจนตลอดชีวิต"* อย่างไรก็ตาม งูไม่ได้กินผงคลีดินแต่กินสัตว์ที่มีชีวิตเป็นอาหาร อย่างเช่น นก กบ หนู หรือแมลงวัน แต่พระเจ้าตรัสอย่างชัดเจนว่า "จะต้องกินผงคลีดินตลอดชีวิต" ท่านจะตีความพระคัมภีร์ข้อนี้อย่างไร

คำว่า "ผงคลีดิน" ในที่นี้เป็นสัญลักษณ์ของ "มนุษย์ที่ถูกสร้างขึ้นมาจากผงคลีดิน" (ปฐมกาล 2:7) และ "งู" หมายถึงผีมารซาตานซึ่งเป็นศัตรูของพระเจ้า (วิวรณ์ 20:2) ฉะนั้นประโยคที่ว่า "จะต้องกินผงคลีดินจนตลอดชีวิต" จึงเป็นสัญลักษณ์ว่าผีมารซาตานจะกัดกินและล้างผลาญผู้คนที่ไม่ได้ดำเนินชีวิตตามพระคำของพระเจ้า แต่เป็นผู้ที่เดินอยู่ในความมืด

แม้แต่ลูกของพระเจ้าก็พบกับปัญหาและความยากลำบากที่ผีมารซาตานทำให้เกิดขึ้นเมื่อเขาทำความชั่วและความผิดบาปต่อน้ำพระทัยของพระเจ้า ในปัจจุบันผีมารซาตานกำลังวนเวียนไปโดยรอบดุจสิงห์คำรามเพื่อเสาะหาคนที่มันจะกัดกินได้ (1 เปโตร 5:8) ถ้าผีมารซาตานพบคนเช่นนี้มันก็จะทำให้เขาตกเป็นทาสภายใต้คำแช่งสาปของบาปและฉุดกระชากคนเหล่านี้เข้าสู่หนทางแห่งการถูกทำลาย ถ้าเป็นได้ ผีมารซาตานจะพยายามทดลองลูกของพระเจ้า

ผีมารซาตานจะทดลองผู้ที่พูดว่า "ผมเชื่อในพระเจ้า" แต่ไม่แน่ใจในพระคำของพระองค์และจะนำคนเหล่านี้ไปสู่หนทางแห่งความตาย ปกติผีมารซาตานจะพยายามทดลองท่านผ่านทางผู้คนที่ใกล้ชิดกับท่านที่สุด อย่างเช่น คู่สมรส เพื่อน และญาติพี่น้องของท่าน เช่นเดียวกับที่ผีมารซาตานทดลองเอวาโดยใช้งูซึ่งเป็นสัตว์เลี้ยงที่เธอรักที่สุดชนิดหนึ่ง

ยกตัวอย่าง คู่สมรสหรือเพื่อนของท่านอาจถามว่า "การเข้าร่วมนมัสการในตอนเช้าวันอาทิตย์เท่านั้นก็เพียงพอกับคุณแล้วมิใช่หรือ คุณต้องเข้าร่วมนมัสการในตอนเย็นวันอาทิตย์เป็นประจำด้วยหรือไง" หรือ "คุณต้องประชุมกันทุกวันด้วยหรือไง" "พระเจ้าเห็นและรู้แม้แต่ในส่วนลึกแห่งจิตใจของคุณเพราะพระองค์ทรงรอบรู้ทุกสิ่งและทรงมีฤทธานุภาพสูงสุด คุณจำเป็นต้องร้องไห้คร่ำครวญในการอธิษฐานด้วยหรือไง"

พระเจ้าทรงบัญชาให้ท่านจดจำวันสะบาโตและรักษาวันนี้ให้บริสุทธิ์ (อพยพ 20:8) ให้ประชุมร่วมกันในพระนามขององค์พระผู้เป็นเจ้า (ฮีบรู 10:25) และให้ร้องไห้คร่ำครวญในการอธิษฐาน (เยเรมีห์ 33:3) ซาตานไม่อาจทดลองหรือชักนำผู้คนที่ยึดมั่นอยู่ในพระคำของพระเจ้าอย่างครบถ้วนให้ทำบาปได้ (มัทธิว 7:24-25)

เหมือนที่เอเฟซัส 6:11 กล่าวไว้ว่า "จงสวมยุทธภัณฑ์ทั้งชุดของพระเจ้าเพื่อจะต่อต้านยุทธอุบายของพญามารได้" ท่านต้องเตรียมตัวให้พร้อมด้วยพระคำแห่งความจริงของพระเจ้าและขับไล่ผีมารซาตานออกไปอย่างกล้าหาญด้วยความเชื่อ

4. ทำไมพระเจ้าจึงปลูกต้นไม้แห่งการสำนึกในความดีและความชั่วไว้ในสวนเอเดน

พระเจ้าทรงปลูกต้นไม้แห่งการสำนึกในความดีและความชั่วไว้ในสวนเอเดนไม่ใช่เพื่อผลักไสมนุษย์ให้ถูกทำลายแต่เพื่อให้มนุษย์มีความสุข การที่ผู้คนไม่หยั่งรู้ถึงแผนการอันลึกซึ้งของพระเจ้าทำให้หลายคนเข้าใจความรักและความยุติธรรมของพระเจ้าผิด และบางคนถึงกลับไม่เชื่อในพระองค์ คนเหล่านี้ดำเนินชีวิตอย่างจืดชืดหรือไร้ชีวิตชีวาโดยไม่เห็นเป้าหมายที่แท้จริงในชีวิตของตน

ถ้าเช่นนั้นเพราะเหตุใดพระเจ้าจึงปลูกต้นไม้แห่งการสำนึกในความดีและความชั่วไว้ในสวนเอเดน และสิ่งนี้นำพระพรอันยิ่งใหญ่มาสู่ท่านได้อย่างไร

อาดัมและเอวาไม่รู้จักความสุขที่แท้จริง

สวนเอเดนเป็นสถานที่แห่งความอุดมสมบูรณ์และความงดงามเหนือจินตนาการของท่าน พระเจ้าทรงทำให้ต้นไม้ทุกชนิดเกิดขึ้นจากผืนดิน ต้นไม้เหล่านี้มองแล้วสบายตาและมีประโยชน์สำหรับเป็นอาหาร ที่กลางสวนเอเดนมีต้นไม้แห่งชีวิตและต้นไม้แห่งการสำนึกในความดีและความชั่วไว้ในสวนเอเดนตั้งอยู่ (ปฐมกาล 2:9)

แล้วทำไมพระเจ้าจึงปลูกต้นไม้แห่งการสำนึกในความดีและความชั่วไว้ในสวนเอเดนพร้อมกับต้นไม้แห่งชีวิตจนทำให้ต้นไม้นั้นดูดี พระเจ้าไม่เคยมีเจตนาที่จะผลักไสบุคคลทั้งสองลงไปสู่หนทางแห่งการถูกทำลายด้วยการทดลองคนเหล่านั้นให้กินผลจากต้นไม้ดังกล่าว มีการจัดเตรียมของพระเจ้าเพื่ออนุญาตให้เราเข้าใจความสัมพันธ์ผ่านทางต้นไม้แห่งการสำนึกในความดีและความชั่วและเป็นบุตรฝ่ายวิญญาณที่แท้จริงของพระองค์ซึ่งเป็นคนที่สามารถสัมผัสถึงพระทัยของพระองค์ได้

ในขณะที่ผู้คนประสบกับความทุกข์ยาก ความโศกเศร้าเสียใจ ความยากจน หรือโรคภัยไข้เจ็บคนเหล่านี้อาจคิดว่าอาดัมและเอวาคงต้องมีความสุขมากในสวนเอเดนเพราะบุคคลทั้งสองไม่มีประสบการณ์กับความทุกข์ ความโศกเศร้าเสียใจ ความยากจน หรือโรคภัยไข้เจ็บในโลกนี้ แต่ขณะเดียวกันผู้คนที่อยู่ในสวนเอเดนก็ไม่รู้จักทั้งความสุขที่แท้จริงและความรักแท้เนื่องจากเขายังไม่มีประสบการณ์กับความสัมพันธ์

ยกตัวอย่าง มีเด็กอยู่สองคน เด็กคนหนึ่งเกิดและเติบโตในความยากจน แต่เด็กอีกคนหนึ่งเกิดและเติบโตในความอุดมสมบูรณ์และชื่นชมกับความอุดมสมบูรณ์นั้น ถ้าท่านมอบของเล่นที่มีราคาแพงมากเป็นของขวัญให้กับเด็กทั้งสอง แต่ละคนจะตอบสนองในลักษณะใด ในด้านหนึ่ง เด็กที่เติบโตขึ้นในความมั่งคั่งร่ำรวยจะไม่รู้สึกขอบคุณมากนักเนื่องจากเขาแทบจะมองไม่เห็นคุณค่าในของเล่นชิ้นนั้น ในขณะที่เด็กที่เติบโตขึ้นในความยากจนจะรู้สึกขอบคุณอย่างมากและเขาจะถือว่าของขวัญชิ้นนั้นเป็นสิ่งที่มีคุณค่ามาก

ความสุขที่แท้จริงเกิดขึ้นผ่านทางความสัมพันธ์

ในทำนองเดียวกัน ผู้คนที่มีประสบการณ์กับความสัมพันธ์ของสิ่งต่าง ๆ ในเรื่องเสรีภาพหรือความอุดมสมบูรณ์จะรู้จักและชื่นชมกับความสุขหรือเสรีภาพที่แท้จริง ในโลกนี้มีอยู่หลายสิ่งที่สัมพันธ์กันซึ่งแตกต่างจากสวนเอเดน ถ้าท่านอยากรู้และชื่นชมกับคุณค่าที่แท้จริงของบางสิ่งบางอย่างท่านต้องมีประสบการณ์กับสิ่งที่สัมพันธ์กัน ท่านจะไม่สามารถตระหนักถึงคุณค่าที่แท้จริงของสิ่งหนึ่งสิ่งใดอย่างเต็มที่จนกว่าท่านจะมีประสบการณ์กับด้านที่อยู่ตรงกันข้ามกับของสิ่งนั้น

ยกตัวอย่าง ถ้าท่านอยากจักรู้ความสุขที่แท้จริงท่านต้องผ่านประสบการณ์ความทุกข์ ถ้าท่านอยากรู้จักคุณค่าของความรักที่แท้จริงท่านต้องผ่านประสบการณ์ของความเกลียดชัง ท่านจะไม่สามารถตระหนักถึงคุณค่าของสุขภาพอย่างเต็มที่จนกว่าท่านจะพบกับความเจ็บปวดเนื่องจากโรคภัยไข้เจ็บหรือการมีสุขภาพไม่ดี ท่านจะไม่ตระหนักถึงคุณค่าของชีวิตนิรันดร์และจะไม่รู้สึกขอบคุณพระเจ้าพระบิดาผู้ทรงจัดเตรียมสวรรค์ไว้เป็นอย่างดีจนกว่าท่านจะเข้าใจถึงความแน่นอนของความตายและนรก

อาดัมซึ่งเป็นมนุษย์คนแรกชื่นชมกับสิ่งใดก็ตามที่เขาอยากกินและมีสิทธิอำนาจที่จะจัดการสิ่งสารพัดในสวนเอเดน อาดัมได้รับสิ่งเหล่านั้นมาโดยไม่ต้องทำงานหนักหรือไม่ต้องเสียเหงื่อแม้แต่หยดเดียว ด้วยเหตุนี้ จึงทำให้อาดัมไม่รู้สึกขอบพระคุณพระเจ้าผู้ทรงมอบสิ่งสารพัดให้เขาทั้งสองและไม่รู้ถึงพระคุณและความรักของพระเจ้าในจิตใจของเขา

ต่อมาอาดัมไม่เชื่อฟังคำสั่งของพระเจ้าโดยการกินผลจากต้นไม้นั้น ก่อนหน้านั้นอาดัมเป็นวิญญาณที่มีชีวิต แต่หลังจากอาดัมทำบาปวิญญาณจิตของเขาตายและกลายเป็นมนุษย์เนื้อหนัง อาดัมกับภรรยาถูกขับไล่ออกจากสวนเอเดนและมาอาศัยอยู่ในโลกนี้ อาดัมเริ่มต้นทนทุกข์กับสิ่งที่เขาไม่เคยประสบมาก่อนในสวนเอเดน นั่นคือ ความทุกข์ยาก ความโศกเศร้าเสียใจ โรคภัยไข้เจ็บ ความโชคร้าย ความตาย และอื่น ๆ อีกมากมาย ในที่สุด อาดัมก็ได้มีประสบการณ์กับสิ่งที่อยู่ตรงกันข้ามกับความสุขแห่งสวนเอเดน

ในกระบวนการดังกล่าว อาดัมและเอวาสามารถเข้าใจและสัมผัสว่าความสุขหรือความทุกข์นั้นมีลักษณะอย่างไรและเสรีภาพและความอุดมสมบูรณ์ที่พระเจ้า

ประทานให้ในส่วนเอเดนนั้นมีคุณค่าเพียงใด

ชีวิตของท่านจะไร้ความหมายถ้าท่านมีชีวิตอยู่ตลอดไปโดยไม่รู้ว่าความสุขและความทุกข์มีลักษณะอย่างไร ถึงแม้เวลานี้ท่านจะมีความทุกข์ยากลำบาก ชีวิตของท่านจะมีคุณค่าและความหมายมากยิ่งขึ้นถ้าท่านสามารถสัมผัสถึงความสุขที่แท้จริงในภายหลัง

ยกตัวอย่าง ถึงแม้พ่อแม่จะคาดหวังว่าลูกของตนจะต้องทำงานอย่างหนักหนาสาหัสในการศึกษาเล่าเรียนแต่พ่อแม่ก็ยังยอมให้ลูกของตนไปโรงเรียน ถ้าพ่อแม่รักลูกของตนเขาก็พร้อมที่จะช่วยลูกของตนให้เรียนหนักหรือมีประสบการณ์กับสิ่งดี ๆ หลายอย่าง พระเจ้าก็ทรงมีพระทัยเช่นเดียวกัน พระเจ้าพระบิดาผู้ทรงส่งมนุษย์มาในโลกนี้และฝึดร่อนมนุษย์ในฐานะลูกที่แท้จริงของพระองค์โดยผ่านประสบการณ์ต่าง ๆ ทุกชนิด

ด้วยเหตุผลเดียวกัน พระเจ้าทรงปลูกต้นไม้แห่งการสำนึกในความดีและความชั่วไว้ในสวนเอเดนและไม่ได้ป้องกันอาดัมและเอวาจากการกินผลของต้นไม้นั้นด้วยเสรีภาพแห่งการตัดสินใจของเขาเอง พระเจ้าทรงวางแผนทุกสิ่งไว้เพื่อให้มนุษย์มีประสบการณ์ทั้งกับความชื่นชมยินดี ความโกรธ ความโศกเศร้าเสียใจ และความสุขทุกชนิดในโลกนี้และเป็นลูกที่แท้จริงของพระองค์ผ่านทางการทรงฝึดร่อน

โดยผ่านประสบการณ์ต่าง ๆ ที่แสนเจ็บปวด ในที่สุดอาดัมและเอวาเริ่มเข้าใจถึงคุณค่าและความหมายที่แท้จริงของสิ่งเหล่านั้นแต่ละอย่างด้วยส่วนลึกแห่งจิตใจของเขา

เพราะผู้คนจะได้รู้และสัมผัสถึงความสุขที่แท้จริงผ่านทางการฝึดร่อนมนุษย์ บุตรของพระเจ้าเหล่านี้จะไม่ทรยศต่อพระองค์อีกเหมือนที่อาดัมเคยทำในสวนเอเดน ไม่ว่าวันเวลาจะผ่านไปนานสักเท่าใดก็ตาม ตรงกันข้าม คนเหล่านี้จะรักพระองค์มากขึ้น เต็มล้นด้วยความชื่นชมยินดีมากขึ้น ตลอดจนขอบคุณและถวายเกียรติยศแด่พระเจ้ามากยิ่งขึ้น

ความสุขที่แท้จริงบนสวรรค์

บุตรของพระเจ้าผู้มีประสบการณ์กับคราบน้ำตา ความโศกเศร้าเสียใจ ความเจ็บปวด โรคภัยไข้เจ็บ ความตาย และวิบากกรรมอื่น ๆ ในโลกนี้จะเข้าไปสู่สวรรค์ชั่ว

นิจนิรันดร์และชื่นชมกับความสุข ความรัก ความยินดี และการขอบพระคุณนิรันดร์อยู่ที่นั่นตลอดไป คนเหล่านี้จะสัมผัสความชื่นชมยินดีแห่งความสุขที่สมบูรณ์แบบในสวรรค์

ในโลกแห่งเนื้อหนังใบนี้ทุกสิ่งเน่าเปื่อยและดับสูญ แต่ในแผ่นดินสวรรค์นิรันดร์จะไม่มีความเน่าเปื่อย ความตาย คราบน้ำตา และความโศกเศร้าเสียใจ โลกนี้ถือว่าทองคำเป็นสิ่งที่มีคุณค่ามากที่สุดแต่ถนนทุกสายในนครเยรูซาเล็มใหม่ในสวรรค์ทำด้วยทองคำแท้บริสุทธิ์ บ้านในสวรรค์ทำด้วยเพชรพลอยอันงดงามและมีคุณค่ามาก แผ่นดินสวรรค์ช่างเป็นสถานที่อันงดงามและมหัศจรรย์มากทีเดียว

ก่อนที่ข้าพเจ้าพบพระเจ้าข้าพเจ้าเคยคิดว่าทองคำหรือเพชรพลอยเป็นสิ่งที่มีคุณค่ามากที่สุด แต่นับจากเวลาที่ข้าพเจ้าเรียนรู้เกี่ยวกับสวรรค์นิรันดร์ ข้าพเจ้าเริ่มเห็นว่าทุกสิ่งในโลกนี้ล้วนไร้ประโยชน์และไม่มีคุณค่า ชีวิตในโลกนี้เป็นเพียงชั่วเวลาประเดี๋ยวเดียวเมื่อเทียบกับอาณาจักรนิรันดร์ ถ้าท่านเชื่อและหวังใจในสวรรค์นิรันดร์อย่างแท้จริงท่านจะไม่มีวันรักโลกนี้ ตรงกันข้าม ท่านจะคิดถึงสิ่งที่ท่านควรทำและสามารถทำเพื่อจะช่วยคนมากยิ่งขึ้นให้รอดเพียงอย่างเดียว หรือทำอย่างไรท่านจึงจะสามารถประกาศกับทุกคนทั่วโลกได้ ท่านจะสะสมรางวัลไว้ในสวรรค์ด้วยถวายสิ่งที่ท่านมีอยู่ให้กับพระเจ้ามากที่สุดด้วยสุดจิตสุดใจโดยไม่พยายามสะสมทรัพย์สมบัติไว้เพื่อตนเองในโลกนี้

อัครทูตเปาโลสามารถทำให้เส้นทางที่ยากลำบากของท่านสิ้นสุดลงด้วยความชื่นชมยินดีและการขอบพระคุณเพราะว่าท่านมองเห็นสวรรค์ชั้นสามที่พระเจ้าทรงสำแดงกับท่านในนิมิต ท่านต้องทนทุกข์กับความยากลำบากอย่างแสนสาหัสในฐานะอัครทูตสำหรับคนต่างชาติ พระเจ้าทรงสำแดงให้ท่านเห็นถึงความงดงามของสวรรค์และทรงหนุนใจท่านให้มุ่งต่อไปจนถึงที่สุดด้วยความหวังสำหรับแผ่นดินสวรรค์ ท่านถูกตีด้วยท่อนไม้ ถูกเฆี่ยนอย่างรุนแรง ถูกหินขว้าง ถูกจำคุกอยู่บ่อยครั้งและเลือดไหลในขณะที่ประกาศพระกิตติคุณขององค์พระผู้เป็นเจ้า ในท่ามกลางสิ่งเหล่านี้เปาโลรู้ว่าสิ่งสารพัดเหล่านี้จะได้รับการตอบแทนรางวัลอย่างยิ่งใหญ่เหนือคำบรรยายในสวรรค์ ในที่สุดความทุกข์ยากลำบากทั้งสิ้นของท่านก็เพื่อพระพรอันยิ่งใหญ่ในสวรรค์

คนของพระเจ้าจะไม่ตั้งความหวังสำหรับโลกนี้ คนเหล่านี้ปรารถนาที่จะเข้าไปสู่แผ่นดินสวรรค์ ในสายพระเนตรพระเจ้าโลกนี้เป็นเพียงชั่วประเดี๋ยวเดียว แต่ชีวิต

ในแผ่นดินสวรรค์เป็นสิ่งที่นิรันดร์ ในสวรรค์ไม่มีคราบน้ำตา หรือความโศกเศร้า หรือความทุกข์ หรือความตาย ดังนั้นคนของพระเจ้าจึงสามารถดำเนินชีวิตด้วยความชื่นชมยินดีเสมอโดยตั้งความหวังไว้ที่รางวัลอันยิ่งใหญ่ที่พระเจ้าจะทรงตอบแทนให้กับตนในสวรรค์ตามสิ่งที่ตนได้หว่านหรือทำไว้

ด้วยเหตุนี้ ข้าพเจ้าจึงอธิษฐานในพระนามของพระเยซูคริสต์องค์พระผู้เป็นเจ้าของเราเพื่อท่านจะเข้าใจถึงความรักและการจัดเตรียมอันยิ่งใหญ่ของพระเจ้าพระผู้สร้างและเตรียมตัวท่านเองให้พร้อมที่จะเข้าสู่แผ่นดินสวรรค์เพื่อท่านจะได้ชื่นชมกับชีวิตนิรันดร์และความสุขที่แท้จริงในสวรรค์ที่แสนงดงามและเต็มไปด้วยสง่าราศี

4
เคล็ดลับที่ถูกซ่อนไว้ก่อนปฐมกาล

สิทธิอำนาจของอาดัมถูกส่งมอบให้กับผีมารซาตาน
กฎเกณฑ์ของการไถ่ถอนที่ดินคืน
เคล็ดลับที่ถูกซ่อนไว้ก่อนปฐมกาล
พระเยซูทรงมีคุณสมบัติตามธรรมบัญญัติ

1 โครินธ์ 2:6-8

เรากล่าวถึงเรื่องปัญญาในหมู่คนที่เป็นผู้ใหญ่แล้ว แต่มิใช่เรื่องปัญญาของยุคนี้ หรือเรื่องปัญญาของอำนาจครอบครองในยุคนี้ซึ่งจะเสื่อมสูญไป แต่เรากล่าวถึงเรื่องพระปัญญาของพระเจ้าซึ่งเป็นข้อลับลึกคือพระปัญญาซึ่งทรงซ่อนไว้นั้นและซึ่งพระเจ้าได้ทรงกำหนดไว้ก่อนปฐมกาลเพื่อให้เราถือศักดิ์ศรีของเรา ไม่มีอำนาจครอบครองใด ๆ ในยุคนี้ได้รู้จักพระปัญญานั้นเพราะว่าถ้ารู้แล้วจะมิได้เอาองค์พระผู้เป็นเจ้าแห่งพระสิริตรึงไว้ที่กางเขน

อาดัมและเอวาถูกงูทดลองในสวนเอเดน ทั้งสองไม่เชื่อฟังคำสั่งของพระเจ้า และกินผลจากต้นไม้แห่งการสำนึกในความดีและความชั่วเพราะมีความปรารถนาที่จะเป็นเหมือนพระเจ้าอยู่ในความคิดของตน ผลก็คืออาดัมและเอวารวมทั้งลูกหลานทั้งสิ้นของเขากลายเป็นคนบาป

จากมุมมองของมนุษย์มีผู้ที่คิดว่าอาดัมและเอวาคงประสบกับความทุกข์ยากลำบากเนื่องจากทั้งสองถูกขับไล่ออกไปจากสวนเอเดนและเดินอยู่ในหนทางแห่งความตาย อย่างไรก็ตาม ถ้ามองในแง่ฝ่ายวิญญาณการที่ทั้งสองถูกขับออกจากสวนเอเดนนั้นถือเป็นพระพรอันยิ่งใหญ่ของพระเจ้าเพราะบุคคลทั้งสองจะได้มีโอกาสชื่นชมกับความรอด ชีวิตนิรันดร์ และพระพรจากสวรรค์ผ่านทางพระเยซูคริสต์

จากการที่พระเจ้าทรงฝึดร่อนมนุษย์ เคล็ดลับที่ซ่อนไว้เพื่อสง่าราศีของท่านก่อนปฐมกาลได้รับการเปิดเผยและหนทางแห่งความรอดก็เปิดกว้างออกเพื่อบรรดาประชาชาติ ขอให้เราเจาะลึกลงไปในเคล็ดลับที่ซ่อนไว้ก่อนปฐมกาลและศึกษาดูว่าหนทางแห่งความรอดเปิดกว้างออกมาอย่างไร

1. สิทธิอำนาจของอาดัมถูกส่งมอบให้กับผีมารซาตาน

ในลูกา 4:5-6 เราพบว่าผีมารซาตานกำลังทดลองพระเยซูที่เพิ่งเสร็จสิ้นการอดอาหารเป็นเวลา 40 วัน

แล้วมารจึงนำพระองค์ขึ้นไป สำแดงบรรดาราชอาณาจักรทั่วพิภพในขณะเดียวให้พระองค์เห็น แล้วมารได้ทูลพระองค์ว่า "อำนาจทั้งสิ้นนี้และศักดิ์ศรีของราชอาณาจักรนั้นเราจะยกให้แก่ท่าน เพราะว่ามอบเป็นสิทธิ์ไว้แก่เราแล้ว และเราปรารถนาจะให้แก่ผู้ใดก็จะให้แก่ผู้นั้น"

ผีมารซาตานกล่าวว่าตนจะมอบสิทธิอำนาจให้กับพระเยซูเพราะมารได้รับมอบสิทธิอำนาจดังกล่าวจากบางคน ทำไมพระเจ้าผู้ทรงครอบครองสิ่งสารพัดจึงอนุญาตให้มีการมอบสิทธิอำนาจแก่ผีมารซาตาน

ปฐมกาล 1:28 กล่าวว่า "พระเจ้าทรงอวยพระพรแก่มนุษย์ ตรัสแก่เขาว่า 'จงมีอำนาจเหนือแผ่นดิน จงครอบครองฝูงปลาในทะเลและฝูงนกในอากาศกับบรรดาสัตว์ที่เคลื่อนไหวบนแผ่นดิน'"

อาดัมได้รับสิทธิอำนาจในการจัดการและการปกครองเหนือสิ่งสารพัดจากพระเจ้า อาดัมเป็นเจ้านายเหนือสิ่งสารพัด แต่หลังจากเวลาอันยาวนานอาดัมและภรรยาของตนถูกล่อลวงให้กินผลจากต้นไม้แห่งการสำนึกในความดีและความชั่วโดยงูเจ้าเล่ห์ อาดัมทำบาปด้วยการไม่เชื่อฟังพระเจ้า

โรม 6:16 กล่าวว่า "ท่านทั้งหลายไม่รู้หรือว่าถ้าท่านยอมตัวรับใช้ฟังคำของผู้ใด ท่านก็เป็นทาสของผู้ที่ท่านเชื่อฟังนั้น คือเป็นทาสของบาปซึ่งนำไปสู่ความตายหรือเป็นทาสของการเชื่อฟังซึ่งนำไปสู่ความชอบธรรมก็ตาม" ท่านเป็นทาสของบาปหรือไม่ก็เป็นทาสของความชอบธรรม ถ้าท่านทำบาปท่านก็เป็นทาสของบาปและจะนำไปสู่ความตาย อย่างไรก็ตาม ถ้าท่านเชื่อฟังถ้อยคำแห่งความชอบธรรมท่านก็เป็นทาสของความชอบธรรมและจะเข้าสู่สวรรค์

อาดัมทำบาปด้วยการไม่เชื่อฟังพระเจ้าและกลายเป็นทาสของความบาป ดังนั้นอาดัมจึงไม่สามารถมีสิทธิและอำนาจที่พระเจ้าเคยประทานให้เขา อาดัมต้องยอมมอบสิทธิและอำนาจดังกล่าวให้ผีมารซาตานเหมือนดังที่ทรัพย์สินทุกอย่างของทาสล้วนตกเป็นของเจ้านายของตนตามธรรมชาติ โดยสรุป อาดัมมอบสิทธิและอำนาจที่เคยได้รับจากพระเจ้าแก่ซาตานเนื่องจากอาดัมทำบาปและเป็นทาสของความบาป

การไม่เชื่อฟังของอาดัมส่งผลให้บาปตกไปถึงมนุษย์ทุกคน ความบาปเป็นเหตุให้อาดัมและลูกหลานทั้งสิ้นของเขารับใช้ผีมารซาตานเยี่ยงทาสและถูกกำหนดไว้ด้วยความตาย

2. กฎเกณฑ์ของการไถ่ถอนที่ดินคืน

มนุษย์ต้องทำอะไรเพื่อจะเป็นอิสระจากผีมารซาตานและรอดพ้นจากความบาปและความตาย บางคนพูดว่า "พระเจ้าทรงยกโทษให้ทุกคนอย่างไม่มีเงื่อนไขเพราะว่าพระเจ้าเป็นความรัก พระองค์ทรงอุดมไปด้วยความรักและพระเมตตา"

อย่างไรก็ตาม 1 โครินธ์ 14:40 กล่าวว่า *"แต่จงปฏิบัติทุกสิ่งตามระเบียบวินัยเถิด"* พระเจ้าทรงกระทำทุกสิ่งอย่างเป็นระเบียบตามกฎเกณฑ์ฝ่ายวิญญาณ พระเจ้าจะไม่ทรงกระทำสิ่งใดที่ขัดแย้งกับกฎเกณฑ์ฝ่ายวิญญาณเพราะว่าพระองค์ทรงเป็นพระเจ้าแห่งความยุติธรรมและความตรงไปตรงมา

ในฝ่ายวิญญาณจิตมีกฎสำหรับการลงโทษคนบาปซึ่งระบุว่า *"ค่าจ้างของความบาปคือความตาย"* นอกจากนั้น ยังมีกฎสำหรับการไถ่คนบาปเช่นกัน กฎเกณฑ์ฝ่ายวิญญาณนี้ต้องนำมาใช้เพื่อจะทำให้ได้สิทธิอำนาจที่อาดัมมอบให้กับซาตานกลับคืนมา

แล้วอะไรคือกฎของการไถ่คนผิดบาป กฎนี้คือกฎเกณฑ์ของการไถ่ถอนที่ดินคืนซึ่งบันทึกไว้ในพระคัมภีร์เดิม ก่อนปฐมกาลพระเจ้าพระบิดาทรงจัดเตรียมหนทางแห่งความรอดของมนุษย์ไว้อย่างลับ ๆ ตามกฎข้อนี้

กฎเกณฑ์ของการไถ่ถอนที่ดินคืนคืออะไร

นี่คือคำบัญชาของพระเจ้าต่อชนชาติอิสราเอลในเลวีนิติ 25:23-25

เจ้าทั้งหลายจะขายที่ดินของเจ้าให้ขาดไม่ได้เพราะว่าที่ดินนั้นเป็นของเรา เพราะเจ้าเป็นคนแขกเมืองและเป็นคนอาศัยอยู่กับเรา ทั่วไปในแผ่นดินที่เจ้ายึดถืออยู่เจ้าจงให้มีการไถ่ถอนที่ดินคืน ถ้าพี่น้องของเจ้ายากจนลงและขายที่ดีส่วนหนึ่งของเขา ให้ญาติสนิทถัดเขาไปมาไถ่ถอนนาที่พี่น้องของเขาขายให้นั้น

ที่ดินทุกผืนล้วนเป็นของพระเจ้าและต้องไม่มีการขายขาด ถ้าบางคนขายที่ดินของตนเนื่องจากความยากจน แต่พระเจ้าทรงอนุญาตให้เขาหรือญาติที่ใกล้ชิดที่สุดของเขาสามารถซื้อที่ดินผืนนั้นคืนได้ นี่คือกฎเกณฑ์ของการไถ่ถอนที่ดินคืน

เมื่อมีการซื้อขายที่ดินคนอิสราเอลจะทำสัญญาซื้อขายตามกฎเกณฑ์ของการไถ่ถอนที่ดินคืนเพื่อไม่ให้มีการขายที่ดินอย่างถาวร

ผู้ซื้อและผู้ขายจะเขียนรายละเอียดลงในสัญญาการซื้อขายที่ดินเพื่อว่าผู้ขายหรือญาติสนิทที่สุดของเขาสามารถไถ่ถอนที่ดินผืนนั้นคืนในเวลาต่อมา ทั้งสองฝ่าย

จัดทำสำเนาของสัญญาเป็นสองฉบับและประทับตราลงบนสำเนาทั้งสองนั้นต่อหน้าพยานสองหรือสามคน สัญญาฉบับหนึ่งจะเก็บไว้ในห้องเก็บพัสดุของพระวิหารบริสุทธิ์ ส่วนสัญญาอีกฉบับหนึ่งจะเก็บไว้ในห้องทางเข้าซึ่งเปิดไว้ตลอดเวลา กฎเกณฑ์ของการไถ่ถอนที่ดินคืนเปิดโอกาสให้ผู้ขายและญาติที่ใกล้ชิดที่สุดของตนสามารถไถ่ถอนที่ดินคืนได้ตลอดเวลา

กฎเกณฑ์ของการไถ่ถอนที่ดินคืนและความรอดของมนุษย์

เพราะเหตุใดพระเจ้าจึงจัดเตรียมหนทางแห่งความรอดของมนุษย์ตามกฎเกณฑ์ของการไถ่ถอนที่ดินคืน ปฐมกาล 3:19 และ 23 แสดงให้เห็นว่ากฎเกณฑ์ของการไถ่ถอนที่ดินคืนมีความเชื่อมโยงโดยตรงกับความรอดของมนุษยชาติ

เจ้าจะต้องหากินด้วยเหงื่ออาบหน้าจนเจ้ากลับเป็นดินไป เพราะเราสร้างเจ้ามาจากดิน เจ้าเป็นผงคลีดิน (ปฐมกาล 3:19)

เพราะเหตุนั้นพระเจ้าจึงทรงขับไล่เขาออกไปจากสวนเอเดนให้ไปทำไร่ทำสวนในที่ดินที่ตัวถือกำเนิดมานั้น (ปฐมกาล 3:23)

พระเจ้าตรัสกับอาดัมหลังจากที่เขาไม่เชื่อฟังว่า *"เพราะเราสร้างเจ้ามาจากดิน เจ้าเป็นผงคลีดิน"* คำว่า "ดิน" ในที่นี้เป็นสัญลักษณ์ของมนุษย์ที่ถูกสร้างขึ้นจากผงคลีดิน ด้วยเหตุนี้ มนุษย์จึงกลับไปเป็นดินหลังจากความตาย

กฎเกณฑ์ของการไถ่ถอนที่ดินคืนระบุว่าผืนดินทั้งสิ้นเป็นของพระเจ้าและต้องไม่ถูกขายอย่างถาวร (เลวีนิติ 25:23-25) พระคัมภีร์ข้อเหล่านี้หมายความว่ามนุษย์ทุกคนถูกสร้างขึ้นมาจากผงคลีดินแห่งผืนดินของพระเจ้าและไม่อาจถูกขายอย่างถาวร กฎข้อนี้ยังบ่งชี้เช่นกันว่าไม่มีสิทธิและอำนาจใดที่อาดัมได้รับจากพระเจ้าในสวนเอเดนจะถูกขายไปอย่างถาวรได้ เนื่องจากสิทธิและอำนาจเหล่านี้เป็นของพระเจ้า

แม้สิทธิอำนาจของอาดัมได้ส่งมอบให้ผีมารซาตานแล้ว แต่พระเจ้าผู้ซึ่งเหมาะสมสำหรับการไถ่ถอนสิทธิอำนาจที่สูญเสียไปของอาดัมทรงสามารถนำสิทธิอำนาจนั้นกลับคืนมาจากซาตานได้ เช่นเดียวกัน พระเจ้าแห่งความยุติธรรมทรง

กำหนดผู้ไถ่ที่สมบูรณ์แบบตามกฎเกณฑ์ของการไถ่ถอนที่ดินคืนเอาไว้ ผู้ไถ่นั้นคือพระผู้ช่วยให้รอดของมนุษย์ทุกคน

3. เคล็ดลับที่ซ่อนไว้ก่อนปฐมกาล

ก่อนปฐมกาลพระเจ้าแห่งความรักทรงทราบว่าอาดัมจะไม่เชื่อฟังพระองค์และลูกหลานทั้งสิ้นของเขาจะอยู่ในหนทางแห่งความตาย พระองค์จึงทรงจัดเตรียมหนทางแห่งความรอดของมนุษย์ไว้อย่างลับ ๆ และซ่อนเหนทางนี้ไว้จนกระทั่งช่วงเวลาที่พระองค์ทรงเลือกไว้มาถึง

ถ้าผีมารซาตานรู้ถึงแนวทางดังกล่าวของพระเจ้ามันคงขัดขวางพระองค์ไม่ให้แก้ปัญหาเรื่องความบาปและความตายของมนุษย์ทุกคนเพื่อมันจะไม่สูญเสียสิทธิอำนาจของตนไป 1 โครินธ์ 2:7 ระบุว่า *"แต่เรากล่าวถึงเรื่องพระปัญญาของพระเจ้าซึ่งเป็นข้อลึกลับคือพระปัญญาซึ่งทรงซ่อนไว้นั้นและซึ่งพระเจ้าได้ทรงกำหนดไว้ก่อนปฐมกาล"*

พระเยซูคริสต์คือพระปัญญาของพระเจ้า

โรม 5:18-19 *"ฉะนั้นการพิพากษาลงโทษได้มาถึงคนทั้งปวงเพราะการละเมิดครั้งเดียวฉันใด การกระทำอันชอบธรรมครั้งเดียวก็นำการปลดปล่อยและชีวิตมาถึงทุกคนฉันนั้น เพราะว่าคนเป็นอันมากเป็นคนบาปเพราะคนคนเดียวที่มิได้เชื่อฟังฉันใด คนเป็นอันมากก็เป็นคนชอบธรรมเพราะพระองค์ผู้เดียวที่ได้ทรงเชื่อฟังฉันนั้น"*

มนุษย์ทุกคนเป็นคนบาปและตกอยู่ในหนทางแห่งความตายเพราะการไม่เชื่อฟังของบุคคลคนเดียวฉันใด มนุษย์ทุกคนก็จะเป็นคนชอบธรรมและรอดได้โดยการเชื่อฟังของบุคคลคนเดียวฉันนั้น

เช่นเดียวกัน พระเจ้าทรงส่งพระเยซูคริสต์ลงมาซึ่งเป็นผู้ที่พระเจ้าทรงจัดเตรียมไว้ให้เป็นหนทางแห่งความรอดอย่างลับ ๆ และยอมให้พระเยซูถูกตรึงบนกางเขนและเป็นขึ้นมาใหม่ นับตั้งแต่เวลานั้นเป็นต้นมา ใครก็ตามที่เชื่อในพระองค์ก็จะรอด ใน 1 โครินธ์ 1:18 พระเจ้าทรงบอกกับเราว่า *"คนทั้งหลายที่กำลังจะพินาศก็เห็นว่าเรื่องกางเขนเป็นเรื่องโง่ แต่พวกเราที่กำลังจะรอดเห็นว่าเป็นฤทธานุภาพของพระเจ้า"*

อาจฟังดูโง่เขลาสำหรับบางคนที่พระบุตรของพระเจ้าผู้ยิ่งใหญ่ทรงถูกเยาะเย้ยและถูกฆ่าโดยมนุษย์ที่พระองค์ทรงสร้างขึ้นมา อย่างไรก็ตาม แผนการที่ "โง่เขลา" ของพระเจ้าก็เป็นสิ่งที่ชาญฉลาดยิ่งกว่าแผนการที่เฉียบแหลมที่สุดของมนุษย์ด้วยซ้ำ และ "ความอ่อนแอ" ของพระเจ้ามีความเข้มแข็งยิ่งกว่าพลังอันแข็งแกร่งที่สุดของมนุษย์เสียอีก (1 โครินธ์ 1:19-24) พระคัมภีร์กล่าวอย่างชัดเจนว่าไม่มีใครจะสามารถเป็นคนชอบธรรมในสายพระเนตรของพระเจ้าได้โดยการรักษาธรรมบัญญัติ ถึงกระนั้น พระเจ้าทรงเปิดหนทางแห่งความรอดให้แก่มนุษย์ทุกคนที่เชื่อในพระเยซูคริสต์ด้วยวิธีการที่เรียบง่าย

ค่าจ้างของความบาปคือความตาย ดังนั้น จึงไม่มีมนุษย์คนใดจะรอดได้ถ้าพระเยซูไม่ได้ตายเพื่อความบาปของเรา พระเยซูทรงถูกตรึงเพื่อความผิดบาปของเราและทรงเป็นขึ้นมาใหม่โดยฤทธิ์อำนาจของพระเจ้า เช่นเดียวกัน พระเจ้าได้ทรงจัดเตรียมหนทางที่อาจมองดูอ่อนแอหรือโง่เขลาและซ่อนหนทางนี้ไว้เป็นเวลานาน

พระเจ้าทรงซ่อนพระเยซูคริสต์และการถูกตรึงของพระองค์ไว้เป็นความลับ เพราะว่าถ้าผีมารซาตานทราบถึงหนทางนี้ซาตานก็จะขัดขวางหนทางแห่งความรอดของมนุษย์ ผีมารซาตานคงไม่ประหารพระเยซูบนไม้กางเขนถ้ามันรู้ว่าพระเจ้าได้ทรงจัดเตรียมหนทางแห่งความรอดผ่านทางไม้กางเขนเพื่อไถ่มนุษย์ทุกคนจากความบาป เพื่อช่วยมนุษย์ให้รอดพ้นจากความตาย และเพื่อนำเอาสิทธิอำนาจของอาดัมกลับมาจากผีมารซาตาน

อีกครั้งหนึ่ง ขอให้จำ 1 โครินธ์ 2:7-8 *"แต่เรากล่าวถึงเรื่องพระปัญญาของพระเจ้าซึ่งเป็นข้อลับลึกคือพระปัญญาซึ่งทรงซ่อนไว้นั้นและซึ่งพระเจ้าได้ทรงกำหนดไว้ก่อนปฐมกาลเพื่อให้เราถือศักดิ์ศรีของเรา ไม่มีอำนาจครอบครองใด ๆ ในยุคนี้ได้รู้จักพระปัญญานั้นเพราะว่าถ้ารู้แล้วจะมิได้เอาองค์พระผู้เป็นเจ้าแห่งพระสิริตรึงไว้ที่กางเขน"*

4. พระเยซูทรงมีคุณสมบัติตามธรรมบัญญัติ

เหมือนที่สัญญาทุกอย่างต้องมีกฎเกณฑ์ ในฝ่ายวิญญาณเองก็มีกฎเกณฑ์เช่นกัน ซึ่งบ่งชี้ว่าผู้ไถ่ต้องมีคุณสมบัติเพื่อรื้อฟื้นสิทธิอำนาจที่สูญหายไปของอาดัมกลับคืนมาจากผีมารซาตานตามกฎเกณฑ์ของการไถ่ถอนที่ดินคืน

ยกตัวอย่าง สมมติว่ามีชายคนหนึ่งกำลังประสบกับการล้มละลายในธุรกิจของตน เขามีหนี้สินก้อนใหญ่แต่เขาไม่สามารถจ่ายหนี้คืนได้ ถ้าชายคนนี้มีพี่ชายหรือน้องชายที่ร่ำรวยซึ่งรักเขา พี่ชายหรือน้องชายของเขาก็จะชำระหนี้แทนเขาทั้งหมด

มนุษย์ทุกคนซึ่งเป็นคนบาปเนื่องจากการล้มลงในความบาปของอาดัมต้องการผู้ไถ่ที่มีคุณสมบัติเพื่อชำระล้างมนุษย์ให้พ้นจากความผิดบาป ถ้าเช่นนั้นคุณสมบัติของผู้ไถ่มีอะไรบ้าง ทำไมพระคัมภีร์จึงพูดเพียงว่าพระเยซูทรงมีคุณสมบัติ

ข้อแรก ผู้ไถ่ต้องเป็นมนุษย์

เลวีนิติ 25:25 กล่าวว่า "*ถ้าพี่น้องของเจ้ายากจนลงและขายที่ดีส่วนหนึ่งของเขาให้ญาติสนิทถัดเขาไปมาไถ่ถอนนาที่พี่น้องของเขาขายให้นั้น*" กฎเกณฑ์ของการไถ่ถอนที่ดินคืนระบุว่าถ้าชายคนหนึ่งยากจนลงและขายทรัพย์สมบัติของตนญาติที่ใกล้ชิดที่สุดของเขาสามารถไถ่ถอนสิ่งที่เขาขายไปนั้นคืนมาได้

1 โครินธ์ 15:21-22 กล่าวว่า "*เพราะว่าความตายได้อุบัติขึ้นเพราะมนุษย์คนหนึ่งเป็นเหตุฉันใด การเป็นขึ้นมาจากความตายก็ได้อุบัติขึ้นเพราะมนุษย์ผู้หนึ่งเป็นเหตุฉันนั้น เพราะว่าคนทั้งปวงต้องตายเกี่ยวเนื่องกับอาดัมฉันใด คนทั้งปวงก็จะกลับได้ชีวิตเกี่ยวเนื่องกับพระคริสต์ฉันนั้น*" คุณสมบัติข้อแรกของผู้ไถ่ที่สามารถรื้อฟื้นสิทธิอำนาจของอาดัมกลับคืนมาได้ก็คือผู้ไถ่นั้นต้องเป็นมนุษย์ วิวรณ์ 5:1-5 บรรยายถึงข้อเท็จจริงนี้โดยละเอียดอีกครั้งหนึ่ง

> *และในพระหัตถ์เบื้องขวาของพระองค์ผู้ประทับบนพระที่นั่งนั้นข้าพเจ้าได้เห็นหนังสือม้วนหนึ่งเขียนไว้ทั้งข้างในและข้างนอก มีตราประทับอยู่เจ็ดดวง และข้าพเจ้าได้เห็นทูตสวรรค์ที่มีฤทธิ์องค์หนึ่งประกาศด้วยเสียงอันดังว่า "ใครเป็นผู้ที่สมควรจะแกะตราและคลี่หนังสือม้วนนั้นออก" และไม่มีผู้ใดในสวรรค์ บนแผ่นดินโลก หรือใต้แผ่นดินที่สามารถคลี่หนังสือม้วนนั้นออกหรือดูหนังสือนั้นได้ และข้าพเจ้าร่ำไห้เพราะไม่มีผู้ใดสมควรจะคลี่หนังสือม้วนนั้นออกหรือดูหนังสือนั้นได้ และมีผู้หนึ่งในพวกผู้อาวุโสนั้นบอกแก่ข้าพเจ้าว่า "อย่าร้องไห้เลย นี่แนะ สิงห์แห่งเผ่ายูดาห์เชื้อสายของดาวิด พระองค์ทรงมีชัยแล้ว พระองค์จึงทรงสามารถแกะตราทั้งเจ็ดดวงและคลี่หนังสือม้วนนั้นออกได้"*

"หนังสือม้วนหนึ่งเขียนไว้ทั้งข้างในและข้างนอก มีตราประทับอยู่เจ็ดดวง" บ่งชี้ถึงหนังสือสัญญาที่ทำขึ้นระหว่างพระเจ้ากับผีมารซาตานเมื่ออาดัมไม่เชื่อฟังพระเจ้าและกลายเป็นคนบาป อัครทูตยอห์นไม่สามารถมองเห็นคนที่สมควรจะแกะตราและเปิดดูหนังสือม้วนนั้นได้ในสวรรค์ หรือบนแผ่นดินโลก หรือใต้แผ่นดินโลก

ที่เป็นเช่นนี้ก็เพราะว่าทูตที่อยู่ในสวรรค์ไม่ใช่มนุษย์ มนุษย์ทุกคนซึ่งเป็นลูกหลานของอาดัมบนแผ่นดินโลกเป็นคนบาป และภายใต้แผ่นดินโลกก็มีแต่วิญญาณชั่วซึ่งเป็นของผีมารซาตานและดวงวิญญาณที่ดับสูญซึ่งอยู่ในนรก

ในเวลานั้น ผู้อาวุโสคนหนึ่งบอกกับยอห์นว่า *"อย่าร้องไห้เลย นี่แนะ สิงห์แห่งเผ่ายูดาห์เชื้อสายของดาวิด พระองค์ทรงมีชัยแล้ว พระองค์จึงทรงสามารถแกะตราทั้งเจ็ดดวงและคลี่หนังสือม้วนนั้นออกได้"* คำว่า "เชื้อสายของดาวิด" ในข้อนี้หมายถึงพระเยซูผู้ทรงถือกำเนิดในฐานะลูกหลานของกษัตริย์ดาวิดแห่งเผ่ายูดาห์ (กิจการ 13:22-23) ดังนั้น พระเยซูจึงมีคุณสมบัติตามเงื่อนไขข้อแรกแห่งกฎเกณฑ์ของการไถ่ถอนที่ดินคืน

บางคนกล่าวว่า "พระเจ้าทรงสมบูรณ์แบบอย่างแท้จริง พระเยซูทรงเป็นพระเจ้าอย่างแน่นอนเพราะพระองค์เป็นพระบุตรของพระเจ้า พระองค์ไม่มีวันเป็นมนุษย์" แต่จงจำไว้ว่า ยอห์น 1:1 ระบุว่า *"พระวาทะทรงเป็นพระเจ้า"* และยอห์น 1:14 กล่าวต่อไปว่า *"พระวาทะได้ทรงบังเกิดเป็นมนุษย์และทรงอยู่ท่ามกลางเรา"* พระเจ้าผู้ทรงเป็นพระวาทะทรงรับสภาพเป็นมนุษย์และทรงอยู่ท่ามกลางเราทั้งหลายบนแผ่นดินโลก

นี่คือพระเยซูผู้ทรงเป็นพระเจ้าตั้งแต่ดั้งเดิมและทรงรับสภาพของเนื้อหนังเหมือนมนุษย์ พระองค์ทรงเป็นพระวาทะและทรงเป็นพระบุตรของพระเจ้า พระองค์ทรงมีทั้งความเป็นพระเจ้าและความเป็นมนุษย์ อย่างไรก็ตาม พระองค์ทรงถือกำเนิดเป็นมนุษย์และเจริญเติบโตขึ้นในความเป็นมนุษย์ที่มีเนื้อหนัง การถือกำเนิดของพระเยซูได้แบ่งประวัติศาสตร์ของมนุษยชาติออกเป็นสองส่วน นั่นคือ ก.ค.ศ. (ก่อนคริสตศักราช) และ ค.ศ. (คริสตศักราช) ข้อเท็จจริงนี้เพียงอย่างเดียวก็ยืนยันว่าพระเยซูทรงรับสภาพเป็นมนุษย์และเสด็จมาในโลก การบังเกิด การเจริญเติบโต และการถูกตรึงของพระองค์ยังเป็นส่วนหนึ่งของข้อเท็จจริงที่ชัดเจนนี้เช่นกัน

ข้อสอง ผู้ไถ่ต้องไม่เป็นลูกหลานของอาดัม

คนที่เป็นหนี้ไม่สามารถจ่ายหนี้ของคนอื่นได้ คนที่ไม่มีหนี้สินและมีความสามารถที่จะช่วยคนอื่นจึงจะจ่ายหนี้ของคนอื่นได้ ในทำนองเดียวกัน ผู้ไถ่ของมวลมนุษย์ต้องเป็นผู้ที่ปราศจากตำหนิและไร้มลทินเพื่อจะสามารถไถ่มนุษย์ทุกคนให้พ้นจากความบาปและความตาย มนุษย์ทุกคนเป็นลูกหลานของอาดัมและเป็นคนบาปเนื่องจากอาดัมซึ่งเป็นบรรพบุรุษของมวลมนุษย์ทำบาป ไม่มีลูกหลานคนใดของอาดัมมีคุณสมบัติที่จะเป็นผู้ไถ่ของมนุษย์ทั้งมวลได้เนื่องจากมนุษย์ทุกคนเป็นคนบาป แม้แต่บุคคลที่ยิ่งใหญ่ที่สุดในประวัติศาสตร์ก็ไม่สามารถรับผิดชอบต่อความผิดบาปของคนอื่นได้

พระเยซูมีคุณสมบัตินี้หรือไม่

มัทธิว 1:18-21 บรรยายถึงการบังเกิดของพระเยซู พระองค์ทรงปฏิสนธิโดยฤทธิ์เดชของพระวิญญาณบริสุทธิ์ ไม่ใช่เกิดจากการสมสู่กันของหญิงและชาย พระคัมภีร์ข้อเหล่านี้กล่าวว่า

เรื่องพระกำเนิดของพระเยซูคริสต์เป็นดังนี้ คือมารีย์ผู้เป็นมารดาของพระเยซูนั้นเดิมโยเซฟได้สู่ขอหมั้นกันไว้แล้ว ก่อนที่จะได้อยู่กินด้วยกันก็ปรากฏว่ามารีย์ มีครรภ์แล้วด้วยเดชพระวิญญาณบริสุทธิ์ แต่โยเซฟคู่หมั้นของเขาเป็นคนมีธัมมะ ไม่พอใจที่จะแพร่งพรายความเป็นไปของเธอหมายจะถอนหมั้นเสียลับ ๆ แต่เมื่อโยเซฟยังคิดในเรื่องนี้อยู่ก็มีทูตองค์หนึ่งของพระเป็นเจ้ามาปรากฏแก่โยเซฟในความฝันว่า "โยเซฟบุตรดาวิด อย่ากลัวที่จะรับมารีย์มาเป็นภรรยาของเจ้าเลย เพราะว่าผู้ซึ่งปฏิสนธิในครรภ์ของเธอเป็นโดยเดชพระวิญญาณบริสุทธิ์ เธอจะประสูติบุตรชายแล้วเจ้าจงเรียกนามท่านว่าเยซูเพราะว่าท่านผู้ที่จะโปรดช่วยชนชาติของท่านให้รอดจากความผิดบาปของเขา"

โดยลำดับพงศ์ของพระองค์พระเยซูทรงเป็นลูกหลานของดาวิด (มัทธิว 1; ลูกา 3:23-37) อย่างไรก็ตาม พระองค์ทรงปฏิสนธิโดยเดชพระวิญญาณบริสุทธิ์ก่อนที่มารีย์จะสมสู่กับโยเซฟ ด้วยเหตุนี้ พระองค์จึงไม่มีธรรมชาติบาป

มนุษย์ทุกคนถือกำเนิดมาพร้อมกับความบาปดั้งเดิมเนื่องจากมนุษย์สืบเชื้อสายธรรมชาติมาจากพ่อแม่ของตน กล่าวอีกนัยหนึ่งก็คือหลังจากอาดัมทำบาปอาดัมได้ถ่ายทอดธรรมชาติบาปของตนไปสู่ลูกหลานทุกคน ธรรมชาติบาปถูกถ่ายทอดไปสู่มนุษย์ทุกคนมาจนถึงปัจจุบัน และเรียกความบาปนี้ว่า "ความบาปดั้งเดิม" ด้วยเหตุนี้ลูกหลานทุกคนของอาดัมจึงเป็นคนบาปและไม่สามารถไถ่มนุษย์คนอื่นได้

ดังนั้น พระเจ้าพระบิดาจึงทรงวางแผนให้พระบุตรของพระองค์ปฏิสนธิ์โดยเดชพระวิญญาณบริสุทธิ์ในครรภ์ของมารีย์สาวพรหมจารี ด้วยแนวทางนี้ พระเยซูจึงรับสภาพเป็นมนุษย์และเสด็จเข้ามาในโลกนี้แต่พระองค์ไม่ใช่ลูกหลานของอาดัม

ข้อสาม ผู้ไถ่ต้องมีอำนาจที่จะเอาชนะผีมารซาตาน

เลวีนิติ 25:26-27 บอกเราอีกครั้งหนึ่งว่า

ถ้าชายคนนั้นไม่มีญาติมาไถ่ถอนให้ แต่ต่อมาเขาเป็นคนมั่งมีและมีทรัพย์พอที่จะไถ่ถอนได้ ให้เขานับปีย้อนกลับไปถึงปีที่เขาขายให้ แล้วจงนับเงินที่ควรจ่ายกลับคืนนั้นให้แก่คนที่ตนขายให้และตัวก็เข้าอยู่ในที่ดินของเขาได้

โดยสรุป ผู้ไถ่ต้องมีอำนาจที่จะซื้อที่ดินที่ถูกขายไปนั้นกลับคืนมา คนยากจนไม่สามารถจ่ายหนี้ของเพื่อนตนได้ถึงแม้ว่าเขาอยากจะทำก็ตาม ในทำนองเดียวกัน ผู้ไถ่ต้องไม่มีบาปเพื่อจะสามารถช่วยมนุษย์ทุกคนให้พ้นจากความบาป ในโลกฝ่ายวิญญาณการไม่มีบาปถือเป็นจุดแข็งของบุคคล

ผู้ไถ่ต้องมีอำนาจที่จะเอาชนะผีมารซาตานและรื้อฟื้นสิทธิอำนาจที่สูญหายไปของอาดัมกลับคืนมา กล่าวคือ ผู้ไถ่ต้องไม่มีทั้งความบาปดั้งเดิมหรือความบาปของตนเอง ผู้ไถ่ที่ปราศจากบาปเท่านั้นที่สามารถเอาชนะผีมารซาตานและปลดปล่อยมนุษย์ทุกคนให้เป็นอิสระจากผีมารได้

พระเยซูทรงปราศจากบาปหรือไม่

พระเยซูไม่มีความบาปดั้งเดิมเพราะพระองค์ถือกำเนิดขึ้นมาโดยเดชของพระวิญญาณบริสุทธิ์ พระองค์เชื่อฟังพระบัญญัติของพระเจ้าเพราะพระองค์เติบโตภายใต้การควบคุมของพ่อแม่ที่เกรงกลัวพระเจ้า พระองค์ทรงทำให้พระบัญญัติ

สำเร็จด้วยความรัก พระเยซูทรงเข้าสุหนัตหลังจากอายุครบแปดวัน (ลูกา 2:21) พระองค์ไม่เคยทำบาปและทรงเชื่อฟังน้ำพระทัยของพระเจ้าพระบิดาเพียงอย่างเดียวจนกระทั่งพระองค์ทรงถูกตรึงเมื่ออายุ 33 ปี (1 เปโตร 2:22-24; ฮีบรู 7:26)

พระเยซูสามารถเอาชนะผีมารซาตานและสามารถไถ่มนุษย์ทุกคนเพราะพระองค์ไม่มีความผิดบาปเลย พระราชกิจอันทรงฤทธานุภาพของพระองค์ยืนยันถึง "ความไม่มีบาป" ของพระองค์ พระเยซูทรงขับผีมารซาตานออก พระองค์ทรงทำให้คนตาบอดมองเห็น คนหูหนวกได้ยิน คนง่อยเดินได้ และทรงรักษาโรคที่ไม่มีทางรักษาทุกชนิดให้หาย พายุกล้าสงบลงและลมแรงหยุดนิ่งเมื่อพระองค์ทรงห้ามลมและตรัสกับน้ำทะเลว่า "จงสงบเงียบซิ" (มาระโก 4:39)

ข้อสุดท้าย ผู้ไถ่ต้องมีความรักอย่างเสียสละ

แม้แต่คนร่ำรวยก็จะไม่ไถ่ถอนที่ดินคืนถ้าเขาไม่มีความรักต่อชายที่ขายที่ดินผืนนั้นไป ในทำนองเดียวกัน ผู้ไถ่ต้องมีความรักต่อคนผิดบาปจนถึงจุดที่เขาสามารถเสียสละตนเองเพื่อแก้ปัญหาความผิดบาปเพียงครั้งเดียวพอ

ในหนังสือนางรูธ 4:1-6 โบอาสรู้ถึงความยากจนของนางนาโอมีเป็นอย่างดีและโบอาสบอกเรื่องนี้กับญาติที่ใกล้ที่สุดของเธอเพื่อให้เขาซื้อที่ดินของเธอกลับมาถ้าเขาต้องการ แต่ชายคนนั้นปฏิเสธโดยบอกกับโบอาสว่า "ข้าพเจ้าจะไถ่เพื่อตนเองอย่างนั้นไม่ได้จะทำให้มรดาข้าพเจ้าเสียไป ท่านจงเอาสิทธิในการไถ่ของข้าพเจ้าไปจัดการเองเถิดเพราะข้าพเจ้าไถ่ไม่ได้แล้ว" (ข้อ 6) ชายคนนั้นไม่ได้ไถ่ถอนที่ดินให้กับนางนาโอมีและนางรูธถึงแม้ว่าเขาจะร่ำรวยมากพอที่จะทำเช่นนั้นได้ก็ตาม นั่นเป็นเพราะชายคนดังกล่าวไม่มีความรักอย่างเสียสละ ในที่สุด โบอาส (ซึ่งเป็นญาติใกล้ชิดคนถัดมา) ได้ไถ่ถอนที่ดินผืนนั้นกลับคืนมาเนื่องจากท่านมีความรักอย่างเสียสละ

โบอาสกลายเป็นผู้ไถ่ถอนตามกฎหมายและแต่งงานกับนางรูธเพราะท่านมีความรักมากพอที่จะไถ่ถอนที่ดินของนางนาโอมีกลับคืนมาได้ บุตรชายที่เกิดจากโบอาสและนางรูธกลายเป็นปู่ของกษัตริย์ดาวิดและชื่อของท่านก็มีบันทึกไว้ในลำดับวงศ์ตระกูลของพระเยซู

พระเยซูทรงถูกตรึงด้วยความรัก พระองค์ทรงเป็นพระวาทะผู้ทรงรับสภาพเป็นมนุษย์และเสด็จเข้ามาในโลกนี้ พระองค์ไม่ใช่ลูกหลานของอาดัมเนื่องจาก

พระองค์ทรงปฏิสนธิโดยฤทธิ์เดชของพระวิญญาณบริสุทธิ์ ดังนั้นพระองค์จึงไม่ได้ถือกำเนิดขึ้นมาพร้อมกับความบาปดั้งเดิม พระองค์ทรงมีฤทธิ์อำนาจที่จะไถ่ความผิดบาปของมนุษย์ทุกคนเพราะว่าพระองค์ทรงปราศจากความผิดบาป

อย่างไรก็ตาม พระองค์คงไม่สามารถเป็นพระผู้ไถ่ได้ถ้าปราศจากความรักฝ่ายวิญญาณที่เสียสละถึงแม้ว่าพระองค์จะมีคุณสมบัติข้ออื่น ๆ ก็ตาม พระองค์ต้องยอมรับโทษทัณฑ์ของความบาปซึ่งคนบาปสมควรได้รับเพื่อพระองค์จะไถ่มนุษย์ให้พ้นจากความผิดบาป

พระองค์ได้รับการปฏิบัติเยี่ยงนักโทษที่อันตรายและอุกฉกรรจ์และทรงถูกตรึงไว้ที่ไม้กางเขนโบราณนั้น พระองค์ต้องถูกเยาะเย้ยถากถางและถูกกล้อเลียน พระโลหิตและน้ำไหลออกมาจากพระกายของพระองค์เพื่อจะช่วยมนุษย์ทุกคนให้รอด พระองค์ต้องชดใช้ค่าจ้างของความบาปด้วยราคาสูงและทรงเสียสละอย่างมาก

ท่านจะไม่มีวันพบเห็นตัวอย่างของกษัตริย์ผู้ไร้ตำหนิที่สละชีวิตของพระองค์เพื่อประชากรที่ชั่วร้ายและโง่เขลาของพระองค์จากประวัติศาสตร์หน้าใดของมนุษย์เลย พระเยซูทรงเป็นพระบุตรองค์เดียวของพระเจ้าผู้ทรงฤทธานุภาพ ผู้ทรงเป็นกษัตริย์เหนือกษัตริย์ทั้งหลาย ผู้ทรงเป็นองค์พระผู้เป็นเจ้าเหนือเจ้าทั้งหลาย และทรงเป็นเจ้านายเหนือสิ่งทรงสร้างทั้งปวง พระเยซูผู้ยิ่งใหญ่ เลิศประเสริฐ และปราศจากตำหนิทรงถูกตรึงไว้ที่กางเขนและสิ้นพระชนม์พร้อมกับพระโลหิตที่หลั่งไหลออกมา ความรักที่พระองค์ทรงมีต่อเรานั้นช่างเหลือคณานับ

ที่จริง พระเยซูไม่เพียงแต่ทรงทำดีตลอดชีวิตของพระองค์เท่านั้น แต่พระองค์ทรงยกโทษคนผิดบาป รักษาโรคภัยไข้เจ็บทุกชนิดของผู้คนให้หาย ปลดปล่อยผู้คนจากการครอบงำของผีมารซาตาน ประกาศข่าวดีเรื่องสันติสุข ความชื่นชมยินดี และความรัก และทรงมอบความหวังอย่างแท้จริงเกี่ยวกับสวรรค์และความรอดให้ผู้คน ที่เหนือสิ่งอื่นใดคือ พระองค์ทรงสละชีวิตของพระองค์เองเพื่อคนผิดบาป

โรม 5:7-8 กล่าวว่า *"ไม่ใคร่จะมีใครตายเพื่อคนตรง แต่บางทีจะมีคนอาจตายเพื่อคนดีก็ได้ แต่พระเจ้าทรงสำแดงความรักของพระองค์แก่เราทั้งหลาย คือขณะที่เรายังเป็นคนบาปอยู่นั้น พระคริสต์ได้ทรงสิ้นพระชนม์เพื่อเรา"* พระเจ้าพระบิดาทรงส่งพระเยซูพระบุตรองค์เดียวของพระองค์เพื่อเราทั้งหลายซึ่งไม่ใช่ทั้งคนชอบธรรมหรือคนดี และทรงยอมให้พระองค์ถูกตรึงไว้บนกางเขนและสิ้นพระชนม์บนกางเขนนั้น พระองค์ทรงสำแดงออกถึงความรักอันยิ่งใหญ่ของพระองค์ด้วยวิธีการนี้

ด้วยเหตุนี้ ข้าพเจ้าจึงอธิษฐานในพระนามขององค์พระผู้เป็นเจ้าเพื่อให้ท่านทั้งหลายเข้าใจว่าท่านไม่สามารถรอดได้ด้วยนามอื่นใดเว้นแต่พระนามของพระเยซูคริสต์ ท่านสามารถรับสิทธิของการเป็นบุตรของพระเจ้าด้วยการยอมรับเอาพระเยซูคริสต์ และท่านสามารถชื่นชมกับชีวิตแห่งชัยชนะที่มีความแน่ใจเรื่องความรอด

5
ทำไมพระเยซูจึงเป็นพระผู้ช่วยให้รอดเพียงองค์เดียวของเรา

การจัดเตรียมเรื่องความรอดผ่านทางพระเยซูคริสต์

เพราะเหตุใดพระเยซูจึงถูกตรึงบนไม้กางเขน

ไม่มีนามอื่นใดในโลกนี้เว้นแต่พระนาม "พระเยซูคริสต์"

กิจการ 4:11-12

พระองค์เป็นศิลาที่ท่านทั้งหลายผู้เป็นช่างก่อได้ทอดทิ้งซึ่งได้เป็นศิลามุมเอกแล้ว ในผู้อื่นความรอดไม่มีเลยด้วยว่านามอื่นซึ่งให้เราทั้งหลายรอดได้ไม่ทรงโปรดให้มีในท่ามกลางมนุษย์ทั่วใต้ฟ้า

ท่านจะรักพระเจ้าด้วยสิ้นสุดจิตใจของท่านเมื่อท่านตระหนักถึงการจัดเตรียมอันลึกซึ้งและการเอาใจใส่ของพระองค์ในการฝึดร่อนมนุษย์ ยิ่งกว่านั้น ท่านต้องชื่นชมความรักและพระปัญญาของพระองค์เมื่อท่านตระหนักถึงการจัดเตรียมเรื่องความรอดโดยทางพระเยซูคริสต์

ถ้าเช่นนั้น การจัดเตรียมเรื่องความรอดที่ถูกซ่อนไว้ก่อนปฐมกาลสำเร็จเป็นจริงผ่านทางพระเยซูคริสต์อย่างไร ข้าพเจ้าบอกท่านก่อนหน้านี้ว่าพระเจ้าแห่งความยุติธรรมได้ทรงจัดเตรียมบุคคลหนึ่งซึ่งมีคุณสมบัติสำหรับการไถ่ผู้คนทั้งปวงตามกฎเกณฑ์ฝ่ายวิญญาณและใต้ฟ้านี้ก็ไม่มีบุคคลอื่นใดเว้นแต่พระเยซูที่มีคุณสมบัติครบถ้วน

พระเยซูเป็นเพียงบุคคลเดียวที่ทรงเป็นมนุษย์แต่ไม่ได้เป็นลูกหลานของอาดัมเพราะว่าพระองค์ทรงปฏิสนธิ์โดยเดชพระวิญญาณบริสุทธิ์และเสด็จมารับสภาพเป็นมนุษย์ในโลกนี้ นอกจากนั้น พระองค์ทรงมีอำนาจและความรักที่จะไถ่มนุษย์ทุกคน ดังนั้น พระองค์จึงสามารถเปิดหนทางแห่งความรอดให้มนุษย์ทุกคนโดยการถูกตรึง

ด้วยเหตุนี้ กิจการ 4:12 จึงระบุว่า "*ในผู้อื่นความรอดไม่มีเลยด้วยว่านามอื่นซึ่งให้เราทั้งหลายรอดได้ไม่ทรงโปรดให้มีในท่ามกลางมนุษย์ทั่วใต้ฟ้า*" ใครก็ตามที่ยอมรับและเชื่อในพระเยซูคริสต์จะได้รับการยกโทษความผิดบาปและรับความรอด บุคคลนั้นจะออกจากความมืดเพื่อเข้าสู่ความสว่างและรับเอาสิทธิอำนาจและพระพรของการเป็นบุตรของพระเจ้า

ตอนนี้ ข้าพเจ้าจะอธิบายว่าเพราะเหตุใดท่านต้องเชื่อในพระเยซูผู้ทรงถูกตรึงเพื่อท่านจะรอดและได้รับสิทธิอำนาจและพระพรของการเป็นบุตรของพระเจ้า

1. การจัดเตรียมเรื่องความรอดผ่านทางพระเยซูคริสต์

พระเจ้าทรงจัดเตรียมหนทางแห่งความรอดไว้ก่อนปฐมกาล หนังสือ

ปฐมกาลพยากรณ์ถึงพระเยซูและเคล็ดลับแห่งความรอดของมนุษย์ผ่านทางไม้กางเขน

ปฐมกาล 3:14-15 ระบุว่า

พระเจ้าจึงตรัสแก่งูว่า "เพราะเหตุที่เจ้าทำเช่นนี้เจ้าจะต้องถูกสาปแช่งมากกว่าสัตว์ใช้งานและสัตว์ป่าทั้งปวง จะต้องเลื้อยไปด้วยท้องจะต้องกินผงคลีดินจนตลอดชีวิต เราจะให้เจ้ากับหญิงนี้เป็นศัตรูกัน ทั้งพงศ์พันธุ์ของเจ้าและพงศ์พันธุ์ของเขาด้วย พงศ์พันธุ์ของหญิงจะทำให้หัวของเจ้าแหลก และเจ้าจะทำให้ส้นเท้าของเขาฟกช้ำ"

เหมือนที่อภิปรายไว้ก่อนหน้านี้ว่าในแง่วิญญาณจิตคำว่า "งู" หมายถึงผีมารซาตาน และ "การกินผงคลีดิน" เป็นสัญลักษณ์ของการครอบงำของซาตานเหนือมนุษย์ซึ่งถูกสร้างจากผงคลีดิน นอกจากนั้น คำว่า "หญิง" ในที่นี้แสดงถึง "อิสราเอล" และ "พงศ์พันธุ์ของหญิง" หมายถึงพระเยซู วลีที่ว่า "เจ้า (งู) จะทำให้ส้นเท้าของเขาฟกช้ำ" เป็นสัญลักษณ์ของการที่พระคริสต์จะถูกตรึง และ "พงศ์พันธุ์ของหญิงจะทำให้หัวของเจ้าแหลก" บ่งบอกเป็นนัยว่าพระเยซูจะทรงทำลายป้อมค่ายของผีมารซาตานด้วยการเป็นขึ้นมาจากความตาย

ซาตานไม่อาจทราบถึงแผนการของพระเจ้า

พระเจ้าทรงซ่อนการจัดเตรียมดังกล่าวของพระองค์ไว้อย่างลับ ๆ เพื่อไม่ให้ผีมารซาตานรู้และเข้าใจถึงสติปัญญาของพระองค์

ผีมารซาตานพยายามสังหารพงศ์พันธุ์ของหญิงก่อนที่ตนจะถูกทำลาย มารซาตานคิดว่าตนสามารถมีสิทธิอำนาจที่อาดัม (ซึ่งไม่เชื่อฟังพระเจ้า) ส่งมอบให้นั้นตลอดไป อย่างไรก็ตาม ผีมารซาตานไม่รู้ว่าพงศ์พันธุ์ของหญิงนั้นคือใคร ดังนั้น มันจึงพยายามสังหารบรรดาผู้เผยพระวจนะที่พระเจ้าทรงรักนับจากสมัยพระคัมภีร์เดิมเป็นต้นมา

เมื่อโมเสสเกิดมาผีมารซาตานทำให้ฟาโรห์กษัตริย์แห่งอียิปต์สังหารเด็กทารกผู้ชายที่เกิดจากมารดาชาวฮีบรูทุกคน (อพยพ 1:15-22) เมื่อพระเยซูทรงปฏิสนธิโดย

เดชพระวิญญาณบริสุทธิ์และเสด็จมารับสภาพเป็นมนุษย์ในโลกผีมารซาตานทำให้กษัตริย์เฮโรดสังหารเด็กทารกผู้ชายเช่นเดียวกัน

อย่างไรก็ตาม พระเจ้าทรงทราบถึงแผนการของผีมารซาตานแล้ว ทูตขององค์พระผู้เป็นเจ้าทรงปรากฏกับโยเซฟในความฝันและบอกกับท่านให้หนีไปอียิปต์ พร้อมกับทารกและมารดา พระเจ้าทรงอนุญาตให้ครอบครัวนี้อาศัยอยู่ในอียิปต์จนกระทั่งกษัตริย์สิ้นพระชนม์

การตรึงของพระเยซูได้รับอนุญาตจากพระเจ้า

พระเยซูทรงเติบโตขึ้นภายใต้การปกป้องของพระเจ้าและเริ่มต้นพันธกิจของพระองค์เมื่ออายุ 30 ปี พระองค์เสด็จไปทั่วกาลิลี ทรงสั่งสอนตามธรรมศาลา ทรงรักษาโรคของประชาชนทุกชนิดให้หาย ทรงทำให้คนตายเป็นขึ้น และทรงประกาศข่าวประเสริฐกับคนยากจน (มัทธิว 4:23; 11:5)

ในขณะเดียวกัน ผีมารซาตานได้วางแผนให้พวกมหาปุโรหิต พวกธรรมาจารย์และพวกฟาริสีฆ่าพระเยซูอีกครั้งหนึ่ง แต่ก็เหมือนที่ท่านทราบในพระคัมภีร์ว่าคนชั่วไม่อาจแตะต้องพระเยซูได้เพราะว่าเหตุการณ์ต่าง ๆ ตลอดชีวิตของพระองค์เกิดขึ้นภายใต้การจัดเตรียมของพระเจ้า

พระเจ้าทรงอนุญาตให้ผีมารซาตานตรึงพระเยซูหลังจากสามปีของการทำพันธกิจของพระองค์แล้วเท่านั้น ผลก็คือพระเยซูทรงสวมมงกุฎหนามและสิ้นพระชนม์บนไม้กางเขนด้วยความทุกข์ทรมานอย่างแสนสาหัสโดยที่พระหัตถ์และพระบาทของพระองค์ถูกตอกด้วยตะปู

การตรึงบนกางเขนเป็นการประหารที่โหดร้ายที่สุด ผีมารซาตานพอใจอย่างมากหลังจากที่คนได้สังหารพระเยซูด้วยวิธีการที่โหดร้ายเช่นนั้น ผีมารซาตานร้องเพลงฉลองชัยชนะด้วยความยินดีเพราะคิดว่าตนจะสามารถครอบครองโลกนี้ได้ตลอดไปเพราะไม่มีใครขัดขวางการปกครองของตน แต่ว่าพระเจ้าทรงมีการจัดเตรียมอย่างลับ ๆ ของพระองค์เอาไว้

ผีมารซาตานละเมิดกฎเกณฑ์ฝ่ายวิญญาณ

พระเจ้าไม่ได้ใช้อำนาจอันเด็ดขาดสูงสุดของพระองค์เพื่อทำลายกฎเกณฑ์

เพราะพระองค์ทรงชอบธรรม พระองค์ทรงจัดเตรียมหนทางแห่งความรอดด้วยกฎเกณฑ์ฝ่ายวิญญาณก่อนปฐมกาลเพราะพระเจ้าทรงกระทำทุกสิ่งทุกอย่างด้วยกฎเกณฑ์ฝ่ายวิญญาณ

ในเมื่อตามกฎเกณฑ์ฝ่ายวิญญาณนั้นค่าจ้างของความบาปคือความตาย (โรม 6:23) ไม่มีใครต้องเผชิญกับความตายถ้าเขาไม่มีบาป แต่ผีมารซาตานกลับตรึงพระเยซูผู้ทรงปราศจากตำหนิและไร้มลทินด่างพร้อย (1 เปโตร 2:22-23) การที่ผีมารซาตานทำเช่นนั้นจึงเป็นการละเมิดกฎเกณฑ์ฝ่ายวิญญาณและเป็นการถูกหลอกด้วยกลอุบายของตนเอง ผีมารซาตานจึงกลายเป็นเครื่องมือสำหรับความรอดของมนุษย์ที่พระเจ้าได้ทรงวางแผนไว้ พงศ์พันธุ์ของหญิงทำให้หัวของซาตานแหลกตามที่พยากรณ์ไว้ในปฐมกาล

โดยทั่วไปงูยังสามารถขัดขืนได้ถึงแม้ท่านจะเหยียบหางของมันหรือตัดลำตัวของมัน แต่งูไม่สามารถขัดขืนถ้าท่านจับหัวของมันไว้อย่างแน่นหนา ด้วยเหตุนี้วลีที่ว่า *"เราจะให้เจ้ากับหญิงนี้เป็นศัตรูกัน ทั้งพงศ์พันธุ์ของเจ้าและพงศ์พันธุ์ของเขาด้วย พงศ์พันธุ์ของหญิงจะทำให้หัวของเจ้าแหลกและเจ้าจะทำให้ส้นเท้าของเขาฟกช้ำ"* จึงมีความหมายฝ่ายวิญญาณว่าผีมารซาตานจะสูญเสียฤทธิ์อำนาจและสิทธิอำนาจของมันเนื่องจากพระเยซูคริสต์ การที่งูจะทำให้ส้นเท้าของพงศ์พันธุ์ของหญิงฟกช้ำนั้นมีความหมายฝ่ายวิญญาณว่าซาตานจะตรึงพระเยซูและสิ่งนี้สำเร็จเป็นจริงตามที่พยากรณ์ไว้ในปฐมกาล 3:15

ความรอดผ่านทางการถูกตรึงของพระเยซู

หนทางแห่งความรอดที่พระเจ้าทรงซ่อนไว้ก่อนปฐมกาลสำเร็จเป็นจริงเมื่อพระเยซูทรงเป็นขึ้นมาในวันที่สามหลังจากการถูกตรึง

ประมาณ 6 พันปีที่แล้วอาดัมได้ส่งมอบสิทธิอำนาจที่ตนได้รับจากพระเจ้าให้ผีมารซาตานเมื่ออาดัมละเมิดกฎเกณฑ์ฝ่ายวิญญาณด้วยการไม่เชื่อฟัง (ลูกา 4:6) อย่างไรก็ตาม หลังจาก 4 พันปีซาตานต้องเข้าไปสู่หนทางแห่งหายนะด้วยการละเมิดกฎเกณฑ์ฝ่ายวิญญาณ

ด้วยเหตุนี้ ผีมารซาตานต้องปล่อยผู้คนที่ยอมรับพระเยซูเป็นพระผู้ช่วยให้รอดและเชื่อพระนามของพระองค์ให้เป็นอิสระ และคนเหล่านี้ได้รับสิทธิของการเป็นบุตรของพระเจ้า ถ้าผีมารซาตานทราบถึงพระปัญญานี้ของพระเจ้ามันจะตรึง

พระเยซูหรือไม่ ไม่อย่างแน่นอน 1 โครินธ์ 2:8 เตือนเราว่า *"ไม่มีอำนาจครอบครองใด ๆ ในยุคนี้ได้รู้จักพระปัญญานั้น เพราะว่าถ้ารู้แล้วจะมิได้เอาองค์พระผู้เป็นเจ้าแห่งพระสิริตรึงไว้ที่กางเขน"*

ในปัจจุบัน ผู้คนที่ไม่เข้าใจข้อเท็จจริงข้อนี้ยังสงสัยเช่นกันว่า "ทำไมพระเจ้าผู้ทรงฤทธานุภาพจึงไม่ป้องกันพระบุตรของพระองค์จากความตาย ทำไมพระองค์จึงยอมให้พระบุตรตายบนไม้กางเขน" อย่างไรก็ตาม ถ้าท่านเข้าใจถึงการจัดเตรียมเรื่องไม้กางเขนอย่างทะลุปรุโปร่งท่านก็จะรู้ว่าเพราะเหตุใดพระเยซูต้องถูกตรึงและรู้ว่าพระองค์จะทรงเป็นกษัตริย์เหนือกษัตริย์และองค์พระผู้เป็นเจ้าเหนือเจ้าทั้งหลายหลังจากชัยชนะของพระองค์เหนือผีมารซาตาน ดังนั้น ใครก็ตามที่เชื่อว่าพระเยซูเป็นพระผู้ช่วยให้รอดที่สิ้นพระชนม์บนไม้กางเขนและเป็นขึ้นมาในวันที่สามเพื่อไถ่มนุษย์ให้พ้นจากความบาปผู้นั้นก็ได้รับการประกาศให้เป็นผู้ชอบธรรมและรับความรอด

2. เพราะเหตุใดพระเยซูจึงถูกตรึงบนไม้กางเขน

ถ้าเช่นนั้น เพราะเหตุใดพระเยซูจึงถูกตรึงบนไม้กางเขน ทำไมต้องเป็นไม้กางเขน ในท่ามกลางวิธีประหารชีวิตที่หลากหลายพระเยซูทรงสิ้นพระชนม์บนไม้กางเขน กาลาเทีย 3:13-14 ระบุว่ามีเหตุผลฝ่ายวิญญาณอยู่สามข้อว่าเพราะเหตุใดพระเยซูจึงถูกตรึงบนไม้กางเขน

ประการแรก เพื่อไถ่เราจากคำแช่งสาปของธรรมบัญญัติ

กาลาเทีย 13:13 ระบุว่า *"พระคริสต์ทรงไถ่เราให้พ้นความแช่งสาปแห่งธรรมบัญญัติโดยการที่พระองค์ทรงยอมถูกแช่งสาปเพื่อเรา เพราะพระคัมภีร์เขียนไว้ว่าทุกคนที่ต้องถูกแขวนไว้บนต้นไม้ต้องถูกสาปแช่ง"* พระคัมภีร์ข้อนี้อธิบายว่าพระเยซูทรงไถ่เราจากคำแช่งสาปของธรรมบัญญัติด้วยการถูกตรึงบนไม้กางเขน

มนุษย์ทุกคนถูกแช่งสาป ดังนั้นมนุษย์ทุกคนจึงถูกกำหนดให้เข้าสู่หนทางแห่งความตายเนื่องจากการไม่เชื่อฟังของอาดัมซึ่งเป็นมนุษย์คนแรกตามที่ระบุไว้ในโรม 6:23 ว่า *"เพราะว่าค่าจ้างของความบาปคือความตาย"* อย่างไรก็ตาม พระเจ้าทรงประทานพระเยซูพระบุตรของพระองค์ให้กับมนุษยชาติและทรงอนุญาตให้

พระองค์ถูกตรึงบนไม้กางเขนเพื่อไถ่มนุษย์ให้พ้นจากคำแช่งสาปของธรรมบัญญัติ (เฉลยธรรมบัญญัติ 21:23)

ยิ่งกว่านั้น พระเยซูทรงหลั่งพระโลหิตของพระองค์บนไม้กางเขน ให้สังเกตดูข้อที่ 11 และ 14 ของหนังสือเลวีนิติ 17:

เพราะว่าชีวิตของเนื้อหนังอยู่ในเลือด เราได้ให้เลือดแก่เจ้าเพื่อใช้บนแท่นเพื่อจะทำการลบมลทินบาปแห่งวิญญาณจิตของเจ้าเพราะว่าโลหิตเป็นสิ่งที่ทำการลบมลทินบาปด้วยชีวิตเป็นเหตุ (ข้อ 11)

เพราะว่าชีวิตของสัตว์ทุกตัวก็คือเลือดของมันนั่นเอง... (ข้อ 14)

ผู้เขียนหนังสือเลวีนิติบันทึกว่าชีวิตคือเลือดเพราะสิ่งทรงสร้างทุกชนิดต้องการเลือดเพื่อมีชีวิตอยู่และจะเสียชีวิตถ้าปราศจากเลือด

อย่างไรก็ตาม เมื่อคนหนึ่งเสียชีวิตร่างกายของเขาก็กลับไปเป็นผงคลีดินและวิญญาณจิตของเขาจะไปสวรรค์หรือไม่ก็ไปนรก เพื่อจะรับชีวิตนิรันดร์ท่านต้องได้รับการยกโทษความผิดบาปของท่าน เพื่อจะรับการยกโทษความผิดบาปต้องมีโลหิตไหลออกตามที่ระบุไว้ในฮีบรู 9:22 ว่า *"ความจริงนั้นตามพระบัญญัติถือว่าเกือบทุกสิ่งจะบริสุทธิ์เพราะโลหิตและถ้าไม่มีโลหิตไหลออกแล้วก็จะไม่มีการอภัยบาปเลย"* ด้วยเหตุนี้ ผู้คนในสมัยพระคัมภีร์เดิมต้องนำเลือดของสัตว์มาถวายเมื่อใดก็ตามที่คนเหล่านั้นทำบาป แต่พระเยซูทรงหลั่งพระโลหิตของพระองค์ครั้งเดียวเป็นพอเพื่อทำให้มนุษย์ทุกคนได้รับการยกโทษและรับเอาชีวิตนิรันดร์เพราะพระองค์ไม่มีทั้งความบาปดั้งเดิมหรือความบาปที่พระองค์ทรงกระทำ

ในทำนองเดียวกัน ท่านสามารถรับเอาชีวิตนิรันดร์ได้เนื่องด้วยพระโลหิตประเสริฐของพระเยซู กล่าวคือ พระเยซูทรงตายแทนท่านและทรงเปิดหนทางแห่งการเป็นบุตรของพระเจ้าให้แก่ท่าน

ประการที่สอง เพื่อประทานพระพรของอับราฮัม

ส่วนแรกของกาลาเทีย 3:14 กล่าวว่า *"เพื่อพระพรทางอับราฮัมจะได้มาถึงคนต่างชาติทั้งหลายเพราะพระเยซูคริสต์"* สิ่งนี้หมายความว่าพระเจ้าทรงประทาน

พระพรที่มอบให้อับราฮัมไม่เฉพาะกับชนชาติอิสราเอลเท่านั้นแต่ประทานให้กับคนต่างชาติที่ได้รับการประกาศให้เป็นผู้ชอบธรรมโดยการยอมรับพระเยซูเป็นพระผู้ช่วยให้รอดของตนด้วยเช่นกัน

อับราฮัมถูกเรียกว่า "บิดาแห่งความเชื่อ" และ "มิตรสหายของพระเจ้า" และท่านมีชีวิตอยู่ในพระพรของการมีบุตร มีสุขภาพดี มีทรัพย์สมบัติ และอื่น ๆ อีกมากมาย เหตุผลที่อับราฮัมได้รับพระพรอย่างอุดมสมบูรณ์มีบันทึกอยู่ในปฐมกาล 22:15-18

ทูตของพระเจ้าเรียกอับราฮัมครั้งที่สองมาจากฟ้าสวรรค์ว่า "พระเจ้าตรัสว่า เราปฏิญาณในนามของเราว่าเพราะเจ้ากระทำอย่างนี้และมิได้หวงบุตรชายของเจ้า คือบุตรชายคนเดียวของเจ้า เราจะอวยพรเจ้าแน่ เราจะทวีเชื้อสายของเจ้าให้มากขึ้น ดังดวงดาวในท้องฟ้าและดังเม็ดทรายบนฝั่งทะเล เชื้อสายของเจ้าจะได้ประตูเมืองศัตรูของเจ้าเป็นกรรมสิทธิ์ ประชาชาติทั้งหลายทั่วโลกจะได้รับพรเพราะเชื้อสายของเจ้า เหตุว่าเจ้าฟังเสียงของเรา"

อับรามฮัมเชื่อฟังเมื่อพระเจ้าตรัสกับท่านว่า *"เจ้าจงออกจากเมือง จากญาติพี่น้อง จากบ้านบิดาของเจ้า ไปยังดินแดนที่เราจะบอกให้เจ้ารู้"* (ปฐมกาล 12:1) ท่านยังเชื่อฟังโดยไม่มีข้อแก้ตัวหรือเสียงบ่นเช่นกันเมื่อพระเจ้าตรัสว่า *"จงพาบุตรของเจ้าคืออิสอัคบุตรคนเดียวของเจ้าผู้ที่เจ้ารักไปยังแคว้นโมริยาห์และถวายเขาที่นั่นเป็นเครื่องเผาบูชาบนภูเขาลูกหนึ่งซึ่งเราจะบอกแก่เจ้า"* (ปฐมกาล 22:2) การที่อับราฮัมกระทำเช่นนี้ได้ก็เพราะท่านเชื่อในพระเจ้าผู้ทรงสร้างสามารถทำให้คนตายเป็นขึ้นมาใหม่ (ฮีบรู 11:9) การที่ท่านมีความเชื่ออย่างมั่นคงเช่นนั้นทำให้ท่านสามารถเป็นพระพรและเป็นบิดาแห่งความเชื่อ

ด้วยเหตุนี้ บุตรของพระเจ้าที่ยอมรับพระเยซูเป็นพระผู้ช่วยให้รอดของตนควรมีความเชื่ออย่างอับราฮัม จากนั้นท่านก็จะสามารถถวายพระสิริแด่พระเจ้าด้วยการรับพระพรทั้งสิ้นของแผ่นดินโลก

ประการที่สาม เพื่อประทานพระสัญญาเรื่องพระวิญญาณ

ส่วนหลังของกาลาเทีย 3:14 ระบุว่า *"เพื่อเราจะได้รับพระวิญญาณตาม*

พระสัญญาโดยความเชื่อ" สิ่งนี้หมายความว่าทุกคนที่เชื่อว่าพระเยซูทรงสิ้นพระ ชนม์บนไม้กางเขนเพื่อมนุษย์ทุกคนจะเป็นอิสระจากคำแช่งสาปของธรรมบัญญัติ และได้รับพระสัญญาเรื่องพระวิญญาณบริสุทธิ์ นอกจากนั้น ใครก็ตามที่ยอมรับพระเยซูเป็นพระผู้ช่วยให้รอดจะได้รับสิทธิของการเป็นบุตรของพระเจ้าและได้รับพระวิญญาณเป็นของขวัญและเป็นประกัน (ยอห์น 1:12; โรม 8:16)

เมื่อท่านได้รับพระวิญญาณบริสุทธิ์ท่านสามารถเรียกพระเจ้าว่า "อับบา คือ พระบิดา" (โรม 8:15) ชื่อของท่านถูกบันทึกไว้ในหนังสือแห่งชีวิตในสวรรค์ (ลูกา 10:20) และท่านมีความเป็นพลเมืองของสวรรค์ (ฟีลิปปี 3:20) ที่เป็นเช่นนี้ก็เพราะว่าพระวิญญาณบริสุทธิ์ (ซึ่งเป็นหัวใจและพระกำลังของพระเจ้า) จะทรงนำท่านไปสู่ชีวิตนิรันดร์ด้วยการช่วยท่านให้เข้าใจพระคำของพระเจ้าและดำเนินชีวิตตามพระคำด้วยความเชื่อ

อย่างไรก็ตาม ท่านจะรอดเมื่อท่านยอมรับพระเยซูเป็นพระผู้ช่วยให้รอดของท่านและเชื่อในจิตใจของท่านว่าพระองค์ทรงทำลายสิทธิอำนาจของความตายและทรงเป็นขึ้นมา โรม 10:9 กล่าวถึงเรื่องนี้ว่า "คือว่าถ้าท่านจะรับด้วยปากของท่านว่าพระเยซูทรงเป็นองค์พระผู้เป็นเจ้าและเชื่อในจิตใจว่าพระเจ้าได้ทรงชุบพระองค์ให้เป็นขึ้นมาจากความตาย ท่านจะรอด"

ก่อนปฐมกาล พระเจ้าทรงกำหนดแผนการอันยิ่งใหญ่ไว้เพื่อจะทำให้ผู้คนที่เชื่อว่าพระเยซูทรงเป็นพระผู้ช่วยให้รอดเข้าเป็นหนึ่งเดียวกับพระเจ้าและนำคนเหล่านั้นไปสู่ความรอด แผนการนี้มหัศจรรย์และล้ำลึกมาก มนุษย์ต้องเดินอยู่ในหนทางแห่งความตายเนื่องจากความบาปของมนุษย์คนแรกตามกฎเกณฑ์ฝ่ายวิญญาณซึ่งประกาศว่า "ค่าจ้างของบาปคือความตาย" อย่างไรก็ตาม มนุษย์ก็สามารถหลุดพ้นจากคำแช่งสาปของธรรมบัญญัติและได้รับความรอดด้วยความเชื่อ โดยกฎเกณฑ์เดียวกันเมื่อซาตานละเมิดกฎเกณฑ์ฝ่ายวิญญาณ

มนุษย์ต้องประสบกับความเจ็บปวด ปัญหา และความตายที่ผีมารซาตานหยิบยื่นให้เมื่อมนุษย์ตกเป็นทาสของความบาปเนื่องจากการไม่เชื่อฟัง แต่ใครก็ตามที่ยอมรับเอาพระเยซูเป็นพระผู้ช่วยให้รอดและรับพระวิญญาณบริสุทธิ์ก็สามารถรับเอาความรอด ชีวิตนิรันดร์ การเป็นขึ้นมา และพระพรอันไพบูลย์

สิทธิพิเศษและพระพรที่ให้กับบุตรของพระเจ้า

ใครก็ตามที่เปิดจิตใจของตนและยอมรับเอาพระเยซูคริสต์ก็จะได้รับการยกโทษ รับสิทธิของการเป็นบุตรของพระเจ้า และชื่นชมกับสันติสุขและความยินดีในจิตใจของตน สิ่งนี้เป็นไปได้ก็เพราะว่าพระเยซูทรงกำจัดบาปทั้งสิ้นของเขาครั้งเดียวพอด้วยการถูกตรึง ดังนั้น สดุดี 103:12 จึงกล่าวว่า *“ตะวันออกไกลจากตะวันตกเท่าใด พระองค์ทรงปลดการละเมิดของเราจากเราไปไกลเท่านั้น”* ฮีบรู 10:16-18 ยังบอกไว้เช่นกันว่า “องค์พระผู้เป็นเจ้าตรัสว่านี่คือพระสัญญาซึ่งเราจะกระทำกับเขาทั้งหลาย แล้วตรัสต่อไปว่า ‘และเราจะไม่จดจำบาปกับการอธรรมของเขาทั้งหลายอีกต่อไป’ เมื่อมีการลบบาปแล้วก็ไม่มีการถวายเครื่องบูชาลบบาปอีกต่อไป”

ไม่มีสิ่งใดในโลกนี้ที่สมควรจะนำมาเทียบกับสิทธิของการเป็นบุตรของพระเจ้าที่เราได้รับโดยความเชื่อ ในโลกนี้ สิทธิของการเป็นราชบุตรของกษัตริย์หรือเป็นบุตรของประธานาธิบดีถือเป็นตำแหน่งที่มีอำนาจมาก ถ้าเช่นนั้น สิทธิของการเป็นบุตรของพระเจ้าพระผู้สร้างผู้ทรงปกครองเหนือโลกและทรงครอบครองประวัติศาสตร์ของมนุษย์และจักรวาลจะยิ่งใหญ่กว่านั้นสักเพียงใด

พระเจ้าไม่ถือว่าการกล่าวอ้างเพียงว่า “พระเยซูเป็นองค์พระผู้เป็นเจ้า” นั้นเป็นความเชื่อที่แท้จริง ท่านต้องเข้าใจว่าพระเยซูคริสต์คือใคร ทำไมพระองค์จึงเป็นพระผู้ช่วยให้รอดสำหรับท่าน และมีความเชื่อที่แท้จริงบนพื้นฐานของความรู้นี้ ด้วยความเชื่อที่แท้จริงนี้ท่านก็จะสามารถทราบถึงการจัดเตรียมของพระเจ้าที่ซ่อนอยู่ในไม้กางเขนและสารภาพว่า “องค์พระผู้เป็นเจ้าคือพระคริสต์พระบุตรของพระเจ้าผู้ทรงพระชนม์อยู่” ยิ่งกว่านั้น ท่านสามารถดำเนินชีวิตตามน้ำพระทัยของพระเจ้า ถ้าปราศจากความเชื่อที่แท้จริงก็ยากสำหรับท่านที่จะมีความเชื่อซึ่งออกมาจากจิตใจและดำเนินชีวิตตามพระวจนะของพระเจ้า ด้วยเหตุนี้ เหมือนที่พระเยซูตรัสไว้ในมัทธิว 7:21 ว่า *“มิใช่ทุกคนที่เรียกเราว่า ‘พระองค์เจ้าข้า พระองค์เจ้าข้า’ จะได้เข้าในแผ่นดินสวรรค์ แต่ผู้ที่ปฏิบัติตามพระทัยพระบิดาของเราผู้ทรงสถิตในสวรรค์จึงจะเข้าได้”* พระเยซูทรงประกาศชัดเจนว่าผู้คนที่เรียกพระเยซูว่า “พระองค์เจ้าข้า พระองค์เจ้าข้า” และดำเนินชีวิตตามน้ำพระทัยและพระคำของพระเจ้าเท่านั้นจึงจะรอด

3. ไม่มีนามอื่นใดในโลกนี้เว้นแต่พระนาม "พระเยซูคริสต์"

กิจการบทที่ 4 บรรยายถึงเหตุการณ์ที่เปโตรและยอห์นเป็นพยานถึงพระนามของพระเยซูคริสต์อย่างกล้าหาญต่อสภาแซนเฮดริน ทั้งสองคนเชื่ออย่างจริงใจว่าไม่มีนามอื่นใดที่สามารถทำให้มนุษย์ไปถึงความรอดได้เว้นแต่พระนามของ "พระเยซูคริสต์" เปโตรที่เต็มล้นด้วยพระวิญญาณบริสุทธิ์ได้รับการเสริมกำลังอำนาจให้ประกาศว่า "ในผู้อื่นความรอดไม่มีเลยด้วยว่านามอื่นซึ่งให้เราทั้งหลายรอดได้ ไม่ทรงโปรดให้มีในท่ามกลางมนุษย์ทั่วใต้ฟ้า" (กิจการ 4:12)

พระนามของ "พระเยซูคริสต์" มีนัยฝ่ายวิญญาณอะไรบ้าง เพราะเหตุใดพระเจ้าจึงไม่ทรงโปรดให้มีนามอื่นที่จะทำให้เราไปถึงความรอดเว้นแต่พระนามของพระเยซูคริสต์

ความแตกต่างระหว่างพระนาม "พระเยซู" กับ "พระเยซูคริสต์"

กิจการ 16:31 บอกเราว่า "จงเชื่อและวางใจในพระเยซูเจ้าและท่านจะรอดได้ ทั้งครอบครัวของท่านด้วย" มีเหตุผลสำคัญว่าทำไมพระคัมภีร์ข้อนี้จึงใช้คำว่า "พระเยซูเจ้า" แทนที่จะใช้คำว่า "พระเยซู" เพียงอย่างเดียว

ในที่นี้คำว่า "พระเยซู" หมายถึงบุคคลหนึ่งซึ่งเป็นผู้ที่จะช่วยประชากรของตนให้พ้นจากความผิดบาป คำว่า "พระคริสต์" เป็นคำภาษากรีกซึ่งหมายถึง "พระเมสสิยาห์" ในภาษาฮีบรู พระคริสต์คือ "พระองค์ซึ่งทรงเจิมไว้แล้ว" (กิจการ 4:27) และหมายถึงพระผู้ช่วยให้รอดซึ่งเป็นผู้กลางระหว่างพระเจ้ากับมนุษย์ กล่าวคือ คำว่า "พระเยซู" เป็นพระนามของพระผู้ช่วยให้รอดในอนาคต แต่คำว่า "พระคริสต์" เป็นพระนามของพระผู้ช่วยรอดผู้ได้ทรงช่วยประชากรของพระองค์ให้รอดแล้ว

ในสมัยพระคัมภีร์เดิม พระเจ้าทรงเจิมบุคคลที่จะเป็นกษัตริย์ หรือปุโรหิต หรือผู้เผยพระวจนะด้วยการเทน้ำมันลงบนศีรษะของผู้ที่จะถูกเจิมนั้น (เลวีนิติ 4:3; 1 ซามูเอล 10:1; 1 พงศ์กษัตริย์ 19:16) น้ำมันเป็นสัญลักษณ์ของพระวิญญาณบริสุทธิ์ ด้วยเหตุนี้ การเจิมบางคนจึงหมายถึงการประทานพระวิญญาณบริสุทธิ์ให้แก่คนที่พระเจ้าได้ทรงเลือกสรรไว้

พระเยซูทรงถูกเจิมไว้ให้เป็นกษัตริย์ มหาปุโรหิต และผู้เผยพระวจนะ พระองค์เสด็จมาในโลกนี้ในสภาพเนื้อหนังเพื่อช่วยมนุษย์ทุกคนให้รอดตามการจัดเตรียมของพระเจ้าซึ่งได้ทรงกำหนดไว้ก่อนปฐมกาล พระเยซูทรงถูกตรึงเพื่อไถ่เราและทรงเป็นพระผู้ช่วยให้รอดของเราด้วยการเป็นขึ้นมาในวันที่สาม ดังนั้น พระเยซูจึงทำให้การจัดเตรียมของพระเจ้าในเรื่องความรอดครบถ้วนสมบูรณ์ กล่าวคือ พระองค์คือพระคริสต์

เราเรียกพระเยซูก่อนการถูกตรึงว่า "พระเยซู" เท่านั้น แต่หลังจากการถูกตรึงและการเป็นขึ้นมาของพระองค์เราต้องเรียกพระองค์ว่า "พระเยซูคริสต์" "พระเยซูเจ้า" หรือ "องค์พระผู้เป็นเจ้า"

ท่านควรรู้ว่ามีความแตกต่างกันอย่างมากในเรื่องฤทธิ์อำนาจระหว่างพระนาม "พระเยซู" กับ "พระเยซูคริสต์" พระเยซูเป็นพระนามที่คนขานพระองค์ก่อนการจัดเตรียมของพระเจ้าในเรื่องความรอดสำเร็จและผีมารซาตานไม่ค่อยเกรงกลัวพระนามนี้มากนัก แต่พระนาม "พระเยซูคริสต์" มีความหมายอันเป็นนัยสามประการ ได้แก่ (1) พระโลหิตที่ไถ่เราให้พ้นจากความผิดบาปของเรา (2) การเป็นขึ้นมาซึ่งทำลายสิทธิอำนาจของความตาย และ (3) ชีวิตที่ดำรงอยู่ชั่วนิรันดร์ ผีมารซาตานกลัวพระนามนี้จนตัวสั่น

ผู้คนจำนวนมากละเลยต่อข้อเท็จจริงข้อนี้เนื่องจากเขาไม่เข้าใจความแตกต่างดังกล่าว อย่างไรก็ตาม มีความจริงว่าการทำงานและคำตอบของพระเจ้าจะแตกต่างออกไปตามพระนามที่เราใช้เรียก (กิจการ 3:6)

เมื่อท่านอธิษฐานต่อพระเจ้าในพระนามของพระเยซูคริสต์องค์พระผู้เป็นเจ้าของเราและจดจำข้อเท็จจริงเอาไว้ ท่านจะดำเนินชีวิตอย่างมีชัยชนะและได้รับคำตอบจากพระเจ้าของท่านผู้ทรงฤทธานุภาพอย่างรวดเร็วและไพบูลย์

การเชื่อฟังอย่างสมบูรณ์ของพระเยซู

แม้โดยธรรมชาติของพระองค์พระเยซูทรงเป็นพระเจ้าแต่พระองค์ไม่ได้ถือว่าการเท่าเทียมกับพระเจ้าเป็นสิ่งที่ต้องยึดถือ หรือพระองค์ไม่ได้ติดยึดกับสิทธิของความเป็นพระเจ้า พระองค์ทรงสละพระองค์เอง ยอมรับสถานะของความเป็นทาสที่ต่ำต้อย และปรากฏพระองค์เองในสภาพของมนุษย์

ทาสที่ดีจะไม่ทำสิ่งใดตามใจตน เขาจะทำงานตามใจเจ้านายแทนที่จะทำตามใจตนเอง ทาสมีหน้าที่เชื่อฟังนายไม่ว่าจะสอดคล้องกับการตัดสินใจหรือความรู้สึกของเขาหรือไม่ก็ตาม พระเยซูเชื่อฟังตามพระทัยของพระเจ้าด้วยหัวใจของทาสที่ดี ดังนั้น พระองค์จึงสามารถทำให้พันธกิจเพื่อความรอดของมนุษย์บรรลุสู่ความสำเร็จ

พระเจ้าทรงยกย่องพระเยซู (ผู้ที่เชื่อฟังน้ำพระทัยของพระเจ้าด้วยการกล่าวว่า "ใช่แล้วพระเจ้าข้า" และ "ขอให้เป็นไปตามนั้นเถิดพระเจ้าข้า") ขึ้นสู่สถานะที่สูงที่สุดและให้ผู้คนยอมรับว่าพระองค์ทรงเป็นองค์พระผู้เป็นเจ้า

เหตุฉะนั้น พระเจ้าจึงได้ทรงยกพระองค์ขึ้นอย่างสูงและได้ประทานพระนามเหนือนามทั้งปวงแก่พระองค์ เพื่อเพราะพระนามนั้นทุกเข่าใน
สวรรค์ ที่แผ่นดินโลก ใต้พื้นแผ่นดินโลก จะคุกลงกราบพระเยซู และเพื่อ
ทุกลิ้นจะยอมรับว่าพระเยซูคริสต์ทรงเป็นองค์พระผู้เป็นเจ้าอันเป็นการถวาย
เกียรติแด่พระบิดาเจ้า" (ฟีลิปปี 2:9-11)

พระนาม "พระเยซูเจ้า" ยืนยันถึงฤทธิ์อำนาจของพระเจ้า

ยอห์น 1:3 กล่าวว่า "พระเจ้าทรงสร้างสิ่งทั้งปวงขึ้นมาโดยพระวาทะ ในบรรดาสิ่งที่เป็นมานั้น ไม่มีสักสิ่งเดียวที่ได้เป็นมานอกเหนือพระวาทะ" การที่สิ่งสารพัดในโลกถูกสร้างขึ้นโดยผ่านทางพระเยซู พระองค์จึงทรงมีสิทธิอำนาจที่จะปกครองเหนือสิ่งสารพัดในฐานะพระผู้สร้าง เมื่อพระเยซูพระบุตรของพระเจ้าพระผู้สร้างทรงบัญชาสิ่งที่ไม่มีชีวิต อย่างเช่น ลมพายุและคลื่นทะเลก็เชื่อฟังพระองค์และสงบนิ่ง ต้นมะเดื่อเหี่ยวแห้งลงทันทีเมื่อพระองค์ทรงสาปต้นมะเดื่อนั้น

พระเยซูมีสิทธิอำนาจที่จะยกโทษความผิดบาปและช่วยคนบาปให้รอดจากการถูกลงโทษความผิดบาปของตน ดังนั้น พระเยซูจึงตรัสกับคนง่อยในมัทธิว 9:2 ว่า "ลูกเอ๋ย จงชื่นใจเถิด บาปของเจ้าได้รับอภัยแล้ว" และตรัสในข้อ 6 ว่า "แต่เพื่อท่านทั้งหลายจะรู้ว่าบุตรมนุษย์มีสิทธิอำนาจในโลกที่จะโปรดยกความผิดบาปได้" พระองค์จึงตรัสสั่งคนง่อยว่า "จงลุกขึ้นยกที่นอนกลับไปบ้านเถิด"

ยิ่งกว่านั้น พระเยซูทรงมีฤทธิ์อำนาจที่จะรักษาโรคภัยไข้เจ็บและความพิการทุกชนิดให้หายและทรงทำให้คนตายเป็นขึ้น ยอห์นบทที่ 11 บรรยายถึงเหตุการณ์

ที่ลาซารัสซึ่งตายไปแล้วเดินออกมาจากอุโมงค์เมื่อพระเยซูทรงเรียกเขาด้วยเสียงอันดังว่า "ลาซารัสเอ๋ย ออกมาเถิด" ลาซารัสออกมาพร้อมกับผ้าพันตัวและมีเชือกมัดที่มือและเท้าของเขาเอาไว้ เขาเสียชีวิตมาแล้วสี่วันและเริ่มมีกลิ่นเหม็น แต่เขาเดินออกมาจากอุโมงค์อย่างคนที่มีสุขภาพแข็งแรง

เช่นเดียวกัน พระเยซูจะทรงประทานสิ่งใดก็ตามที่ท่านขอด้วยความเชื่อเพราะพระองค์มีฤทธิ์อำนาจอันยิ่งใหญ่ของพระเจ้า

พระเยซูคริสต์ผู้เป็นความรักของพระเจ้า

เหมือนที่กล่าวไว้ใน 1 ยอห์น 4:10 ว่า *"ความรักที่ข้าพเจ้าพูดถึงนี้มิใช่ที่เรารักพระเจ้า แต่ที่พระองค์ทรงรักเราและทรงใช้พระบุตรของพระองค์มาทรงเป็นผู้ลบล้างพระอาชญาที่ตกกับเราทั้งหลายเพราะบาปของเรา"* พระเจ้าทรงสำแดงความรักอันยิ่งใหญ่ของพระองค์แก่เรา พระองค์ทรงส่งพระบุตรองค์เดียวของพระองค์เพื่อให้เป็นเครื่องบูชาไถ่บาปเมื่อเรายังเป็นคนผิดบาป พระเจ้าต้องทนกับความเจ็บปวดอย่างแสนสาหัสและทรงเปิดหนทางแห่งความรอดของมนุษย์เมื่อพระเยซูพระบุตรของพระองค์ถูกตอกตรึงด้วยตะปูที่กางเขนและพระโลหิตไหลออกมา พระเจ้าแห่งความรักทรงรู้สึกอย่างไรเมื่อพระองค์ต้องเห็นพระเยซูพระบุตรเพียงองค์เดียวของพระองค์ถูกตรึง พระเจ้าไม่สามารถเฝ้าดูจากที่ประทับบนบัลลังก์ของพระองค์ได้ มัทธิว 27:51-54 บอกให้เราทราบว่าพระเจ้าทรงเป็นทุกข์เพียงใดเมื่อพระเยซูทรงถูกตรึง

> *และดูเถิด ม่านในพระวิหารก็ขาดออกเป็นสองท่อนตั้งแต่บนตลอดล่าง แผ่นดินก็ไหว ศิลาก็แตกออกจากกัน อุโมงค์ฝังศพก็เปิดออก ศพของธรรมิกชนหลายคนที่ล่วงหลับไปแล้วได้เป็นขึ้นมา และเมื่อพระเยซูทรงเป็นขึ้นมาแล้วเขาทั้งหลายก็ออกจากอุโมงค์พากันเข้าไปในนครบริสุทธิ์ปรากฏแก่คนเป็นอันมาก ส่วนนายร้อยและทหารที่เฝ้าพระศพพระเยซูอยู่ด้วย เมื่อได้เห็นแผ่นดินไหวและการทั้งปวงซึ่งบังเกิดขึ้นนั้นก็พากันครั่นคร้ามยิ่งนัก จึงพูดกันว่า "แท้จริงท่านผู้นี้เป็นพระบุตรของพระเจ้า"*

พระคัมภีร์ตอนนี้แสดงให้เห็นว่าพระเยซูทรงถูกตรึงไม่ใช่เป็นเพราะความผิดบาปของพระองค์เองแต่เป็นเพราะความรักอันยิ่งใหญ่ของพระเจ้าที่จะนำมนุษย์ทุกคนไปสู่หนทางแห่งความรอด อย่างไรก็ตาม ผู้คนจำนวนมากไม่ได้ยอมรับหรือเข้าใจถึงความรักอันยิ่งใหญ่นี้ของพระเจ้า

    หลังจากที่อาดัมไม่เชื่อฟังพระเจ้า มนุษย์ทุกคนก็ไม่สามารถอยู่กับพระเจ้าได้และกลายเป็นผู้ที่มีธรรมชาติบาป แต่พระเยซูทรงเสด็จเข้ามาในโลกและทรงเป็นคนกลางระหว่างพระเจ้ากับเราเพื่อว่าพระองค์จะทรงประทานพระพรของการสถิตอยู่ด้วยของพระเจ้ากับมนุษย์ทุกคน (มัทธิว 1:23) เราได้รับสันติสุขและการหยุดพักที่แท้จริงโดยผ่านความเจ็บปวดและความทุกข์ของพระเยซูบนไม้กางเขน

    ด้วยเหตุนี้ ข้าพเจ้าหวังว่าท่านจะเข้าใจถึงความรักอันยิ่งใหญ่ของพระเจ้าผู้ทรงประทานพระบุตรเพียงองค์เดียวของพระองค์เพื่อเป็นค่าไถ่สำหรับการไถ่ถอนเราจากความผิดบาปและความตายนิรันดร์ พระองค์ทรงเป็นความรักอันเสียสละขององค์พระผู้เป็นเจ้าผู้ทรงถูกตรึงบนไม้กางเขนแทนเรา (แม้พระองค์ไม่มีความผิด) และทรงเปิดหนทางแห่งความรอด

6
การจัดเตรียมของไม้กางเขน

บังเกิดในคอกสัตว์และนอนในรางหญ้า
ชีวิตของพระเยซูในความยากจน
ทรงถูกเฆี่ยนและพระโลหิตที่หลั่งไหล
ทรงสวมมงกุฎหนาม
ฉลองพระองค์และฉลองพระองค์ชั้นใน
พระหัตถ์และพระบาทของพระองค์ถูกตอกตะปู
ขาของพระองค์ไม่หักแต่สีข้างของพระองค์ถูกแทง

อิสยาห์ 53:4-6

แน่ทีเดียวท่านได้แบกความเจ็บไข้ของเราทั้งหลายและหอบความเจ็บปวดของเราไป กระนั้นเราทั้งหลายก็ยังถือว่าท่านถูกตี คือพระเจ้าทรงโบยตีและข่มใจ แต่ท่านถูกบาดเจ็บเพราะความทรยศของเราทั้งหลาย ท่านฟกช้ำเพราะความบาปผิดของเราการตีสอนอันทำให้เราทั้งหลายสมบูรณ์ตกแก่ท่าน ที่ท่านต้องฟกช้ำนั้นก็ให้เราหายดี เราทุกคนได้เจิ่นไปเหมือนแกะ เราทุกคนต่างได้หันไปตามทางของตนเอง และพระเจ้าทรงวางลงบนท่านซึ่งความบาปผิดของเราทุกคน

ส่วนที่สำคัญที่สุดในแผนการเพื่อให้ได้มาซึ่งบุตรที่แท้จริงของพระเจ้าก็คือการให้พระเยซูเสด็จมารับสภาพเป็นมนุษย์ในโลกนี้ ต้องเผชิญกับความทุกข์ทรมานทุกชนิด และสิ้นพระชนม์บนไม้กางเขน พระองค์ทรงทำให้หนทางแห่งความรอดของมนุษยชาติสำเร็จผ่านทางสิ่งต่าง ๆ เหล่านี้

การจัดเตรียมของพระเจ้าเรื่องกางเขนมีความหมายฝ่ายวิญญาณที่ลึกซึ้ง พระเยซูซึ่งเป็นพระบุตรเพียงองค์เดียวของพระเจ้าทรงสละสง่าราศีในสวรรค์เพื่อถือกำเนิดในคอกสัตว์และมีชีวิตอยู่ในความยากจนตลอดชีวิตของพระองค์

นอกจากนั้น พระองค์ทรงถูกเฆี่ยน มือและเท้าของพระองค์ถูกตอกด้วยตาปู พระองค์ทรงสวมมงกุฎหนาม น้ำและพระโลหิตของพระองค์ไหลออกมาเมื่อสีข้างของพระองค์ถูกแทงด้วยหอก ความรักอย่างเหลือล้นของพระเจ้าปรากฏอยู่ในความทุกข์ยากลำบากทุกชนิดที่พระเยซูทรงประสบ

เมื่อท่านเข้าใจความหมายฝ่ายวิญญาณของกางเขนและความทุกข์ยากลำบากของพระเยซูอย่างครบถ้วน จิตใจของท่านจะถูกเร้าด้วยความรักของพระเจ้าและท่านจะมีความเชื่อที่แท้จริง นอกจากนั้น ท่านยังสามารถรับคำตอบสำหรับปัญหาทุกอย่างในชีวิตของท่าน (อย่างเช่น ความยากจนและโรคภัยไข้เจ็บ) รวมทั้งรับเอาแผ่นดินสวรรค์ชั่วนิรันดร์ด้วยเช่นกัน

1. บังเกิดในคอกสัตว์และนอนในรางหญ้า

ในธรรมชาติความเป็นพระเจ้าของพระองค์พระเยซูทรงเป็นเจ้านายเหนือสิ่งสารพัดในสวรรค์และบนแผ่นดินโลกและเป็นผู้ทรงพระสิริสูงสุด ถึงกระนั้นพระองค์ทรงยอมรับสภาพเป็นมนุษย์ในโลกนี้เพื่อไถ่มนุษย์ให้พ้นจากความผิดบาปและนำมนุษย์ไปสู่ความรอด

พระเยซูทรงเป็นพระบุตรเพียงองค์เดียวของพระเจ้าพระผู้สร้างผู้ทรงฤทธานุภาพ เพราะเหตุใดพระองค์จึงไม่บังเกิดในสถานที่อันหรูหราหรืออย่างน้อย

ในห้องที่สะดวกสบาย พระเจ้าไม่อาจยอมให้พระเยซูบังเกิดในสถานที่อันโอ่อ่ากระนั้นหรือ ทำไมพระเจ้าจึงให้พระเยซูมาบังเกิดในคอกสัตว์และนอนในรางหญ้า เหตุการณ์นี้มีความหมายฝ่ายวิญญาณที่ลึกซึ้ง ท่านควรรู้ว่าในแง่ฝ่ายวิญญาณพระเยซูทรงถือกำเนิดด้วยวิธีการที่มีสง่าราศีมากที่สุด ถึงแม้ว่าผู้คนไม่สามารถมองเห็นด้วยตาเปล่าของตน แต่พระเจ้าทรงพอพระทัยกับการบังเกิดของพระเยซูมาก จนพระองค์ทรงประทานแสงสว่างไว้ล้อมรอบพระกุมารเยซูพร้อมด้วยทูตสวรรค์หมู่ใหญ่ ท่านสามารถสัมผัสถึงความตื่นเต้นของพระเจ้าจากลูกา 2:14 ซึ่งบันทึกว่า "พระสิริจงมีแด่พระเจ้าในที่สูงสุด ส่วนบนแผ่นดินโลกสันติสุขจงมีท่ามกลางมนุษย์ทั้งปวงซึ่งพระองค์ทรงโปรดปรานนั้น" พระเจ้ายังทรงจัดเตรียมบรรดาคนเลี้ยงแกะและพวกโหราจารย์จากทิศตะวันออกไว้เช่นกันและนำคนเหล่านั้นมานมัสการพระกุมารเยซู

คำสรรเสริญและการนมัสการทั้งหมดเกิดขึ้นเนื่องจากพระเยซูจะทรงเปิดประตูแห่งความรอดพร้อมกับการเสด็จมาในโลกนี้ของพระองค์ ผู้คนจำนวนมหาศาลจะเข้าสู่สวรรค์นิรันดร์ในฐานะบุตรของพระเจ้า และพระเยซูพระบุตรของพระเจ้าจะเป็นกษัตริย์เหนือกษัตริย์และองค์พระผู้เป็นเจ้าเหนือเจ้าทั้งหลาย

การจัดเตรียมของพระเจ้าที่ซ่อนอยู่ในการบังเกิดของพระเยซู

เมื่อพระเยซูทรงบังเกิดนั้นมีรับสั่งจากจักรพรรดิซีซาร์ ออกัสตัสให้จดทะเบียนสำมะโนครัวทั่วทั้งจักรภพโรม ชาวยิวที่อยู่ภายใต้การปกครองของโรมต้องเดินทางกลับไปยังบ้านเมืองของตนเพื่อจดทะเบียนสำมะโนครัวตามบัญชาของซีซาร์ โยเซฟก็เดินทางขึ้นไปจากเมืองนาซาเร็ธในแคว้นกาลิลีเพื่อไปยังเมืองเบธเลเฮมเมืองของดาวิดพร้อมกับมารีย์คู่หมั้นของตนเนื่องจากโยเซฟเป็นวงศ์วานและเชื้อสายของดาวิด ก่อนเดินทางไปที่นั่นมารีย์หมั้นไว้กับโยเซฟและเธอตั้งครรภ์โดยเดชพระวิญญาณบริสุทธิ์และเธอให้กำเนิดพระเยซูบุตรชายคนแรกในช่วงที่พักอยู่ที่นั่น

คำว่า "เบธเลเฮม" แปลว่า "ความอุดมสมบูรณ์" และเป็นเมืองของกษัตริย์ดาวิด (1 ซามูเอล 16:1) มีคาห์ 5:2 เขียนเกี่ยวกับเมืองเบธเลเฮมไว้ว่า "โอ เบธเลเฮม เอฟราธาห์ แต่เจ้าผู้เป็นหน่วยเล็กในบรรดาตระกูลของยูดาห์ จากเจ้าจะมีผู้หนึ่งออกมาเพื่อเรา เป็นผู้ที่จะปกครองในอิสราเอล ดั้งเดิมของท่านมาจากสมัยเก่าจากสมัย

โบราณกาล" มีการพยากรณ์ไว้ว่าเบธเลเฮมจะเป็นสถานที่บังเกิดของพระเมสสิยาห์

ในเวลานั้นไม่มีที่ว่างสำหรับมารีย์และโยเซฟในโรงแรมเพราะมีผู้คนจำนวนมากเดินทางมายังเมืองเบธเลเฮมเพื่อจดทะเบียนสำมะโนครัว ณ ที่นั่นมารีย์ประสูติบุตรชายในคอกสัตว์ เธอเอาผ้าอ้อมพันกายของทารกและวางกุมารไว้ในรางหญ้าซึ่งเป็นภาชนะใส่อาหารให้กับวัวหรือม้า

เพราะเหตุใดพระเยซูผู้ซึ่งเสด็จมาเพื่อเป็นพระผู้ช่วยให้รอดของมนุษย์จึงถือกำเนิดในสถานที่ต่ำต้อยเช่นนั้น

เพื่อไถ่มนุษย์ที่เป็นเหมือนสัตว์

ปัญญาจารย์ 3:18 กล่าวไว้ว่า *"ข้าพเจ้ารำพึงในใจของข้าพเจ้าเกี่ยวกับบรรดาบุตรของมนุษย์ว่าพระเจ้าทรงทดสอบเขาเพื่อจะสำแดงว่าเขาเป็นเพียงสัตว์"* ในสายพระเนตรของพระเจ้า มนุษย์ที่ได้สูญเสียพระฉายาของพระเจ้าไปนั้นเป็นเหมือนสัตว์ อาดัมมนุษย์คนแรกเป็นผู้มีชีวิตที่ถูกสร้างขึ้นตามพระฉายาของพระเจ้า อาดัมยังเป็นมนุษย์แห่งวิญญาณด้วยเนื่องจากพระเจ้าทรงสอนเขาด้วยพระคำแห่งความจริงเท่านั้น

แต่เมื่ออาดัมฝ่าฝืนคำสั่งของพระเจ้าด้วยการกินผลจากต้นไม้แห่งการสำนึกในความดีและความชั่ว วิญญาณของอาดัมจึงตายไปและอาดัมไม่สามารถสื่อสารกับพระเจ้าได้อีกต่อไป นอกจากนั้น อาดัมไม่ได้เป็นเจ้านายเหนือสิ่งทรงสร้างทั้งปวงอีกต่อไปด้วย ผีมารซาตานยุยงให้อาดัมทำตามธรรมชาติบาปและจิตใจที่บริสุทธิ์และยึดมั่นในความจริงของเขาได้เปลี่ยนเป็นหัวใจที่มีมลทินและไม่ยึดมั่นในความจริง

ในชีวิตประจำวันของท่าน บางครั้งท่านอาจได้ยินคำพูดที่ว่า "เขาไม่ดีไปกว่าสัตว์มากนักหรอก" บ่อยครั้งท่านมักได้ยินเกี่ยวกับคนที่ไม่ดีไปกว่าสัตว์นี้ผ่านทางสื่อสารมวลชน เพื่อผลประโยชน์ส่วนตัวคนเหล่านี้พร้อมที่จะล่อลวงและต้มตุ๋นเพื่อนบ้าน ลูกค้า เพื่อนฝูง และสมาชิกครอบครัวของตน พ่อแม่ลูกเกลียดชังซึ่งกันและกัน และบางครั้งก็พร้อมที่จะฆ่าซึ่งกันและกัน

ผู้คนกล้าทำสิ่งชั่วร้ายเพราะจิตใจกลายเป็นนายของมนุษย์นับตั้งแต่การตายของวิญญาณและมนุษย์ได้สูญเสียพระฉายาของพระเจ้าเนื่องจากความบาปของตน มนุษย์เป็นเหมือนสัตว์ตรง ที่ว่ามนุษย์ประกอบด้วยร่างกายและจิตใจ คนเช่นนี้

ไม่สามารถเข้าแผ่นดินสวรรค์หรือเรียกพระเจ้าว่าอับบาคือพระบิดาได้ พระเยซูทรงบังเกิดในคอกสัตว์เพื่อไถ่มนุษย์ที่ไม่ดีไปกว่าสัตว์มากนัก

พระเยซูทรงเป็นอาหารฝ่ายวิญญาณที่แท้จริงของเรา

พระเยซูนอนอยู่ในรางหญ้า (ภาชนะใส่อาหารสำหรับม้า) เพื่อจะเป็นอาหารฝ่ายวิญญาณที่แท้จริงสำหรับมนุษย์ผู้ซึ่งไม่ดีไปกว่าสัตว์มากนัก (ยอห์น 6:51)

ในแง่หนึ่งก็คือ เป็นการจัดเตรียมของพระเจ้าที่จะนำมนุษย์ไปสู่ความรอดที่สมบูรณ์ด้วยการช่วยให้มนุษย์สามารถรื้อฟื้นพระฉายาของพระเจ้าที่สูญหายไปกลับมาและทำหน้าที่ทั้งปวงของมนุษย์ ถ้าเช่นนั้น หน้าที่ทั้งปวงของมนุษย์คืออะไร ปัญญาจารย์ 12:13-14 ให้คำตอบกับเรา

> *จบเรื่องแล้ว ได้ฟังกันทั้งสิ้นแล้ว จงยำเกรงพระเจ้าและรักษาพระบัญญัติของพระองค์ เพราะนี่แหละเป็นหน้าที่ของมนุษย์ทั้งปวง ด้วยว่าพระเจ้าจะทรงเอาการงานทุกประการเข้าสู่การพิพากษาพร้อมด้วยสิ่งเร้นลับทุกอย่างไม่ว่าดีหรือชั่ว*

"การยำเกรงพระเจ้า" หมายถึงอะไร สุภาษิต 8:13 บอกเราว่า *"ความยำเกรงพระเจ้าเป็นความเกลียดชังความชั่วร้าย"* ด้วยเหตุนี้ การยำเกรงพระเจ้าคือการไม่ยอมรับความชั่วร้ายอีกและในเวลาเดียวกันคือการละทิ้งความชั่วร้ายทุกชนิดจากภายในจิตใจของท่าน

ถ้าท่านเกรงกลัวพระเจ้าอย่างแท้จริงท่านควรทำอย่างดีที่สุดเพื่อปฏิเสธความชั่วร้ายทุกชนิดและต่อสู้กับความผิดบาปและกำจัดความบาปออกไปแม้ต้องเลือดไหลก็ตาม ท่านควรพยายามอย่างดีที่สุดที่จะยำเกรงพระเจ้าและทำหน้าที่ทั้งปวงของมนุษย์เพื่อจะได้ชื่นชมกับความรักและพระพรของพระเจ้า เช่นเดียวกับนักศึกษาที่พยายามเรียนอย่างหนักเพื่ออนาคตที่ดีกว่า

ในพระคัมภีร์ ท่านสามารถพบคำสั่งของพระเจ้าที่ให้ไว้กับบุตรของพระองค์เช่น "จงทำสิ่งนี้ อย่าทำสิ่งนั้น จงรักษาสิ่งนี้ และจงละทิ้งสิ่งนั้น" เป็นต้น ในด้านหนึ่ง พระเจ้าทรงบอกเราว่าสิ่งที่บุตรของพระเจ้าควรกระทำคือ "การอธิษฐาน

สำแดงความรัก ขอบพระคุณ และอื่น ๆ อีกมากมาย" แต่ในอีกด้านหนึ่ง พระเจ้าทรงสั่งเราไม่ให้ทำสิ่งต่าง ๆ ที่นำไปสู่ความตาย เช่น ความเกลียดชัง การล่วงประเวณี และการดื่มสุราเมามาย เป็นต้น

พระองค์ทรงบอกเราให้เชื่อฟังคำสั่งบางอย่างด้วยเช่นกัน เช่น "จงรักษาวันสะบาโตให้บริสุทธิ์" "จงรักษาสัญญาของเจ้า" และคำสั่งอย่างอื่นที่คล้ายคลึงกัน พระเจ้าทรงเรียกร้องให้ปฏิเสธบางสิ่งที่เป็นอันตรายด้วยเช่นกัน เช่น "จงหลีกเลี่ยงความชั่วร้ายทุกชนิด" "จงละทิ้งความโลภของท่าน" เป็นต้น

ความเกรงกลัวพระเจ้าและการรักษาคำบัญชาของพระองค์คือหน้าที่ทั้งปวงของมนุษย์ พระเจ้าจะให้เรารับผิดชอบต่อการกระทำแต่ละอย่างของเราในวันพิพากษาทุกสิ่งที่ซ่อนอยู่ไม่ว่าดีหรือชั่ว ดังนั้น เมื่อท่านดำเนินชีวิตเหมือนสัตว์โดยไม่ทำหน้าที่ทั้งปวงของความเป็นมนุษย์จึงเป็นเรื่องธรรมดาที่ท่านจะตกนรกซึ่งเป็นผลการพิพากษาของพระเจ้า

ในทำนองเดียวกัน พระเยซูทรงบังเกิดในคอกสัตว์และทรงนอนอยู่ในร้างหญ้าเพื่อไถ่มนุษย์ที่ไม่ได้ดีไปกว่าสัตว์มากนักและเพื่อเป็นอาหารฝ่ายวิญญาณที่แท้จริงสำหรับมนุษย์

2. ชีวิตของพระเยซูในความยากจน

ยอห์น 3:35 กล่าวว่า *"พระบิดาทรงรักพระบุตรและทรงมอบทุกสิ่งไว้ในพระหัตถ์ของพระองค์"* ท่านยังอ่านพบในโคโลสี 1:16 อีกว่า *"เพราะว่าในพระองค์สรรพสิ่งได้ถูกสร้างขึ้น ทั้งในท้องฟ้าและที่แผ่นดินโลก สิ่งซึ่งประจักษ์แก่ตาและซึ่งไม่ประจักษ์แก่ตา ไม่ว่าจะเป็นเทวบัลลังก์หรือเป็นเทพอาณาจักรหรือเป็นเทพผู้ครองหรือศักดิเทพ สรรพสิ่งทั้งสิ้นถูกสร้างขึ้นโดยพระองค์และเพื่อพระองค์"* กล่าวอีกนัยหนึ่งก็คือ พระเยซูทรงเป็นพระบุตรเพียงองค์เดียวของพระเจ้าพระผู้สร้าง และทรงเป็นองค์พระผู้เป็นเจ้าของสิ่งสารพัดในสวรรค์และแผ่นดินโลก

ถ้าเช่นนั้น ทำไมพระองค์จึงเสด็จมาในโลกนี้ในสถานะที่ต่ำต้อยและมีชีวิตอยู่ในความยากจนแม้ว่าพระองค์มีธรรมชาติความเป็นพระเจ้าผู้ทรงฤทธานุภาพและทรงมั่งคั่งอย่างมากก็ตาม

เพื่อไถ่มนุษย์จากความยากจน

2 โครินธ์ 8:9 กล่าวว่า *"เพราะท่านทั้งหลายรู้จักพระคุณของพระเยซูคริสตเจ้าของเราแล้วว่าแม้พระองค์มั่งคั่งพระองค์ก็ยังทรงยอมเป็นคนยากจนเพราะเห็นแก่ท่านทั้งหลายเพื่อท่านทั้งหลายจะได้เป็นคนมั่งมีเนื่องจากความยากจนของพระองค์"* การจัดเตรียมแห่งความรักอันยิ่งใหญ่ของพระเจ้าปรากฏอยู่ในพระคัมภีร์ข้อนี้ แม้ว่าพระองค์ทรงเป็นกษัตริย์เหนือกษัตริย์ เป็นองค์พระผู้เป็นเจ้าเหนือเจ้าทั้งหลาย และทรงเป็นพระบุตรเพียงองค์เดียวของพระเจ้าพระผู้สร้าง พระเยซูทรงยอมละทิ้งพระสิริทั้งสิ้นในสวรรค์เพื่อเสด็จมาในโลกนี้และทรงดำเนินชีวิตอยู่ในความยากจนด้วยการทนต่อการดูหมิ่นเหยียดหยามและการปฏิบัติอย่างไม่เป็นธรรมจากผู้คนเพื่อทรงไถ่มนุษย์ให้พ้นจากความยากจน

ในปฐมกาลพระเจ้าทรงสร้างมนุษย์ให้ทำมาหากินโดยไม่ต้องเสียเหงื่อและชื่นชมกับชีวิตที่อุดมสมบูรณ์โดยไม่ต้องบางบั่นทำงานหนัก แต่หลังจากอาดัมไม่เชื่อฟังพระวจนะของพระเจ้าและเสื่อมจากพระสิริของพระองค์ มนุษย์จึงทำมาหากินด้วยหยาดเหงื่อและการทำงานหนัก เพราะเหตุนี้มนุษย์จึงมักดำเนินชีวิตอยู่ในความขาดแคลนและความยากจน

ความยากจนไม่ได้เป็นความผิดบาปในตนเอง ดังนั้น พระเยซูจึงไม่ได้หลั่งพระโลหิตเพื่อไถ่เราให้พ้นจากความยากจน ถึงกระนั้น ก็ถือเป็นคำแช่งสาปที่ปรากฏออกมาหลังจากการไม่เชื่อฟังพระเจ้าของอาดัม ดังนั้น พระเยซูจึงทำให้ท่านร่ำรวยด้วยการดำเนินชีวิตในความยากจน

บางคนกล่าวว่าความยากจนตลอดชีวิตของพระเยซูหมายถึงความยากจนฝ่ายวิญญาณ อย่างไรก็ตาม เนื่องจากพระเยซูทรงปฏิสนธิโดยเดชของพระวิญญาณบริสุทธิ์และทรงเป็นอันหนึ่งอันเดียวกันกับพระเจ้าพระบิดา จึงไม่ถูกต้องที่จะคิดว่าพระองค์ทรงยากจนฝ่ายวิญญาณ

ท่านควรจดจำข้อเท็จจริงที่ว่าพระเยซูทรงดำเนินชีวิตในความยากจนเพื่อไถ่ท่านให้พ้นจากความยากจนและท่านสามารถดำเนินชีวิตด้วยความอุดมสมบูรณ์ด้วยการขอบพระคุณสำหรับความรักและพระคุณของพระเจ้า

บางคนบอกว่าผิดที่จะแสวงหาเงินทองในการอธิษฐาน หลายคนคิดว่าถ้าท่านเป็นคริสเตียนท่านควรดำเนินชีวิตในความยากจน แต่นั่นไม่ใช่น้ำพระทัยของพระเจ้าอย่างแน่นอน

เราสามารถอ่านพบถ้อยคำแห่งพระพรจำนวนมากในพระคัมภีร์ ยกตัวอย่าง เฉลยธรรมบัญญัติ 28:2-6 กล่าวว่า

พระพรเหล่านี้จะตามมาทันท่านถ้าท่านทั้งหลายฟังพระสุรเสียงของพระ เยโฮวาห์พระเจ้าของท่าน ท่านทั้งหลายจะรับพระพรในเมือง ท่านทั้งหลายจะรับพระพรในทุ่งนา พงศ์พันธุ์ของตัวท่านเอง ผลแห่งพื้นดินของท่านและพันธุ์แห่งสัตว์ของท่านจะรับพระพร คือฝูงวัวของท่านที่เพิ่มขึ้น ฝูงแกะของท่านที่เพิ่มลูกขึ้น กระจาดของท่านและรางนวดแป้งของท่านจะรับพระพร ท่านจะรับพระพรเมื่อเข้ามาและท่านจะรับพระพรเมื่อท่านออกไป

3 ยอห์น 2 บอกเราว่า "*ท่านที่รัก ข้าพเจ้าอธิษฐานขอให้ท่านมีพลานามัยสมบูรณ์และเจริญสุขทุกประการ อย่างจิตวิญญาณของท่านจำเริญขึ้นอยู่นั้น*" ที่จริงบุคคลที่พระเจ้าทรงเลือกอย่างอับราฮัม อิสอัค ยาโคบ โยเซฟ และดาเนียลล้วนมีชีวิตที่มั่งคั่งทั้งสิ้น

เพื่อดำเนินชีวิตที่มั่งคั่ง

ในความชอบธรรมของพระองค์พระเจ้าทรงทำให้ท่านเก็บเกี่ยวในสิ่งที่ท่านหว่าน พ่อแม่ต้องการให้แต่สิ่งที่ดีกับลูกของตนฉันใด พระเจ้าของท่านก็ทรงต้องการประทานสิ่งใดก็ตามที่ท่านขอด้วยความเชื่อด้วยฉันนั้น (มาระโก 11:24)

พระเจ้าทรงต้องการให้คำตอบและพระพรแก่ท่าน แต่ท่านจะไม่สามารถรับสิ่งใดถ้าไม่ขอหรือเมื่อท่านขอโดยไม่เข้าใจ ดังนั้น ถ้าท่านพยายามเก็บเกี่ยวในสิ่งที่ท่านมิได้หว่านท่านก็กำลังเยาะเย้ยพระเจ้าและต่อสู้กับกฎเกณฑ์ฝ่ายวิญญาณ

บางคนอาจกล่าวว่า "ผมอยากจะหว่าน แต่ผมทำไม่ได้เพราะผมยากจนเหลือเกิน" แต่ในพระคัมภีร์ท่านจะพบว่าผู้คนที่ยากจนอย่างมากแต่พยายามเป็นอย่างดีที่สุดที่จะหว่านในสิ่งที่ตนมีอยู่และได้รับพระพรอันอุดมเป็นรางวัล

ใน 1 พงศ์กษัตริย์ 17 เราพบว่ามีการกันดารอาหารเป็นเวลาสามปีครึ่งในดินแดนนั้น ในขณะที่ยังมีการกันดารอาหารอยู่นั้นหญิงม่ายชาวศาเรฟัทแห่งเมืองไซดอนได้ทำขนมปังเพียงเล็กน้อยให้เอลียาห์ผู้เผยพระวจนะด้วยแป้งเพียงกำมือเดียวและน้ำมันเพียงเล็กน้อยที่เธอมีอยู่ พระเจ้าทรงพอพระทัยกับการที่เธอ

ปรนนิบัติผู้รับใช้ของพระองค์และทรงเทพระพรเธออย่างอุดมสมบูรณ์ แป้งในหม้อของเธอไม่มีวันหยุดและน้ำมันในไหของเธอก็ไม่ขาดแคลนจนกว่าจะถึงวันที่พระเจ้าทรงส่งฝนลงมายังพื้นดิน (1 พงศ์กษัตริย์ 17:14)

ครั้งหนึ่งในช่วงที่พระเยซูทรงทำพันธกิจ หญิงม่ายที่ยากจนคนหนึ่งถวายเงินสองเหรียญที่มีค่าเพียงเล็กน้อยให้พระวิหาร ถึงกระนั้น พระเยซูทรงชื่นชนหญิงม่ายคนนี้โดยตรัสว่าหญิงม่ายยากจนคนนี้ได้ถวายมากกว่าคนอื่นเสียอีก ที่เป็นเช่นนี้ก็เพราะเธอถวายจากความขัดสนที่สุดของเธอและให้ทุกอย่างที่เธอมีอยู่ในขณะที่คนอื่น ๆ ถวายจากเงินเหลือใช้ของตน (มาระโก 12:42-44)

สิ่งสำคัญที่สุดคือการมีกรอบความคิดที่จะให้ทุกสิ่งที่ท่านมีอยู่แด่พระเจ้า พระเจ้าไม่ได้ดูจำนวนเงินถวายของท่านแต่พระองค์ทรงพอพระทัยกับกลิ่นหอมบูชาแห่งความรักและความเชื่อที่บรรจุอยู่ในสิ่งที่ท่านถวายและพระองค์ทรงอวยพระพรท่านอย่างล้นเหลือ

3. ทรงถูกเฆี่ยนและพระโลหิตที่หลั่งไหล

ก่อนที่พระเยซูทรงถูกตรึงทหารชาวโรมันเยาะเย้ยและดูถูกเหยียดหยามพระองค์ด้วยการตบพระพักตร์พระองค์ ถ่มน้ำลายรด และอื่น ๆ อีกมากมาย นอกจากนั้น คนเหล่านั้นยังเฆี่ยนตีพระองค์ด้วยแส้หนังสัตว์ที่มีโลหะติดอยู่ปลายแส้

ในสมัยนั้น ทหารชาวโรมันเป็นผู้ที่มีความเข้มแข็ง มีวินัย และมีกองกำลังที่แข็งแกร่งที่สุดในโลก พระเยซูจะทรงความเจ็บปวดรุนแรงสักเพียงใดเมื่อทหารถอดฉลองพระองค์ออกและเฆี่ยนตีพระองค์ พระกายของพระองค์พรุนไปด้วยรอยเฆี่ยน เนื้อของพระองค์ฉีกขาด กระดูกของพระองค์โผล่ออกมาก และพระโลหิตของพระองค์ไหลนอง

เพื่อทำให้คำพยากรณ์ของอิสยาห์ที่ว่า "ข้าพเจ้าหันหลังให้แก่ผู้ที่โบยตีข้าพเจ้า" พระเยซูไม่เคยพยายามหลีกเลี่ยงการเฆี่ยนตี (อิสยาห์ 50:6)

เพื่อรักษาความเจ็บไข้ได้ป่วย

เพราะเหตุใดพระเยซูจึงถูกเฆี่ยนตีด้วยแส้และทำไมพระองค์จึงหลั่งพระโลหิต เพราะเหตุใดพระเจ้าจึงทรงอนุญาตให้สิ่งนี้เกิดขึ้นกับพระบุตรของพระองค์

อิสยาห์ 53 อธิบายถึงจุดประสงค์ของการทนทุกข์และความเจ็บปวดเหล่านี้ของพระเยซูว่า

> *แต่ท่านถูกบาดเจ็บเพราะความทรยศของเราทั้งหลาย ท่านฟกช้ำเพราะความบาปผิดของเรา การตีสอนอันทำให้เราทั้งหลายสมบูรณ์นั้นตกแก่ท่าน ที่ท่านต้องฟกช้ำนั้นก็ให้เราหายดี เราทุกคนได้เจิ่นไปเหมือนแกะ เราทุกคนต่างได้หันไป ตามทางของตนเองและพระเจ้าทรงวางลงบนท่านซึ่งความบาปผิดของเราทุกคน (อิสยาห์ 53:5-6)*

พระเยซูทรงถูกทิ่มแทงและถูกตีเพราะการล่วงละเมิดและความผิดบาปของท่าน พระองค์ถูกลงโทษ ถูกเฆี่ยนตี และพระโลหิตหลั่งไหลออกมาเพื่อให้ท่านมีสันติสุขและทำให้ท่านเป็นอิสระจากความเจ็บไข้ได้ป่วยทุกชนิด

ในมัทธิวบทที่ 9 เมื่อพระเยซูทรงรักษาคนง่อยที่นอนอยู่บนที่นอน พระองค์ทรงแก้ปัญหาเรื่องความบาปของเขาก่อนโดยตรัสว่า "ลูกเอ๋ย จงชื่นใจเถิด บาปของเจ้าได้รับอภัยแล้ว" หลังจากนั้น พระองค์จึงสั่งให้เขา "ลุกขึ้นยกที่นอนกลับไปบ้านเถิด"

ในยอห์นบทที่ 5 หลังจากที่พระเยซูทรงรักษาชายคนหนึ่งที่ป่วยมาแล้วสามสิบแปดปี พระองค์ตรัสกับเขาภายหลังว่า "นี่แน่ะ เจ้าหายโรคแล้ว อย่าทำบาปอีก มิฉะนั้นเหตุร้ายกว่านั้นจะเกิดกับเจ้า" (ยอห์น 5:14)

พระคัมภีร์บอกท่านว่าความเจ็บไข้ได้ป่วยเกิดขึ้นกับท่านเนื่องจากบาปของท่าน ดังนั้นท่านจึงต้องการใครบางคนที่สามารถแก้ปัญหาเรื่องความบาปให้ท่าน ช่วยให้ท่านเป็นอิสระจากโรคภัยไข้เจ็บ อย่างไรก็ตาม ถ้าไม่มีพระโลหิตไหลออกมาก็จะไม่มีการยกโทษ (เลวีนิติ 17:11)

นั่นคือเหตุผลที่ว่าในสมัยพระคัมภีร์เดิมเมื่อคนหนึ่งทำบาปปุโรหิตจะฆ่าสัตว์เพื่อเป็นเครื่องบูชาไถ่บาป อย่างไรก็ตาม ท่านไม่จำเป็นต้องฆ่าสัตว์เพื่อเป็นเครื่องบูชาไถ่บาปอีกหลังจากที่พระเยซูทรงรับสภาพเป็นมนุษย์ในโลกนี้และทรงหลั่งพระโลหิตที่ไร้มลทิน ปราศจากตำหนิ และมีฤทธานุภาพของพระองค์ พระโลหิตบริสุทธิ์ของพระคริสต์ทรงชำระล้างความผิดบาปทั้งสิ้นของมนุษย์ในอดีต ปัจจุบัน หรือแม้กระทั่งในอนาคต

เพื่อแบกรับเอาความเจ็บป่วยและโรคภัยของเรา

มัทธิว 8:17 ระบุว่า *"ทั้งนี้เพื่อจะให้สำเร็จตามพระวจนะโดยอิสยาห์ผู้เผยพระวจนะที่ว่า 'ท่านได้แบกความเจ็บไข้ของเราทั้งหลายและหอบโรคของเราไป'"* ถ้าท่านรู้ว่าเพราะเหตุใดพระเยซูจึงถูกเฆี่ยนตีและพระโลหิตของพระองค์ไหลออกมาและเชื่อในสิ่งนั้น ท่านก็ไม่จำเป็นต้องทนทุกข์อยู่กับความเจ็บป่วยและโรคภัยอีกต่อไป

1 เปโตร 2:24 กล่าวว่า *"ด้วยบาดแผลของพระองค์ ท่านทั้งหลายจึงได้รับการรักษาให้หาย"* พระคัมภีร์ข้อนี้ใช้ไวยากรณ์ที่เป็นปัจจุบันกาลในรูปแบบสมบูรณ์ เพราะว่าพระเยซูได้ทรงไถ่ความบาปทั้งสิ้นของมนุษย์แล้ว

แม้มีการกล่าวอ้างถึงความเชื่อในข้อเท็จจริงที่ว่าพระเยซูทรงแบกรับความเจ็บป่วยและโรคภัยต่าง ๆ ของเราด้วยการถูกเฆี่ยนตีและด้วยการหลั่งพระโลหิตของพระองค์ก็ตาม แต่ทำไมเราบางคนจึงยังคงทนทุกข์กับโรคภัยไข้เจ็บอยู่

อพยพ 15:26 กล่าวว่า *"ถ้าเจ้าทั้งหลายฟังพระสุรเสียงของพระเจ้าของเจ้าและกระทำสิ่งที่ชอบในสายพระเนตรของพระองค์ เงี่ยหูฟังพระบัญญัติของพระองค์ และปฏิบัติตามกฎเกณฑ์ของพระองค์ทุกประการ แล้วโรคต่าง ๆ ซึ่งเราบันดาลให้เกิดแก่ชาวอียิปต์นั้นเราจะไม่ให้บังเกิดแก่พวกเจ้าเลย เพราะเราคือพระเจ้าแพทย์ของเจ้า"* สิ่งนี้หมายความว่าถ้าท่านทำในสิ่งที่ถูกต้องในสายพระเนตรของพระเจ้า จะไม่มีโรคภัยใด ๆ คุกคามท่านได้ เนื่องจากพระเจ้าทรงปกป้องท่านจากโรคภัยเหล่านั้นด้วยพระเนตรที่เป็นเหมือนเปลวเพลิงของพระองค์

ยกตัวอย่าง เมื่อลูกร้องไห้กลับมาบ้านหลังจากถูกลูกของเพื่อนบ้านทำร้าย ท่าทีและการตอบสนองของพ่อแม่ต่อเหตุการณ์นี้จะแตกต่างกันขึ้นอยู่กับความเชื่อของแต่ละคน

พ่อแม่บางคนอาจสอนลูกของตนในทำนองว่า "ทำไมลูกจึงยอมถูกทำร้ายตลอดเวลาเล่า ทีหลังถ้าลูกถูกทำร้ายอีกครั้งหนึ่งลูกต้องตอบโต้กลับสองหรือสามครั้ง" พ่อแม่บางคนอาจไปเยี่ยมพ่อแม่ของเด็กคนนั้นที่ทำร้ายลูกของตนและแจ้งให้เขาทราบ พ่อแม่คนอื่น ๆ อาจไม่ใช้สองวิธีนี้ แต่อาจรู้สึกไม่พอใจหรือเจ็บแค้นในจิตใจของตน

อย่างไรก็ตาม พระเจ้าทรงบอกให้ท่านเอาชนะความชั่วด้วยความดี รักศัตรูของท่าน และพยายามอยู่อย่างสงบกับทุกคน พระองค์ตรัสว่า *"ถ้าผู้ใดตบแก้มขวาของ*

ท่าน ก็จงหันแก้มซ้ายให้เขาด้วย" (มัทธิว 5:39)

ด้วยเหตุนี้ ถ้าท่านทำในสิ่งที่ถูกต้องในสายพระเนตรของพระเจ้าก็เป็นการง่ายสำหรับท่านที่จะรักษาพระบัญญัติและพระบัญชาของพระองค์ เมื่อท่านอธิษฐานอย่างต่อเนื่องและทำสิ่งที่ดีที่สุด พระคุณและฤทธิ์อำนาจของพระเจ้าจะมาเหนือท่านและสามารถที่จะทำสิ่งใดก็ได้ด้วยความช่วยเหลือของพระวิญญาณบริสุทธิ์

ถ้าท่านละทิ้งความผิดบาปและทำในสิ่งที่ถูกต้องในสายพระเนตรของพระเจ้าโรคภัยไข้เจ็บก็ไม่อาจคุกคามเหนือท่านได้ ถ้าแม้นว่าโรคภัยไข้เจ็บเกิดขึ้นกับท่านพระเจ้าผู้ทรงเป็นแพทย์จะทรงยกโทษความผิดบาปของท่านและรักษาท่านให้หายเมื่อท่านพยายามค้นหาสิ่งที่ไม่ถูกต้องในสายพระเนตรของพระเจ้าและหันกลับจากสิ่งนั้นอย่างสิ้นสุดใจของท่าน

แม้ท่านจะพูดด้วยริมฝีปากของท่านว่าพระเจ้าทรงฤทธานุภาพ แต่ถ้าท่านยังพึ่งพาโลกหรือไปโรงพยาบาลเมื่อท่านเผชิญกับปัญหาหรือโรคภัยไข้เจ็บ พระเจ้าจะไม่พอพระทัยกับท่านเพราะสิ่งนี้แสดงให้เห็นว่าท่านไม่ได้เชื่อในพระเจ้าผู้ทรงฤทธานุภาพอย่างแท้จริง (2 พงศาวดาร 16)

4. ทรงสวมมงกุฎหนาม

ที่จริงมงกุฎมีไว้สำหรับกษัตริย์พร้อมด้วยเสื้อคลุมฉลองพระองค์ แม้ว่าพระเยซูทรงเป็นพระบุตรเพียงองค์เดียวของพระเจ้า ทรงเป็นกษัตริย์เหนือกษัตริย์ และทรงเป็นองค์พระผู้เป็นเจ้าเหนือเจ้าทั้งหลาย แต่พระองค์ก็ทรงยอมสวมมงกุฎที่ทำด้วยหนามที่ทั้งยาวและแหลมคมแทนที่จะเป็นมงกุฎซึ่งทำจากทองคำ เงิน และเพชรพลองอันงดงาม

> *...เอาหนามสานเป็นมงกุฎสวมพระเศียรพระองค์แล้วเอาไม้อ้อให้ถือไว้ในพระหัตถ์เบื้องขวาของพระองค์และได้คุกเข่าลงต่อพระพักตร์พระองค์เยาะเย้ยว่า "กษัตริย์ของพวกยิวเจ้าข้า ขอทรงพระเจริญ" แล้วถ่มน้ำลายรดและเอาไม้อ้อนั้นตีพระเศียรพระองค์" (มัทธิว 27:29-30)*

ทหารชาวโรมันสานหนามเข้าเป็นเกลียวเพื่อทำเป็นมงกุฎขนาดเล็กให้พระเยซูทรงสวมมงกุฎนั้นบนศีรษะของพระองค์ ดังนั้นหนามจึงทิ่มแทงลงไปบนศีรษะ

และหน้าผากของพระองค์และพระโลหิตไหลอาบพระพักตร์ของพระองค์ ทำไมพระเจ้าผู้ทรงฤทธานุภาพจึงอนุญาตให้พระบุตรองค์เดียวของพระองค์ต้องสวมมงกุฎหนาม ทนทุกข์กับความเจ็บปวด และโลหิตหลั่งไหล

ประการแรก พระเยซูทรงสวมมงกุฎหนามเพื่อไถ่เราจากความบาปที่อยู่ในความคิด

เมื่อมนุษย์ (ซึ่งถูกสร้างขึ้นโดยพระเจ้า) สื่อสารกับพระเจ้าและพระคำของพระองค์ มนุษย์ไม่ได้ทำบาปเพราะเขาคิดตามพระทัยของพระเจ้าและเชื่อฟังพระองค์เสมอ

แต่เมื่อมนุษย์ถูกทดลองจากงูและรับเอาแนวคิดที่ซาตานมอบให้ มนุษย์จึงทำบาป มนุษย์ไม่เคยคิดถึงการกินผลจากต้นไม้แห่งการสำนึกในความดีและความชั่วมาก่อน อย่างไรก็ตาม หลังจากถูกทดลองมนุษย์จึงกินผลไม้นั้นเพราะผลไม้ดังกล่าวน่ากินและน่าดูรวมทั้งยังทำให้เกิดปัญญาด้วย

ในทำนองเดียวกัน ซาตานที่เคยชักชวนอาดัมและเอวาไม่ให้เชื่อฟังพระเจ้ากำลังทำงานอยู่ในขณะนี้เพื่อชักนำท่านให้ทำบาปในความคิด

ในสมองของมนุษย์มีเซลล์สมองที่รับผิดชอบในเรื่องความจำ นับตั้งแต่เกิด สิ่งที่ท่านเห็น ได้ยิน และเรียนรู้ถูกนำมาใส่ไว้ในความจำนี้ด้วยความรู้สึกของท่านที่มีต่อเหตุการณ์ บุคคล และข้อมูลเฉพาะ เราเรียกสิ่งนี้ว่า “ความรู้” สิ่งที่เราเรียกว่า “ความคิด” คือกระบวนการของการคัดลอกความรู้ที่สะสมไว้เหล่านี้ผ่านการทำงานของจิตใจของท่าน

ผู้คนเติบโตขึ้นในสภาพแวดล้อมที่แตกต่างกัน สิ่งที่ผู้คนเห็น ได้ยิน และเรียนรู้จะมีความแตกต่างกันและสิ่งที่ถูกสะสมไว้ในสมองก็มีความแตกต่างกันด้วย ถึงแม้สิ่งที่คนเห็น ได้ยิน และเรียนรู้จะเป็นสิ่งที่เหมือน แต่ละคนก็มีความรู้ในเวลานั้นเป็นของตนเอง ดังนั้น ผู้คนจึงมีค่านิยมแตกต่างกันอย่างไม่อาจหลีกเลี่ยงได้

พระคำของพระเจ้ามักไม่ค่อยสอดคล้องกับความรู้และทฤษฎีของเรา ยกตัวอย่าง ท่านอาจคิดว่าถ้าท่านอยากได้รับการยกย่องท่านควรทำทุกสิ่งทุกอย่างเพื่อเอาชนะเหนือคนอื่น อย่างไรก็ตามพระเจ้าทรงสอนท่านว่าคนที่ถ่อมตัวลงจะได้รับการยกขึ้น (มัทธิว 23:12)

ผู้คนส่วนใหญ่คิดว่าเป็นเรื่องธรรมชาติที่จะเกลียดชังศัตรูของตน แต่พระเจ้าตรัสกับท่านว่า "จงรักศัตรูของท่าน" และ "ถ้าศัตรูของท่านหิว จงให้อาหารเขากิน ถ้าศัตรูของท่านกระหาย จงให้น้ำเขาดื่ม"

ความคิดของพระเจ้าเป็นเรื่องฝ่ายวิญญาณ แต่ความคิดของมนุษย์เป็นเรื่องฝ่ายเนื้อหนัง ผีมารซาตานจะใส่ความคิดฝ่ายเนื้อหนังให้ท่านเพื่อมันจะทดลองท่านให้หลบเลี่ยงพระเจ้า รบกวนท่านให้ละทิ้งความเชื่อที่แท้จริง และชักนำท่านให้ทำตามวิถีทางของโลก ซึ่งในที่สุดจะนำท่านไปสู่การทำบาปและความตายนิรันดร์

ในมัทธิว 16:21 เป็นต้นไปพระเยซูทรงอธิบายกับสาวกของพระองค์ว่าพระองค์จะทนทุกข์ทรมานในหลายสิ่ง และพระองค์จะถูกฆ่าบนไม้กางเขนและเป็นขึ้นมาจากความตายในวันที่สาม เมื่อได้ยินเช่นนี้เปโตรจึงเอามือจับพระองค์และทักท้วงว่า "พระองค์เจ้าข้า ให้เหตุการณ์นั้นอยู่ห่างไกลจากพระองค์เถิด อย่าให้เป็นอย่างนั้นแก่พระองค์เลย" พระเยซูจึงหันพระพักตร์ตรัสกับเปโตรอย่างรุนแรงว่า "อ้ายซาตาน จงไปให้พ้น เจ้าเป็นเครื่องกีดขวางเรา เพราะเจ้าคิดอย่างคน มิได้คิดอย่างพระเจ้า" เมื่อพระเยซูตรัสว่า "อ้ายซาตาน จงไปให้พ้น" พระองค์ไม่ได้หมายความว่าเปโตรเป็นซาตาน แต่หมายความว่าซาตานทำงานอยู่ในความคิดของเปโตรเพื่อขัดขวางการทำงานของพระเจ้า

นั่นเป็นเพราะว่าพระเยซูต้องแบกรับไม้กางเขนเพื่อความรอดของมนุษย์ซึ่งสอดคล้องกับพระทัยของพระเจ้า แต่เปโตรพยายามป้องกันพระองค์จากการทำตามพระทัยของพระเจ้าด้วยความคิดฝ่ายเนื้อหนังของเขา

อัครทูตเปาโลเขียนไว้ใน 2 โครินธ์ 10:3-6 ว่า

เพราะว่า ถึงแม้ว่าเราอยู่ในโลกก็จริง แต่เราก็มิได้สู้รบตามโลกียวิสัย เพราะศาสตราวุธของเราไม่เป็นฝ่ายโลกียวิสัย แต่มีฤทธิ์เดชจากพระเจ้า อาจทำลายป้อมได้ คือทำลายความคิดที่มีเหตุผลจอมปลอมและทิฐิมานะทุกประการที่ตั้งตัวขึ้น ขัดขวางความรู้ของพระเจ้าและน้อมนำความคิดทุกประการให้เข้าอยู่ใต้บังคับจนถึงรับฟังพระคริสต์ และพร้อมที่จะลงโทษทุกคนที่ไม่เชื่อฟังในเมื่อท่านรับว่าจะเชื่อฟังอย่างสมบูรณ์แล้ว

ท่านควรทำลายข้อโต้แย้งและการให้เหตุผลของท่านซึ่งถูกตั้งและบ่อยครั้งมักขัดขวางแผ่นดินของพระเจ้า จงน้อมนำแนวคิดทุกประการให้อยู่ภายใต้การเชื่อฟังพระคริสต์เพื่อจะดำเนินชีวิตสอดคล้องกับความจริง และจากนั้นท่านจะเป็นบุคคลแห่งวิญญาณและความเชื่อ

ท่านควรสลัดทิ้งความคิดที่ว่าท่านต้องโจมตีกลับไปเป็นสองเท่าเพื่อท่านจะไม่ถูกดูหมิ่นเมื่อมีคนโจมตีท่านเพราะความคิดฝ่ายเนื้อหนังนี้ต่อสู้กับความจริง

ด้วยเหตุนี้ ท่านควรละทิ้งความบาปทุกอย่างที่ผ่านเข้ามาทางความคิดของท่านเพื่อจัดการปัญหาความบาปให้สิ้นซาก ประการแรกท่านควรปฏิเสธความอยากที่เป็นบาปทุกอย่างของมนุษย์ ตัณหาของตา และทิฐิมานะของชีวิต มีความคิดจอมปลอมมากมายที่ผีมารซาตานชื่นชอบ

ความอยากที่เป็นบาปของมนุษย์ซึ่งได้แก่ความคิดที่ผุดมาจากสมองของท่านถือเป็นความปรารถนาที่ต่อสู้กับพระทัยของพระเจ้า กาลาเทีย 5:19-21 ระบุถึงความอยากเหล่านี้ไว้ว่า...

> *การงานของเนื้อหนังนั้นเห็นได้ชัด คือการล่วงประเวณี การโสโครก การลามก การนับถือรูปเคารพ การถือวิทยาคม การเป็นศัตรูกัน การวิวาทกัน การริษยากัน การโกรธกัน การใฝ่สูง การทุ่มเถียงกัน การแตกก๊กกัน การอิจฉากัน การเมาเหล้า การเล่นเป็นพาลเกเร และการอื่น ๆ ในทำนองนี้อีก...*

ความปรารถนาที่จะทำในสิ่งที่พระเจ้าทรงสั่งให้ท่านละทิ้งคือความอยากที่เป็นบาปของมนุษย์

ตัณหาของตาหมายถึงการที่ความคิดของบุคคลได้รับอิทธิพลอย่างมากจากสิ่งที่เขาเห็นและได้ยินและบุคคลนั้นเริ่มทำตามความปรารถนาต่าง ๆ ที่ถูกปลุกเร้าในความคิดของเขา เมื่อบุคคลคนหนึ่งรักโลกด้วยการเสาะหาตัณหาของตา ความปรารถนาเหล่านี้เท่านั้นที่ดูมีคุณค่าสำหรับเขาจนเขาไม่อาจพึงพอใจกับสิ่งอื่นใดได้อีก

ความคิดโอ้อวดจะเกิดขึ้นในบุคคลเมื่อเขามีความเพลิดเพลินต่อโลกในการมุ่งสร้างความพึงพอใจให้กับความอยากที่เป็นบาปของมนุษย์และตัณหาของตา สิ่งนี้เรียกว่าทิฐิมานะของชีวิต

เพื่อไถ่เราให้พ้นจากการไร้ศีลธรรม การไร้กฎเกณฑ์ และความชั่วร้ายชนิดต่าง ๆ เหล่านี้พระเยซูทรงสวมมงกุฎหนามและหลั่งพระโลหิตของพระองค์ ในเมื่อพระโลหิตที่ปราศจากมลทินและไร้ตำหนิของพระเยซูเท่านั้นที่สามารถไถ่เราให้พ้นจากความบาปของเราได้ พระองค์จึงทรงไถ่เราให้พ้นจากความบาปทั้งสิ้นที่อยู่ในความคิดของเราด้วยการสวมมงกุฎหนามบนศีรษะของพระองค์และการหลั่งพระโลหิตของพระองค์ด้วยเช่นกัน

ประการที่สอง พระเยซูทรงสวมมงกุฎหนามเพื่อมนุษย์จะได้สวมมงกุฎที่ดีกว่าในสวรรค์

เหตุผลอีกข้อหนึ่งที่พระองค์ทรงสวมมงกุฎหนามก็เพื่อช่วยให้ท่านได้รับมงกุฎที่ดีกว่า พระองค์ทรงไถ่ท่านจากความยากจนและทรงมอบความมั่งคั่งให้ท่านด้วยการดำเนินชีวิตในความยากจนฉันใด พระองค์ก็ทรงสวมมงกุฎหนามเพื่อช่วยท่านให้ได้รับมงกุฎที่ดีกว่าในสวรรค์ฉันนั้น

มีมงกุฎอยู่มากมายที่พระเจ้าทรงเตรียมไว้สำหรับลูกของพระองค์ในสวรรค์ มีการมอบเหรียญรางวัลต่าง ๆ (อย่างเช่น เหรียญทอง เหรียญเงิน หรือเหรียญทองแดง) ให้ผู้ชนะในการวิ่งแข่งขัน ในสวรรค์ก็มีมงกุฎหลากหลายเช่นเดียวกัน

ในสวรรค์มี “มงกุฎที่ไม่มีวันร่วงโรย” ตามที่บรรยายไว้ใน 1 โครินธ์ 9:25 *“ฝ่ายนักกีฬาทุกคนก็เคร่งครัดในระเบียบ เขากระทำอย่างนั้นเพื่อจะได้มงกุฎใบไม้ซึ่งร่วงโรยได้ แต่เรากระทำเพื่อจะได้มงกุฎที่ไม่มีวันร่วงโรยเลย”* พระเจ้าทรงเตรียมมงกุฎที่ไม่มีวันร่วงโรยไว้ให้กับลูกของพระองค์ผู้ซึ่งพยายามที่จะกำจัดความบาปของตนออกไป *“มงกุฎแห่งศักดิ์ศรี”* ถูกเตรียมไว้สำหรับผู้คนที่กำจัดความบาปของตนและดำเนินชีวิตตามพระคำของพระเจ้าและถวายเกียรติยศแด่พระองค์ (1 เปโตร 5:4) “มงกุฎแห่งชีวิต” ถูกเตรียมไว้สำหรับผู้คนที่รักพระเจ้า สัตย์ซื่อต่อพระองค์จนวันตาย และผู้คนที่บริสุทธิ์ด้วยการละทิ้งความชั่วทุกชนิด (ยากอบ 1:12; วิวรณ์ 2:10)

พระเจ้าทรงมอบ *“มงกุฎแห่งความชอบธรรม”* ให้ผู้คนที่บริสุทธิ์ด้วยการละทิ้งความบาปทั้งสิ้นของตนและทำพันธกิจของพระองค์จนสำเร็จตามพระทัยของพระเจ้า อย่างเช่นอัครทูตเปาโล (2 ทิโมธี 4:8)

นอกจากนั้น วิวรณ 4:4 ยังบรรยายไว้เช่นกันว่า *“และล้อมรอบพระที่นั่งนั้น*

มีที่นั่งอีกยี่สิบสี่ที่นั่งและมีผู้อาวุโสยี่สิบสี่คนนั่งอยู่บนที่นั่งเหล่านั้น ทุกคนนุ่งห่ม ขาวและสวมมงกุฎทองคำบนศีรษะ" มีมงกุฎทองคำเตรียมไว้สำหรับผู้คนที่อยู่ใน ระดับผู้อาวุโสและผู้ซึ่งจะช่วยทำภารกิจของพระเจ้าในเยรูซาเล็มใหม่

คำว่า "ผู้อาวุโส" (หรือพระคัมภีร์ภาษาไทยใช้คำว่า "ผู้ปกครอง") ในที่นี้ไม่ได้ หมายถึงตำแหน่งที่ผู้คนได้รับจากคริสตจักรในโลกนี้ แต่บรรยายถึงบุคคลที่ได้รับ การยอมรับจากพระเจ้าว่าเป็นผู้อาวุโสเนื่องจากคนเหล่านี้บริสุทธิ์และสัตย์ซื่อใน พระราชกิจทั้งสิ้นของพระเจ้า และมีความเชื่อที่ไม่มีวันเปลี่ยนแปลงเช่นเดียวกับ ทองคำ

พระเจ้าทรงประทานมงกุฎให้ลูกของพระองค์โดยขึ้นอยู่กับขนาดของการ ละทิ้งความบาปและความสำเร็จในการทำพันธกิจของพระเจ้าของคนเหล่านั้น บุตร ของพระเจ้าจะยิ่งใหญ่ในสวรรค์และจะได้รับมงกุฎที่ดีกว่าถ้าเขาไม่คิดเกี่ยวกับการ มุ่งตอบสนองความปรารถนาที่เป็นบาปของตนแต่ประพฤติตัวตามพระคำของ พระเจ้า (โรม 13:13-14) ถ้าจิตวิญญาณของเขาดำเนินตามพระวิญญาณ (กาลาเทีย 5:16) และถ้าเขาทำหน้าที่และพันธกิจของตนอย่างสัตย์ซื่อ

ในทำนองเดียวกัน พระเยซูทรงไถ่ท่านให้พ้นจากความบาปทั้งสิ้นที่กระทำผ่าน ความคิดของท่านด้วยการสวมใส่มงกุฎหนามและหลั่งพระโลหิตของพระองค์ ท่าน ควรขอบคุณพระเจ้ามากสักเพียงใดเพราะพระองค์ทรงจัดเตรียมมงกุฎที่ดีกว่าเพื่อ มอบให้ท่านในสวรรค์ตามขนาดแห่งความเชื่อและความสำเร็จในพันธกิจของท่าน

ด้วยเหตุนี้ ท่านต้องสำนึกว่าการที่ท่านมีคุณสมบัติที่จะรับเอามงกุฎเหล่านี้ช่าง เป็นสิ่งที่มีศักดิ์ศรีเพียงใด ดังนั้น ท่านควรมีหัวใจขององค์พระผู้เป็นเจ้าของท่าน ด้วยการละทิ้งความชั่วร้ายทุกชนิด ทำพันธกิจของท่านเป็นอย่างดี และสัตย์ซื่อใน พระราชกิจทั้งสิ้นของพระเจ้า โดยหวังว่าท่านจะได้รับมงกุฎที่ดีที่สุดในสวรรค์

5. ฉลองพระองค์และฉลองพระองค์ชั้นใน

พระเยซู (ผู้สวมมงกุฎหนามและหลั่งพระโลหิตทั่วพระกายของพระองค์เนื่อง จากถูกเฆี่ยนตีอย่างรุนแรง) เสด็จมาที่กลโกธาซึ่งเป็นสถานที่ตรึงพระองค์ เมื่อทหาร ชาวโรมันตรึงพระเยซูนั้นพวกเขาถอดฉลองพระองค์ออกแบ่งกันเป็นสี่ส่วนสำหรับ แต่ละคน ส่วนฉลองพระองค์ชั้นในนั้นพวกทหารไม่ได้ฉีกแบ่งกันแต่พวกเขาเอาไว้ จับฉลากกัน

การจัดเตรียมเรื่องกางเขน 127

ครั้งพวกทหารตรึงพระเยซูไว้ที่กางเขนแล้ว เขาทั้งหลายก็เอาฉลองพระองค์มาแบ่งออกเป็นสี่ส่วนให้ทหารคนละส่วน เว้นแต่ฉลองพระองค์ชั้นใน ฉลองพระองค์ชั้นในนั้นไม่มีตะเข็บ ทอตั้งแต่บนตลอดล่าง เหตุฉะนั้นเขาจึงปรึกษากันว่า "เราอย่าฉีกแบ่งกันเลย แต่ให้เราจับฉลากกันจะได้รู้ว่าใครจะได้" ทั้งนี้เพื่อให้เป็นจริงตามข้อพระธรรมที่ว่า "เสื้อผ้าของข้าพระองค์เขาก็แบ่งกัน ส่วนเสื้อของข้าพระองค์เขาจับฉลากกัน" (ยอห์น 19:23-24)

เพราะเหตุใดพระคำของพระเจ้าจึงอธิบายถึงฉลองพระองค์และฉลองพระองค์ชั้นในของพระเยซูโดยละเอียด ประวัติศาสตร์ของอิสราเอลนับตั้งแต่ปี ค.ศ.70 ฝังลึกอยู่ในความหมายฝ่ายวิญญาณของเหตุการณ์นี้

ทรงถูกถอดฉลองพระองค์และถูกตรึง

จากข้อเรียกร้องของคนอิสราเอลที่ไม่ยอมรับว่าพระเยซูทรงเป็นพระเมสสิยาห์ มัทธิว 27:22-26 ระบุว่าพระเยซูทรงถูกตัดสินให้นำไปตรึงที่กางเขนโดยปอนทิอัสปีลาตหลังจากที่พระองค์ถูกเยาะเย้ยและดูหมิ่นด้วยวิธีการต่าง ๆ

หลังจากสวมมงกุฎหนามและถูกดูหมิ่นเยาะเย้ย พระเยซูทรงแบกกางเขนไปยังกลโกธาและทรงถูกตรึงที่นั่น ปีลาตบัญชาให้ทหารจัดทำป้ายที่มีถ้อยคำกล่าวโทษพระองค์ติดไว้เหนือพระเศียรมีข้อความว่า "ผู้นี้คือเยซูกษัตริย์ของชนชาติยิว" (มัทธิว 27:37)

ป้ายนี้เขียนไว้ด้วยภาษาฮีบรู ลาติน และกรีก ฮีบรูเป็นภาษาตามธรรมเนียมของชาวยิวผู้คนที่พระเจ้าทรงเลือก ลาตินเป็นภาษาทางการของจักรภพโรมซึ่งเป็นมหาอำนาจของโลกในเวลานั้น และกรีกเป็นภาษาที่มีอิทธิพลต่อวัฒนธรรมของโลก ดังนั้น การที่ป้ายดังกล่าวเขียนไว้ด้วยภาษาต่าง ๆ เหล่านี้จึงเป็นเครื่องหมายว่าโลกทั้งโลกยอมรับว่าพระเยซูทรงเป็นกษัตริย์ของชาวยิวและเป็นกษัตริย์เหนือกษัตริย์ทั้งหลาย

หลังจากอ่านข้อความที่อยู่บนป้ายแล้ว ยอห์น 19:21-22 ระบุว่าชาวยิวหลายคนทักท้วงปีลาตไม่ให้เขียนข้อความว่า "กษัตริย์ของพวกยิว" แต่ให้เขียนว่า "คนนี้บอกว่า เราเป็นกษัตริย์ของพวกยิว" แทน อย่างไรก็ตาม ปีลาตตอบคนเหล่านั้นว่า "สิ่งใดที่เราเขียนแล้วก็แล้วไป" และไม่ได้เปลี่ยนแปลงข้อความดังกล่าว สิ่งนี้

หมายความแม้แต่ปีลาตเองก็ยอมรับว่าพระเยซูทรงเป็นกษัตริย์ของพวกยิว

ปีลาตยอมรับว่าพระเยซูทรงเป็นกษัตริย์ของพวกยิว แท้จริงพระองค์ทรงเป็นพระบุตรเพียงองค์เดียวของพระเจ้า เป็นกษัตริย์เหนือกษัตริย์ และทรงเป็นองค์พระผู้เป็นเจ้าเหนือเจ้าทั้งหลาย ถึงกระนั้น พระเยซูก็ถูกถอดฉลองพระองค์และฉลองพระองค์ชั้นในและถูกตรึงบนไม้กางเขนต่อหน้าผู้คนที่กำลังเฝ้าดูพระองค์ ในสถานการณ์เช่นนี้พระองค์ทรงอดทนต่อความอับอายอันน่าสลดใจอย่างยิ่ง

เรากำลังดำเนินชีวิตอยู่ในโลกที่ชั่วร้ายซึ่งหลงลืมหน้าที่ทั้งปวงของมนุษย์ เพื่อไถ่เราให้พ้นจากความอับอาย สิ่งสกปรกโสมม ความชั่วร้าย การไร้กฎเกณฑ์ และการไร้ศีลธรรมทั้งหลาย พระเยซูกษัตริย์เหนือกษัตริย์ทรงถูกถอดฉลองพระองค์และฉลองพระองค์ชั้นในและทรงอดทนต่อความอับอายต่อหน้าต่อตาผู้คนที่กำลังเฝ้ามองดูพระองค์ ถ้าท่านเข้าใจความหมายฝ่ายวิญญาณของเหตุการณ์นี้ ท่านคงอดไม่ได้ที่จะขอบพระคุณพระเจ้าสำหรับสิ่งนี้

แบ่งฉลองพระองค์ออกเป็นสี่ส่วน

ทหารชาวโรมันถอดฉลองพระองค์ของพระเยซูและตรึงพระองค์ ทหารเหล่านั้นนำเอาฉลองพระองค์มาแบ่งกันเป็นสี่ส่วนแต่นำเอาฉลองพระองค์ชั้นในมาจับฉลากกัน

โดยสามัญสำนึกเราก็พอจะรู้ว่าฉลองพระองค์คงไม่ใช่สิ่งที่งดงามหรือมีราคาแพงแต่ประการใด แล้วทำไมพวกทหารจึงแบ่งฉลองพระองค์ออกเป็นสี่ส่วน

โดยภูมิปัญญาของตน เป็นไปได้หรือไม่ที่คนเหล่านั้นรู้ว่าพระเยซูจะได้รับการเชิดชูให้เป็นพระเมสสิยาห์และคนเหล่านั้นต้องการเก็บฉลองพระองค์บางส่วนไว้เพื่อมอบให้กับลูกหลานของตนเก็บไว้เป็นทรัพย์สมบัติอันล้ำค่าของครอบครัว คำตอบคือ "เป็นไปไม่ได้"

สดุดี 22:18 ทำนายไว้ว่า "เสื้อผ้าของข้าพระองค์เขาก็แบ่งกัน" พระเจ้าอนุญาตให้ทหารชาวโรมันถอดฉลองพระองค์มาแบ่งปันกันเพื่อให้สำเร็จตามพระคัมภีร์ข้อนี้ (ยอห์น 19:24)

ถ้าเช่นนั้น อะไรคือความหมายฝ่ายวิญญาณของฉลองพระองค์ของพระเยซู เพราะเหตุใดพวกทหารจึงแบ่งฉลองพระองค์ออกเป็นสี่ส่วนสำหรับแต่ละคน ทำไม

คนเหล่านั้นจึงไม่แบ่งฉลองพระองค์ชั้นใน เพราะเหตุใดพระเจ้าจึงอนุญาตให้บันทึกเรื่องราวนี้ไว้ล่วงหน้า

ในเมื่อพระเยซูทรงเป็นกษัตริย์ของชาวยิวฉลองพระองค์ของพระเยซูจึงหมายเล็งถึงชนชาติอิสราเอลหรือชาวยิว เมื่อทหารชาวโรมันแบ่งฉลองพระองค์ออกเป็นสี่ส่วนฉลองพระองค์จึงสูญเสียรูปโฉมของตนไป สิ่งนี้มีนัยว่าประเทศอิสราเอลจะถูกทำลาย สิ่งนี้ยังชี้ให้เห็นเช่นกันว่าชื่ออิสราเอลยังคงเหลืออยู่เหมือนที่ฉลองพระองค์ส่วนต่าง ๆ ที่คงเหลืออยู่

ในที่สุด ข้อความที่เขียนไว้เกี่ยวกับฉลองพระองค์พยากรณ์ว่าชาวยิวจะกระจัดกระจายไปทั่วทุกทิศทางซึ่งเป็นผลของการที่ประเทศนี้ถูกทำลาย ประวัติศาสตร์ของอิสราเอลยืนยันให้เห็นว่าคำพยากรณ์นี้สำเร็จเป็นจริง

ภายใน 40 ปีหลังจากพระเยซูทรงสิ้นพระชนม์บนไม้กางเขน นายพลชาวโรมันคนหนึ่งชื่อติตัสทำลายล้างกรุงเยรูซาเล็ม พระวิหารของพระเจ้าถูกทำลายอย่างราบคาบโดยไม่มีแม้หินที่ตั้งซ้อนทับกันหลงเหลืออยู่เลย หลังจากที่ประเทศอิสราเอลแตกสลายชาวยิวก็กระจัดกระจายไปทุกทุกหนแห่ง ถูกข่มเหง และถูกฆ่า นี่คือคำอธิบายว่าเพราะเหตุใดในปัจจุบันจึงมีชาวยิวอาศัยอยู่ทั่วโลก

มัทธิว 27:23 บรรยายถึงภาพเหตุการณ์ที่น่าขยะแขยงซึ่งปีลาตกล่าวกับฝูงชนที่ชั่วร้ายเหล่านั้นว่าพระเยซูไม่มีความผิด แต่คนเหล่านั้นกลับเรียกร้องเสียงดังมากขึ้นเพื่อให้ตรึงพระเยซู ดังนั้นปีลาตจึงเอาน้ำล้างมือต่อหน้าฝูงชนเพื่อแสดงให้คนเหล่านั้นเห็นว่าท่านไม่มีส่วนรับผิดชอบต่อการตายของพระเยซูผู้ไม่มีความผิดโดยกล่าวว่า "เราไม่มีผิดด้วยเรื่องความตายของคนนี้ เจ้ารับธุระเอาเองเถิด" จากนั้น ฝูงชนตอบว่า "ให้ความผิดด้วยเรื่องความตายของเขาตกอยู่แก่เราทั้งบุตรของเราด้วย"

สิ่งที่น่าสังเกตก็คือประวัติศาสตร์ของอิสราเอลแสดงให้เห็นอย่างชัดเจนว่าชาวยิวและลูกหลานของตนจำนวนมากสังเวยชีวิตของตนเสมือนการทำให้สำเร็จตามข้อเรียกร้องของคนเหล่านั้นต่อปีลาต ภายในระยะเวลาสี่ศตวรรษหลังจากการสิ้นพระชนม์ของพระเยซูมีชาวยิวประมาณ 1.1 ล้านคนถูกสังหาร

ยิ่งกว่านั้น ในช่วงสงครามโลกครั้งที่สอง มีชาวยิวประมาณ 6 ล้านคนถูกสังหารโดยพวกนาซีเยอรมัน ภาพยนตร์เรื่อง "ชิลเลอร์ ลิสท์" บรรยายถึงภาพเหตุการณ์อันน่าสยดสยองซึ่งชาวยิวทั้งหญิงและชายทั้งหนุ่มและแก่ถูกฆ่าเปลือยกาย

แม้แต่ฆาตรกรก็ได้รับอนุญาตให้ใส่เสื้อผ้าที่สะอาดเมื่อเขาถูกประหารชีวิต แต่ชาวยิวเหล่านั้นถูกถอดเสื้อผ้าออกเมื่อเขาถูกสังหาร

ชาวยิวไม่ยอมรับว่าพระเยซูทรงเป็นพระเมสสิยาห์และได้ถอดฉลองพระองค์ออกและตรึงพระองค์ที่กางเขน เมื่อคนเหล่านั้นร้องตะโกนว่า "ให้ความผิดด้วยเรื่องความตายของเขาตกอยู่แก่เราทั้งบุตรของเราด้วย" ภัยพิบัติอันน่ากลัวได้เกิดขึ้นกับประชาชนอิสราเอลเป็นเวลาหลายยุคหลายสมัย

ฉลองพระองค์ชั้นในที่ไร้ตะเข็บทอตั้งแต่บนตลอดล่าง

ยอห์น 19:23 บรรยายถึงฉลองพระองค์ชั้นในของพระเยซูไว้ว่า *"ฉลองพระองค์ชั้นในไม่มีตะเข็บทอตั้งแต่บนตลอดล่าง"* คำว่า "ไม่มีตะเข็บ" ในข้อนี้หมายความว่าฉลองพระองค์ชั้นในไม่ได้ทำจากการนำผ้าหลายชิ้นมาเย็บเข้าด้วยกัน ผู้คนส่วนใหญ่มักไม่ให้ความสนใจกับวิธีการตัดเย็บเสื้อผ้าของตนหรือไม่ให้ความสนใจว่าผ้านั้นถูกทอตั้งแต่บนตลอดล่างหรือไม่ ทำไมพระคัมภีร์จึงบรรยายถึงฉลองพระองค์ชั้นในของพระเยซูโดยละเอียด

พระคัมภีร์บอกเราว่าบรรพบุรุษของมนุษย์คืออาดัม บรรพบุรุษแห่งความเชื่อคืออับราฮัม และบรรพบุรุษของอิสราเอลคือยาโคบ พระเจ้าทรงสอนเราว่าบรรพบุรุษของอิสราเอลไม่ใช่อับราฮัมแต่เป็นยาโคบเนื่องจากสิบสองเผ่าของอิสราเอลมาจากบุตรทั้งสิบสองคนของยาโคบ ผู้ก่อตั้งประเทศอิสราเอลคือยาโคบถึงแม้ว่าบรรพบุรุษแห่งความเชื่อคืออับราฮัม

พระเจ้าทรงอวยพระพรยาโคบในปฐมกาล 35:10-11

> *"เจ้ามีชื่อว่ายาโคบ เขาจะไม่เรียกเจ้าว่ายาโคบต่อไป แต่จะมีชื่อว่าอิสราเอล" ดังนั้น คนจึงเรียกเขาว่าอิสราเอล พระเจ้าตรัสแก่เขาว่า "เราเป็นพระเจ้าผู้ทรงมหิทธิฤทธิ์ เจ้าจงเกิดผู้คนทวีมากขึ้น ประชาชาติหนึ่งและหลายประชาชาติจะเกิดมาจากเจ้า กษัตริย์หลายองค์จะออกมาจากเจ้า"*

จากพระคำของพระเจ้าข้อต่าง ๆ เหล่านี้บุตรชายทั้งสิบสองคนของยาโคบเป็นกระดูกสันหลังของอิสราเอลและอิสราเอลเป็นประเทศเดียวจนกระทั่งประเทศนี้ถูก

แบ่งแยกเป็นอิสราเอลในทางตอนเหนือและยูดาห์ในทางตอนใต้ในสมัยของกษัตริย์เรโหโบอัม

ต่อมา อิสราเอลในทางตอนเหนือเริ่มผสมกับคนต่างชาติแต่ยูดาห์ยังคงความบริสุทธิ์ของตนเอาไว้ ในปัจจุบันประชาชนชาวยูดาห์ถูกเรียกว่ายิว ข้อเท็จจริงที่ว่าฉลองพระองค์ชั้นในของพระเยซูไม่มีตะเข็บทอตั้งแต่บนตลอดล่างจึงหมายความว่าประเทศอิสราเอลรักษาความเป็นหนึ่งเดียวและอัตลักษณ์ของตนในฐานะลูกหลานของยาโคบเอาไว้มาจนถึงปัจจุบัน

จับฉลากฉลองพระองค์ชั้นในโดยไม่ฉีกแบ่งกัน

ในที่นี้ ฉลองพระองค์ชั้นในเป็นสัญลักษณ์ของหัวใจของผู้คน ในเมื่อพระเยซูทรงเป็นกษัตริย์ของอิสราเอลฉลองพระองค์ชั้นในจึงหมายเล็งถึงหัวใจของประชาชนชาวยิว

ชนชาติอิสราเอล (ในฐานะผู้คนที่พระเจ้าทรงเลือกผ่านทางอับราฮัมบรรพบุรุษแห่งความเชื่อของคนเหล่านั้น) นมัสการพระเจ้าเที่ยงแท้เหนือสิ่งอื่นใด ข้อเท็จจริงที่ว่าคนเหล่านั้นไม่ได้ฉีกฉลองพระองค์ชั้นในแบ่งกันจึงมีความหมายว่าวิญญาณของประชาชนชาวยิวแห่งอิสราเอลที่นมัสการพระเจ้าได้รับการสงวนรักษาไว้โดยไม่ถูกฉีกออกเป็นชิ้น ๆ แม้ว่าประเทศหรือรัฐบาลของอิสราเอลในเวลานั้นถูกทำลายก็ตาม

ที่จริง พระคัมภีร์พยากรณ์ไว้ว่าคนต่างชาติไม่สามารถกำจัดวิญญาณของคนอิสราเอลที่แนบสนิทอยู่ในหัวใจของคนเหล่านี้ให้สิ้นซากได้ กล่าวอีกนัยหนึ่งก็คือ จิตใจที่มุ่งไปยังพระเจ้าของคนเหล่านี้ยังยืนหยัดอยู่อย่างมั่นคงถึงแม้ว่าประเทศอิสราเอลจะถูกต่างชาติทำลายก็ตาม ในเมื่อคนเหล่านี้มีหัวใจที่ไม่เปลี่ยนแปลงพระเจ้าจึงเลือกคนอิสราเอลไว้เพื่อให้เป็นประชากรของพระองค์และทรงใช้คนเหล่านี้เพื่อสถาปนาอาณาจักรและความชอบธรรมของพระองค์

แม้แต่ในปัจจุบัน คนอิสราเอลก็พยายามเชื่อฟังธรรมบัญญัติด้วยหัวใจที่ไม่เปลี่ยนแปลง ที่เป็นเช่นนี้ก็เพราะว่าคนเหล่านี้เป็นลูกหลานของยาโคบซึ่งตัวท่านเองก็มีหัวใจที่ไม่เปลี่ยนแปลงเช่นกัน ชนชาติอิสราเอลสร้างความประหลาดใจให้กับคนทั้งโลกด้วยการได้รับเอกราชของตนในวันที่ 14 เดือนพฤษภาคม ปี 1948 ซึ่งเป็น

เวลาที่ยาวนานหลังจากได้สูญเสียประเทศของตนไป หลังจากนั้น คนอิสราเอลได้พัฒนาตนเองขึ้นมาอย่างรวดเร็วจนกลายเป็นประเทศที่ก้าวหน้าและมีอิทธิพลมากที่สุดประเทศหนึ่ง คนเหล่านี้แสดงให้เห็นถึงวิญญาณและความเป็นเลิศของประเทศของตนอีกครั้งหนึ่ง

ทหารชาวโรมันไม่อาจฉีกฉลองพระองค์ชั้นในซึ่งทอตั้งแต่บนตลอดล่างแบ่งปันกันฉันใด ชาวต่างชาติก็ไม่สามารถทำลายวิญญาณของคนอิสราเอลที่นมัสการพระเจ้าได้ด้วยฉันนั้น ในที่สุด ชนชาติอิสราเอลซึ่งเป็นลูกหลานของยาโคบได้สถาปนาประเทศเอกราชขึ้นและทำให้น้ำพระทัยของพระเจ้าในฐานะประชากรที่พระเจ้าเลือกสรรสำเร็จ

อิสราเอลในวาระสุดท้ายตามที่ทำนายไว้ในพระคัมภีร์

เหมือนที่พระเจ้าทรงทำนายถึงประวัติศาสตร์ของอิสราเอลผ่านทางฉลองพระองค์และฉลองพระองค์ชั้นในของพระเยซู พระองค์ก็ทรงตรัสเป็นนัยเกี่ยวกับอิสราเอลในวาระสุดท้ายของโลกไว้ด้วยเช่นกัน

เอเสเคียล 38:8-9 ระบุว่า

เมื่อล่วงไปหลายวันแล้วเจ้าจะต้องถูกเรียกตัว ในปีหลัง ๆ เจ้าจะยกเข้าไปต่อสู้กับแผ่นดินซึ่งได้คืนมาจากสงคราม เป็นแผ่นดินที่ประชาชนรวบรวมกันมาจากชนชาติหลายชาติอยู่ที่บนภูเขาอิสราเอล ซึ่งได้เคยเป็นที่ทิ้งร้างอยู่เนืองนิตย์ ประชาชนของแผ่นดินนั้นออกมาจากชนชาติอื่น ๆ บัดนี้อาศัยอยู่อย่างปลอดภัยแล้วทั้งสิ้น เจ้าจะรุกออกไป มาเหมือนพายุ เจ้าจะเป็นเหมือนเมฆคลุมแผ่นดินทั้งเจ้าและกองทัพทั้งสิ้นของเจ้าและชนชาติทั้งหลายเป็นอันมากที่อยู่กับเจ้า

"เมื่อล่วงไปหลายวัน" ในข้อนี้คือช่วงเวลาจากการบังเกิดของพระเยซูถึงการเสด็จกลับมาครั้งที่สองของพระองค์ และ "ในปีหลัง ๆ" หมายถึงปีท้าย ๆ ก่อนที่จะถึงการเสด็จกลับมาครั้งที่สองของพระเยซู "ภูเขาอิสราเอล" แสดงถึงเยรูซาเล็มซึ่งตั้งอยู่บนเนินเขาที่สูงกว่าระดับน้ำทะเลประมาณ 790 เมตร

ด้วยเหตุนี้ พระคำที่ว่าในอนาคตประชาชนมากมายจะรวมตัวกันจากหลาย ประเทศเป็นการทำนายว่าคนอิสราเอลจะเดินทางกลับมายังดินแดนของตนจาก ส่วนต่าง ๆ ของโลกเมื่อการเสด็จกลับมาของพระคริสต์ใกล้เข้ามา

คำพยากรณ์นี้เป็นจริงเมื่ออิสราเอลซึ่งถูกจักรภพโรมทำลายในปี ค.ศ.70 และ ได้รับเอกราชของตนในปี ค.ศ.1948 อิสราเอลเป็นประเทศที่ไร้ผู้คนจนกระทั่ง ประเทศนี้ได้รับเอกราช แต่อิสราเอลเติบโตเป็นประเทศที่พัฒนามากที่สุดประเทศ หนึ่งของโลก

พระคัมภีร์ใหม่ยังพยากรณ์ถึงการได้รับเอกราชของอิสราเอลไว้ด้วยเช่นกัน ใน มัทธิว 24:32-34 พระเยซูทรงบอกเราในเรื่องต่อไปนี้

จงเรียนคำเปรียบเทียบเรื่องต้นมะเดื่อ เมื่อแตกกิ่งแตกใบ ท่านก็รู้ว่าฤดูร้อน ใกล้จะถึงแล้ว เช่นนั้นแหละ เมื่อท่านทั้งหลายเห็นบรรดาสิ่งเหล่านั้นก็ให้รู้ ว่า พระองค์เสด็จมาใกล้จะถึงประตูแล้ว เราบอกความจริงแก่ท่านทั้งหลาย ว่า คนในชั่วอายุนี้จะไม่ล่วงลับไปก่อนสิ่งทั้งปวงนั้นบังเกิดขึ้น

นี่คือคำตอบของพระเยซูต่อสาวกของพระองค์ซึ่งทูลถามพระองค์ถึงหมาย สำคัญของการเสด็จมาครั้งที่สองของพระองค์และการสิ้นยุค

ต้นมะเดื่อในพระคัมภีร์ข้อเหล่านี้หมายเล็งถึงอิสราเอล เมื่อใบของต้นมะเดื่อ ร่วงและลมเย็นพัดมา ท่านก็รู้ว่าฤดูหนาวกำลังใกล้เข้ามา ในทำนองเดียวกัน เมื่อ กิ่งอ่อนของต้นมะเดื่อแตกออกมาและใบมะเดื่อร่วงโรย ท่านก็รู้ว่าฤดูร้อนกำลังใกล้ เข้ามา ในคำอุปมานี้พระเยซูทรงอธิบายว่าเมื่ออิสราเอลได้รับการรื้อฟื้นหลังจากการ ถูกทำลายเป็นเวลานาน นั่นคือ เมื่อคนอิสราเอลได้รับเอกราช การเสด็จมาครั้งที่สอง ของพระเยซูกำลังจะใกล้เข้ามา

ท่านไม่รู้ว่า "คนในชั่วอายุนี้" ที่พระเยซูกล่าวถึงในพระคัมภีร์ข้อนี้มีระยะเวลา ยาวนานเพียงใด แต่ท่านรู้ว่าสิ่งที่พระองค์ตรัสไว้จะสำเร็จเป็นจริงอย่างแน่นอน ท่าน ประจักษ์ถึงการได้รับเอกราชของอิสราเอลแล้ว ดังนั้น จึงไม่ยากที่จะคำนวณว่า การเสด็จมาครั้งที่สองของพระเยซูกำลังใกล้เข้ามามาก

หมายสำคัญของการสิ้นยุค

ในมัทธิว 24 เมื่อสาวกของพระองค์ทูลถามเรื่องหมายสำคัญของการสิ้นยุค พระองค์จึงทรงอธิบายให้สาวกเหล่านั้นฟังโดยละเอียด อย่างไรก็ตาม พระองค์ไม่ได้บอกถึงวันและเวลาที่แน่นอนโดยตรัสว่า *"แต่วันนั้น โมงนั้น ไม่มีใครรู้ ถึงบรรดาทูตสวรรค์หรือพระบุตรก็ไม่รู้ รู้แต่พระบิดาองค์เดียว"* (24:36)

ข้อนี้หมายความว่าพระองค์ในฐานะบุตรมนุษย์ผู้เสด็จมารับสภาพเป็นมนุษย์ในโลกไม่รู้วันหรือเวลาที่แน่นอน สิ่งนี้ไม่ได้หมายความว่าพระเยซูผู้ทรงเป็นพระภาคหนึ่งในตรีเอกานุภาพไม่รู้หลังจากการถูกตรึง การเป็นขึ้นมาและการเสด็จขึ้นสู่สวรรค์ของพระองค์

จากการที่พระองค์ทรงบอกหลายสิ่งหลายอย่างเกี่ยวกับการสิ้นยุคพระเยซูทรงเตือนท่านว่า *"ความรักของคนส่วนมากจะเยือกเย็นลงเพราะความอธรรมแผ่กว้างออกไป แต่ผู้ใดทนได้จนถึงที่สุดผู้นั้นจะรอด"* (มัทธิว 24:12-13)

ทุกวันนี้เราสามารถสัมผัสได้อย่างชัดเจนว่าความชั่วร้ายกำลังทวีขึ้นและความรักกำลังเยือกเย็นลง ท่านแทบจะมองหาจิตใจที่โอบอ้อมอารีได้ยากมาก พระเยซูตรัสไว้ในข้อ 14 ว่า *"ข่าวประเสริฐเรื่องแผ่นดินของพระเจ้าจะได้ประกาศไปทั่วโลกให้เป็นคำพยานแก่บรรดาประชาชาติ แล้วที่สุดปลายจะมาถึง"* พระกิตติคุณได้ถูกประกาศออกไปจนถึงสุดปลายแผ่นดินโลกแล้ว

ยิ่งกว่านั้น เราอาศัยอยู่ใน "โลกใบเล็ก" ซึ่งเราสามารถเข้าไปถึงทุกมุมโลกได้โดยผ่านการคมนาคมหรือการสื่อสาร ดาเนียล 12:4 ทำนายถึงปรากฏการณ์นี้ไว้เช่นกันว่า *"แต่ตัวเจ้า ดาเนียลเอ๋ย จงปิดถ้อยคำเหล่านั้นไว้และประทับตราหนังสือนั้นเสีย จนถึงวาระสุดท้าย คนเป็นอันมากจะวิ่งไปวิ่งมาและความรู้จะทวีขึ้น"* พระกิตติคุณแผ่กระจายออกไปทั่วทุกมุมโลกอย่างรวดเร็วในสภาพแวดล้อมเช่นนี้

แม้จะมีการประกาศพระกิตติคุณออกไปทั่วโลกแล้วก็ตามแต่อาจมีบางคนที่ไม่ยอมรับพระเยซูเพราะเขาเหล่านั้นไม่เปิดจิตใจของตน หรืออาจมีสถานที่ห่างไกลบางแห่งที่เมล็ดแห่งพระกิตติคุณยังแพร่กระจายไปไม่ถึง

คำพยากรณ์จำนวนมากในพระคัมภีร์เดิมสำเร็จและคำพยากรณ์ส่วนใหญ่ในพระคัมภีร์ใหม่เกือบสำเร็จด้วยเช่นกัน พระคัมภีร์ทั้งหมดได้รับการดลใจผ่านทางพระวิญญาณบริสุทธิ์ ดังนั้น พระวจนะของพระเจ้าจึงถูกต้องและไม่มีความผิด

พลาด อักษรตัวเล็กที่สุดหรือจุดเล็กน้อยที่สุดในพระคัมภีร์จะไม่เปลี่ยนแปลง พระเจ้าทรงทำให้พระวจนะและพระสัญญาของพระองค์สำเร็จ และมีเพียงไม่กี่อย่างที่ยังไม่สำเร็จซึ่งรวมถึงการเสด็จมาครั้งที่สองของพระเยซูคริสต์องค์พระผู้เป็นเจ้าของเรา เจ็ดปีแห่งความทุกข์เวทนาครั้งใหญ่ ยุคพันปี และการพิพากษาบนพระที่นั่งใหญ่สีขาว

6. พระหัตถ์และพระบาทของพระองค์ถูกตอกตะปู

การตรึงบนกางเขนเป็นวิธีการประหารชีวิตฆาตรกรหรือผู้ทรยศที่โหดร้ายที่สุด แขนของนักโทษจะถูกกางออกตามแนวขวางของกางเขน นักโทษจะถูกตอกด้วยตะปูที่มือและเท้า นักโทษจะถูกแขวนไว้บนกางเขนเป็นเวลานานจนกว่าเสียชีวิต ดังนั้น นักโทษจะทนทุกข์ทรมานกับความเจ็บปวดอย่างแสนสาหัสจนลมหายใจสุดท้าย

พระเยซูพระบุตรของพระเจ้าทรงกระทำเฉพาะสิ่งที่ดีและไม่เคยมีตำหนิหรือความด่างพร้อยใดๆ ในโลก ถ้าเช่นนั้น ทำไมพระเยซูจึงถูกตอกด้วยตะปูที่พระหัตถ์และพระบาทของพระองค์จนพระโลหิตของพระองค์หลั่งรดบนไม้กางเขน

ความเจ็บปวดของการถูกตอกด้วยตะปูที่มือและเท้า

พระเยซูทรงถูกตัดสินให้สิ้นพระชนม์บนไม้กางเขนและต้องเสด็จไปยังกลโกธาซึ่งเป็นสถานที่ประหารชีวิต ทหารชาวโรมันคนหนึ่งมีตะปูเหล็กขนาดใหญ่ในมือและอีกคนหนึ่งถือฆ้อนตีตะปูเริ่มตอกตะปูลงที่พระหัตถ์และพระบาทของพระองค์โดยคำบัญชาของนายร้อยคนหนึ่ง จากนั้น พวกทหารจึงยกไม้กางเขนตั้งขึ้น ท่านพอจะจินตนาการได้หรือไม่ว่าการทำเช่นนี้จะสร้างความเจ็บปวดมากเพียงใด

พระเยซูผู้ไม่มีความผิดต้องทนทุกข์กับความเจ็บปวดอย่างรุนแรงเมื่อตะปูขนาดใหญ่ตอกเข้าไปในเนื้อของพระองค์และเมื่อพระกายถูกกระชากด้วยน้ำหนักตัวของพระองค์และร่างกายส่วนที่ถูกตอกด้วยตะปูต้องฉีกขาด

เมื่อนักโทษถูกประหารด้วยการตัดศีรษะความเจ็บปวดสิ้นสุดลงทันที แต่การตายบนไม้กางเขนมีความเจ็บปวดมากกว่าเนื่องนักโทษถูกแขวน เลือดไหล และ

ทนทุกข์จากการสูญเสียน้ำและอาการหมดเรี่ยวแรงจนกระทั่งสิ้นลมหายใจ

ยิ่งกว่านั้น ในวันที่แดดร้อนจัดในถิ่นทุรกันดารแมลงชนิดต่าง ๆ บินตอมตามพระกายที่เต็มไปด้วยบาดแผลเพื่อดูดกินเลือดจากแผลที่พระบาทและพระหัตถ์ของพระองค์ นอกจากนี้ ประชาชนที่ชั่วร้ายยังชี้นิ้ว ถ่มน้ำลายรด เยาะเย้ย แช่งสาป และดูหมิ่นเหยียมหยามพระองค์ บางคนดูหมิ่นพระองค์ด้วยการพูดว่า "เจ้าผู้จะทำลายพระวิหารและสร้างขึ้นในสามวันน่ะ จงช่วยตัวเองให้รอดถ้าเจ้าเป็นบุตรของพระเจ้า" (มัทธิว 27:39-43)

ความเจ็บปวดที่สุดจะทนได้เกิดขึ้นกับพระเยซูในช่วงการถูกตรึงของพระองค์ อย่างไรก็ตาม พระเยซูทรงทราบดีว่าการที่พระองค์ทรงแบกรับเอาความผิดบาปและคำแช่งสาปด้วยการสิ้นพระชนม์บนไม้กางเขนเป็นการเปิดหนทางสำหรับการไถ่มนุษย์จากความผิดบาปของตนและทำให้มนุษย์เป็นบุตรของพระเจ้า ความเจ็บปวดที่แท้จริงของพระองค์เกิดมาจากอีกแหล่งหนึ่ง ยังมีผู้คนที่ไม่รู้ถึงการจัดเตรียมนี้ของพระเจ้าหรือผู้คนที่ยังอยู่ในความชั่วร้ายของตน สิ่งนี้สร้างความเจ็บปวดรุนแรงกว่าให้พระองค์

ความบาปที่กระทำด้วยมือและเท้า

หลังจากที่ความคิดที่เป็นบาปผุดขึ้นภายในจิตใจ จิตใจก็จะเร่งเร้าให้มือและเท้าทำความผิดบาปนั้น ในเมื่อมีกฎเกณฑ์ฝ่ายวิญญาณที่ระบุว่าค่าจ้างของความบาปคือความตาย เมื่อท่านทำบาป ท่านต้องตกนรกและทนทุกข์ทรมานชั่วนิรันดร์

นั่นคือเหตุผลที่พระเยซูตรัสว่า *"ถ้าเท้าของท่านทำให้หลงผิด จงตัดทิ้งเสีย ซึ่งจะเข้าในชีวิตด้วยเท้าด้วนยังดีกว่ามีเท้าสองเท้าและต้องถูกทิ้งในนรก ถ้าตาของท่านทำให้ท่านหลงผิด จงควักออกทิ้งเสีย ซึ่งจะเข้าในแผ่นดินของพระเจ้าด้วยตาข้างเดียวยังดีกว่ามีสองตาและต้องถูกทิ้งไปในนรก"* (มาระโก 9:45-47)

ตั้งแต่เกิดมาท่านทำบาปด้วยมือและเท้าของท่านกี่ครั้ง บางคนลักขโมยและบางคนสูญเงินของตนไปกับการพนัน ผู้คนใช้เท้าเพื่อสร้างความรุนแรงและเดินทางไปในที่ที่ตนไม่ควรไป ด้วยเหตุนี้ ถ้าเท้าของท่านเป็นเหตุให้ท่านทำบาป เป็นการดีกว่าที่จะตัดเท้าของท่านทิ้งและเข้าสู่สวรรค์แทนที่จะถูกทิ้งไปในบึงไฟนรกด้วยเท้าสองข้าง

นอกจากนั้น ท่านทำบาปด้วยตาของท่านกี่ครั้ง ความโลภและการล่วงประเวณีเกาะกินท่านเมื่อท่านมองดูบางอย่างที่ท่านไม่ควรดู นั่นคือสาเหตุที่พระเยซูตรัสว่าถ้าดวงตาของท่านเป็นเหตุให้ท่านทำบาป เป็นการดีกว่าที่จะควักดวงตาของท่านออกและเข้าสู่สวรรค์แทนที่จะถูกทิ้งไปในบึงไฟนรกด้วยตาสองข้าง

ในสมัยพระคัมภีร์เดิม ถ้าบุคคลทำผิดด้วยตาของตน ตาของบุคคลนั้นจะถูกควักออก ถ้าบุคคลทำผิดด้วยมือหรือเท้าของตน มือหรือเท้าของบุคคลนั้นจะถูกตัด ถ้าบุคคลฆ่าคนหรือล่วงประเวณี บุคคลนั้นจะถูกหินขว้างจนตาย (เฉลยธรรมบัญญัติ 19:19-21)

ในปัจจุบัน ถ้าปราศจากการทนทุกข์ของพระเยซูคริสต์บนไม้กางเขนบุตรของพระเจ้าควรตัดมือหรือเท้าของตนทิ้งถ้าเขาทำบาปด้วยมือหรือเท้าของตน อย่างไรก็ตาม พระเยซูทรงยอมแบกกางเขน ถูกตอกตะปูที่พระหัตถ์และพระบาทของพระองค์ และทรงหลั่งพระโลหิต จากเหตุการณ์นี้พระองค์ทรงชำระล้างความผิดบาปที่ท่านทำด้วยมือและเท้าและท่านไม่จำเป็นต้องทนทุกข์หรือชดใช้ค่าจ้างของบาปของตนอีกต่อไป

ท่านควรจดจำไว้ว่าพระองค์ทรงชำระท่านจากความผิดบาปถ้าท่านดำเนินชีวิตในความสว่างเหมือนที่พระองค์ทรงอยู่ในความสว่าง และถ้าท่านสารภาพบาปของท่านและหันหน้าเข้าหาพระองค์ (1 ยอห์น 1:7)

ด้วยเหตุนี้ จึงสำคัญอย่างยิ่งที่ท่านจะเติมจิตใจของท่านด้วยความจริงเพื่อท่านจะดำเนินชีวิตอย่างมีชัยชนะด้วยหัวใจที่ขอบพระคุณซึ่งจดจ่ออยู่ที่พระเจ้าเสมอ

7. ขาของพระองค์ไม่หักแต่สีข้างของพระองค์ถูกแทง

วันที่พระเยซูสิ้นพระชนม์เป็นศุกร์หนึ่งวันก่อนวันสะบาโต ในสมัยนั้นมีการถือเอาวันเสาร์เป็นวันสะบาโต ชาวยิวไม่ต้องการให้มีนักโทษถูกตรึงอยู่บนกางเขนในช่วงวันสะบาโต

ดังนั้น เหมือนที่ท่านอ่านพบในยอห์น 19:31 ว่าชาวยิวขอร้องให้ปอนทิอัสปีลาตทุบขาของผู้ที่ถูกตรึงให้หักและนำเอาศพลงมาจากไม้กางเขน เมื่อได้รับอนุญาตจากปีลาตทหารจึงทุบขาของโจรสองคนที่ถูกตรึงอยู่กับพระเยซูให้หักแต่ทหารเหล่านั้นไม่ได้ทุบขาของพระเยซูเนื่องจากพระองค์ทรงสิ้นพระชนม์แล้ว ใน

สมัยนั้นคนที่ถูกตรึงถือเป็นผู้ที่ถูกแช่งสาปและนั่นคือสาเหตุที่ทหารทุบขาของนักโทษเหล่านั้น ด้วยเหตุนี้ เราจึงเห็นถึงการจัดเตรียมของพระเจ้าในข้อเท็จจริงที่ว่าขาของพระเยซูไม่หัก

เพราะเหตุใดขาของพระเยซูจึงไม่หัก

พระเยซูผู้ไม่มีบาปถูกแช่งสาปและถูกตรึงไว้บนกางเขนเพื่อไถ่มนุษย์ให้พ้นจากคำแช่งสาปของธรรมบัญญัติ ผีมารซาตานไม่อาจทำให้ขาของพระองค์หักไม่ใช่เพราะว่าพระเยซูสิ้นพระชนม์เนื่องจากความบาปของพระองค์แต่เป็นเพราะการจัดเตรียมของพระเจ้า

ยิ่งกว่านั้น พระเจ้าทรงป้องกันไม่ให้กระดูกของพระองค์หักเพื่อให้สำเร็จตามข้อความของสดุดี 34:20 ที่ว่า "พระองค์ทรงรักษากระดูกเขาไว้ทั้งหมด ไม่หักสักซี่เดียว"

ในกันดารวิถี 9:12 พระเจ้าตรัสห้ามไม่ให้คนอิสราเอลหักกระดูกของแกะเพื่อคนเหล่านั้นนำแกะมารับประทาน พระองค์ยังตรัสไว้ในอพยพ 12:46 เช่นกันว่าคนอิสราเอลสามารถกินเนื้อของแกะได้แต่เขาไม่ควรทำให้กระดูกของแกะหัก

"แกะ" หมายเล็งถึงพระเยซูผู้ไร้มลทินและปราศจากตำหนิ ถึงกระนั้นพระองค์ก็ถูกนำมาถวายเป็นเครื่องบูชาเพื่อเป็นค่าไถ่สำหรับมนุษย์และความผิดบาปของเขา เนื่องจากความรักที่พระองค์ทรงมีต่อเราเพื่อให้สอดคล้องกับพระคัมภีร์ที่ "ห้ามไม่ให้หักกระดูกของแกะ" จึงไม่มีกระดูกส่วนใดของพระเยซูหัก

สีข้างของพระองค์ถูกแทงด้วยทวน

ยอห์น 19:33-34 บรรยายให้เห็นถึงภาพเหตุการณ์ที่น่ากลัวอีกภาพหนึ่ง

> แต่เมื่อเขามาถึงพระเยซูและเห็นว่าพระองค์สิ้นพระชนม์แล้วเขาจึงมิได้ทุบขาของพระองค์ แต่ทหารคนหนึ่งเอาทวนแทงที่สีข้างของพระองค์และโลหิตกับน้ำก็ไหลออกมาทันที

ในเมื่อทหารรู้แล้วว่าพระองค์สิ้นพระชนม์ ทำไมเขายังใช้ทวนแทงที่สีข้างของพระองค์จนทำให้โลหิตและน้ำไหลออกมาทันที สิ่งนี้แสดงให้เห็นถึงความชั่วร้ายของมนุษย์

แม้พระองค์ทรงเป็นพระเจ้าพระเยซูก็ไม่ทรงเรียกร้องหรือยึดติดอยู่กับสิทธิของความเป็นพระเจ้าของพระองค์ ตรงกันข้าม พระองค์กลับทรงสละพระองค์เองยอมรับสถานะของทาสที่ต่ำต้อยและปรากฏพระองค์ในสภาพของมนุษย์ พระองค์ทรงถ่อมพระองค์ลงยอมเชื่อฟังจนถึงความมรณากระทั่งความมรณาเยี่ยงนักโทษที่กางเขน ด้วยวิธีการนี้พระเยซูได้เปิดหนทางแห่งความรอดเพื่อท่าน (ฟีลิปปี 2:6-8)

ในช่วงชีวิตของพระองค์ในโลกนี้พระเยซูทรงมอบอิสรภาพให้นักโทษ มอบความมั่งคั่งให้คนยากจน และทรงรักษาคนเจ็บป่วยและคนอ่อนแอให้หาย พระองค์ไม่มีเวลาสำหรับการกินหรือการนอนหลับในขณะที่พระองค์มุ่งประกาศพระวจนะของพระเจ้าเพื่อช่วยดวงวิญญาณให้รอดให้มากที่สุดเท่าที่จะทรงทำได้ แม้ในยามที่สาวกของพระองค์กำลังนอนหลับพระเยซูทรงเสด็จไปยังภูเขาเพื่ออธิษฐาน

ชาวยิวจำนวนมากข่มเหงพระองค์ด้วยการดูหมิ่นเหยียดหยามถึงแม้พระองค์ทรงทำเฉพาะสิ่งที่ดี สุดท้ายคนเหล่านั้นได้ตรึงพระองค์บนไม้กางเขน เนื่องจากความชั่วร้ายของตน ยิ่งกว่านั้น แม้จะรู้ว่าพระองค์ทรงสิ้นพระชนม์แล้ว แต่ทหารชาวโรมันคนหนึ่งก็ยังใช้ทวนแทงเข้าที่สีข้างของพระองค์ สิ่งนี้บอกให้เราทราบว่าผู้คนกำลังสะสมความชั่วร้ายของตนมากยิ่งขึ้น

พระเจ้าทรงสำแดงให้ท่านเห็นถึงความรักอันยิ่งใหญ่ของพระองค์ด้วยการส่งพระเยซูคริสต์พระบุตรเพียงองค์เดียวของพระองค์ลงมาและทรงยอมให้พระบุตรถูกตรึงบนไม้กางเขนเพื่อไถ่ท่านให้พ้นจากความบาปโดยคำนึงถึงความชั่วร้ายของมนุษย์

โลหิตและน้ำไหลออกมาจากสีข้างพระองค์

ตามที่กล่าวไปแล้วว่าทหารชาวโรมันคนหนึ่งใช้ทวนแทงเข้าที่สีข้างของพระเยซูด้วยความชั่วร้ายของตนทั้งที่รู้ว่าพระองค์ทรงสิ้นพระชนม์แล้วก็ตาม เมื่อทหารใช้ทวนแทงเข้าที่สีข้างของพระองค์มีโลหิตและน้ำไหลออกมาจากพระกายของพระเยซู เหตุการณ์นี้มีความหมาย 3 อย่าง

ประการแรก เหตุการณ์นี้แสดงให้เห็นว่าพระเยซูทรงรับสภาพเป็นเนื้อหนังในฐานะบุตรมนุษย์ ยอห์น 1:14 กล่าวว่า *"พระวาทะได้ทรงบังเกิดเป็นมนุษย์และทรงอยู่ท่ามกลางเรา"* พระเจ้าเสด็จมารับสภาพเนื้อหนังในโลกนี้และพระองค์คือพระเยซู

คนบาปไม่สามารถมองเห็นพระเจ้าได้เพราะเขาจะพินาศเมื่อมองเห็นพระองค์ ดังนั้น พระเจ้าจึงไม่อาจปรากฏพระองค์ต่อหน้ามนุษย์ได้โดยตรงและนั่นคือสาเหตุที่พระเยซูเสด็จเข้ามาในโลกนี้ในสภาพของเนื้อหนังและทรงสำแดงหลักฐานพิสูจน์หลายประการเพื่อนำเราให้เชื่อในพระเจ้า

พระคัมภีร์บอกให้ท่านทราบว่าพระเยซูทรงเป็นมนุษย์เหมือนกับท่าน มาระโก 3:20 ระบุว่า *"พระองค์จึงเสด็จเข้าไปในเรือนและประชาชนก็มาประชุมกันอีกจนพระเยซูและสาวกจะรับประทานอาหารไม่ได้"* มัทธิว 8:24 กล่าวว่า *"ดูเถิด เกิดพายุใหญ่ในทะเลสาบจนคลื่นซัดท่วมเรือ แต่พระองค์บรรทมหลับอยู่"*

บางคนอาจสงสัยว่าพระเยซูพระบุตรของพระเจ้าจะหิวหรือมีความเจ็บปวดได้อย่างไร แต่ในเมื่อพระเยซูทรงอยู่สภาพของเนื้อหนังที่ประกอบด้วยกล้ามเนื้อและกระดูกพระองค์จึงจำเป็นต้องกินและนอน พระองค์ยังมีความเจ็บปวดเช่นเดียวกับเราทั้งหลายเช่นกัน

ข้อเท็จจริงที่ว่ามีโลหิตและน้ำไหลออกมาจากพระกายของพระองค์เมื่อพระองค์ถูกแทงด้วยทวนคือข้อพิสูจน์ที่หนักแน่นว่าพระเยซูทรงเสด็จมารับสภาพของเนื้อหนังในโลกนี้ถึงแม้พระองค์ทรงเป็นพระบุตรของพระเจ้าก็ตาม

ประการที่สอง เหตุการณ์นี้เป็นข้อพิสูจน์อีกประการหนึ่งว่าท่านสามารถมีส่วนร่วมในธรรมชาติของพระเจ้าได้เช่นกันแม้ว่าท่านจะอยู่ในเนื้อหนังก็ตาม พระเจ้าทรงปรารถนาให้บุตรของพระองค์บริสุทธิ์และดีรอบคอบเหมือนกับพระองค์ ดังนั้นพระองค์จึงตรัสว่า *"ท่านทั้งหลายจงเป็นคนบริสุทธิ์เพราะเราบริสุทธิ์"* (1 เปโตร 1:16) และ *"เหตุฉะนี้ท่านทั้งหลายจงเป็นคนดีรอบคอบเหมือนอย่างพระบิดาของท่านผู้ทรงสถิตในสวรรค์เป็นผู้ดีรอบคอบ"* (มัทธิว 5:48) พระองค์ยังทรงหนุนใจท่านเช่นกันว่า *"พระองค์จึงได้ทรงประทานพระสัญญาอันประเสริฐและใหญ่ยิ่งแก่เราเพื่อว่าด้วยเหตุเหล่านี้ท่านทั้งหลายจะพ้นจากความเสื่อมโทรมที่มีอยู่ในโลกนี้เพราะตัณหาและจะได้รับส่วนในสภาพของพระองค์"* (2 เปโตร 1:4) และ *"ท่านจงมีน้ำใจต่อกันเหมือนอย่างที่มีในพระเยซูคริสต์"* (ฟีลิปปี 2:5)

พระเยซูเสด็จเข้ามาในโลกในสภาพของเนื้อหนังและทรงรับสถานะของทาสตามพระทัยของพระเจ้าและทรงทำหน้าที่ทั้งปวงของพระองค์สำเร็จ นอกจากนั้นพระเยซูทรงทำให้ธรรมบัญญัติสำเร็จด้วยความรักโดยการเอาชนะการทดลองและปัญหาต่าง ๆ รวมทั้งการดำเนินชีวิตตามพระวจนะของพระเจ้า

แม้พระองค์ทรงเป็นมนุษย์เหมือนท่าน แต่พระองค์ทรงพร้อมที่จะยอมรับความเจ็บปวด ทำตามน้ำพระทัยของพระเจ้าด้วยความอดกลั้นและการควบคุมตนเอง และทรงสละพระองค์เองด้วยความรักเพื่อสิ้นพระชนม์บนไม้กางเขนโดยไม่ขัดขืนเหรือบ่น

ถ้าเช่นนั้นเราจะมีส่วนร่วมในธรรมชาติของพระเจ้าด้วยพระทัยของพระเยซูคริสต์ได้อย่างไร

ท่านต้องตรึงธรรมชาติบาปของท่านซึ่งประกอบด้วยตัณหาและความอยาก มีความรักฝ่ายวิญญาณและอธิษฐานอย่างร้อนรนเพื่อมีส่วนร่วมในธรรมชาติของพระเจ้าโดยการมีน้ำใจเหมือนพระเยซู

ในด้านหนึ่ง ความรักฝ่ายเนื้อหนังมุ่งแสวงหาผลประโยชน์ของตนเองและความรักแบบนี้จะเยือกเย็นลงเมื่อเวลาผ่านไป ผู้คนที่มีความรักแบบนี้จะทรยศต่อกันและพบกับความเจ็บปวดเมื่อตกลงกันไม่ได้

ในอีกด้านหนึ่ง พระเจ้าทรงปรารถนาให้ท่านมีความรักที่อดทนนาน โอบอ้อมอารี และไม่ยึดตนเองเป็นศูนย์กลาง ดังนั้น ความรักแบบนี้จึงเป็นความรักฝ่ายวิญญาณที่ไม่เคยเปลี่ยนแปลงและจำเริญขึ้นทุกวัน ท่านสามารถมีน้ำใจของพระเยซูตราบใดที่ท่านมีความรักฝ่ายวิญญาณและตราบใดที่ท่านละทิ้งความชั่วร้ายทุกชนิดผ่านทางการอธิษฐานอย่างร้อนรน

เช่นเดียวกัน ทุกคนสามารถรับเอาพระคุณและฤทธิ์อำนาจของพระเจ้าได้ถ้าเขาแสวงหาความช่วยเหลือของพระองค์ในการอดอาหารและการอธิษฐานอย่างร้อนรน พระเจ้ายังทรงทำการเพื่อเราในการกำจัดความชั่วร้ายทุกชนิดด้วยเช่นกัน ท่านจะเจิดจ้าเหมือนดวงอาทิตย์ในแผ่นดินสวรรค์ถ้าท่านมีความรักฝ่ายวิญญาณ มีผลของพระวิญญาณทั้งเก้าชนิด (กาลาเทีย 5) และได้รับความสุขประเภทต่าง ๆ (มัทธิว 5)

ประการที่สาม พระโลหิตและน้ำที่ไหลออกมาจากพระกายของพระเยซูมีพลังอำนาจมากพอที่จะนำท่านไปสู่ชีวิตนิรันดร์ที่แท้จริง

พระโลหิตและน้ำที่ไหลออกมาจากพระกายของพระเยซูเป็นสิ่งที่ไร้มลทินและปราศจากตำหนิในเมื่อพระองค์ไม่มีความบาปดั้งเดิมและไม่เคยทำบาป ในฝ่ายวิญญาณ พระโลหิตและน้ำนี้เองที่จะเป็นขึ้นมา เพราะพระองค์ทรงหลั่งพระโลหิตอันบริสุทธิ์ความบาปของท่านจึงได้รับการชำระและท่านสามารถมีชีวิตที่แท้จริงซึ่งนำไปสู่ความรอด การเป็นขึ้นมา และชีวิตนิรันดร์

น้ำซึ่งไหลออกมาจากพระกายของพระเยซูเป็นสัญลักษณ์ของน้ำแห่งชีวิตนิรันดร์ซึ่งได้แก่พระวจนะของพระเจ้า ท่านสามารถเต็มล้นด้วยความจริงและเป็นบุตรที่แท้จริงของพระเจ้าได้จนท่านสามารถเข้าใจพระวจนะของพระองค์และละทิ้งความผิดบาปของท่านด้วยการดำเนินชีวิตตามพระวจนะนั้น

พระเยซูผู้ที่ปราศจากตำหนิและมลทินทรงสละทุกสิ่งทุกอย่างเพื่อมอบชีวิตที่แท้จริงให้กับท่านจนพระองค์ต้องหลั่งพระโลหิตและน้ำออกมาเพื่อท่าน แม้ว่าท่านไม่ได้ดีไปกว่าสัตว์ก็ตาม

ข้าพเจ้ามุ่งหวังให้ท่านเข้าใจว่าท่านรอดโดยไม่ต้องจ่ายสิ่งใดเลยและท่านจะละทิ้งความบาปด้วยการอธิษฐานอย่างร้อนรนในความเชื่อเพื่อท่านจะสามารถดำเนินชีวิตที่เกิดผลในพระเยซูคริสต์

7
คำตรัสสุดท้ายเจ็ดคำของพระเยซูบนไม้กางเขน

โอ พระบิดาเจ้าข้าขอโปรดอภัยโทษเขา
วันนี้เจ้าจะอยู่กับเราในเมืองบรมสุขเกษม
หญิงเอ๋ยจงดูบุตรของท่านเถิด จงดูมารดาของท่านเถิด
เอโลอี เอโลอี ลามาสะบักธานี
เรากระหายน้ำ
สำเร็จแล้ว
พระบิดาเจ้าข้า ข้าพระองค์ฝากวิญญาณจิตของข้าพระองค์
ไว้ในพระหัตถ์ของพระองค์

ลูกา 23:34-46

ฝ่ายพระเยซูจึงทรงอธิษฐานว่า "โอ พระบิดาเจ้าข้า ขอโปรดอภัยโทษเขาเพราะว่าเขาไม่รู้ว่าเขาทำอะไร"... (ข้อ 34)

...แต่อีกคนหนึ่งห้ามปรามเขาว่า "เจ้าก็ไม่เกรงกลัวพระเจ้าหรือเพราะเจ้าเป็นคนถูกโทษเหมือนกัน และเราก็สมกับโทษนั้นจริง เพราะเราได้รับสมกับการที่เราได้กระทำ แต่ท่านผู้นี้หาได้กระทำผิดประการใดไม่" แล้วคนนั้นจึงทูลว่า "พระเยซูเจ้าข้า ขอพระองค์ทรงระลึกถึงข้าพระองค์เมื่อพระองค์เสด็จเข้าในแผ่นดินของพระองค์" ฝ่ายพระเยซูทรงตอบเขาว่า "เราบอกความจริงแก่เจ้าว่าวันนี้เจ้าจะอยู่กับเราในเมืองบรมสุขเกษม" เวลานั้นประมาณเวลาเที่ยงก็บังเกิดมืดมัวทั่วแผ่นดินจนถึงบ่ายสามโมง ดวงอาทิตย์ก็มืดไป ม่านในพระวิหารก็ขาดตรงกลาง พระเยซูทรงร้องเสียงดังตรัสว่า "พระบิดาเจ้าข้า ข้าพระองค์ฝากวิญญาณจิตของข้าพระองค์ไว้ในพระหัตถ์ของพระองค์" ตรัสอย่างนั้นแล้วก็สิ้นพระชนม์ (ข้อ 40-46)

คนส่วนใหญ่หวนคิดถึงชีวิตของตนเมื่อความตายใกล้เข้ามา คนเหล่านี้จะฝากฝัง คำพูดสุดท้ายไว้กับคนในครอบครัวและเพื่อนฝูงของตน

ในทำนองเดียวกัน พระเยซูทรงรับสภาพของเนื้อหนัง เสด็จเข้ามาในโลกด้วยการจัดเตรียมของพระเจ้า และประกาศคำตรัสสุดท้ายเจ็ดคำของพระองค์บนไม้กางเขนเมื่อพระองค์ทรงสิ้นพระชนม์ เราเรียกคำตรัสเหล่านี้ว่า "คำตรัสสุดท้ายเจ็ดคำของพระเยซูบนไม้กางเขน"

ให้เราสำรวจความหมายฝ่ายวิญญาณของคำตรัสสุดท้ายเจ็ดคำของพระเยซูบนไม้กางเขน

1. โอ พระบิดาเจ้าข้า ขอโปรดอภัยโทษเขา

ผู้เขียนฟีลิปปีบรรยายถึงพระเยซูไว้ว่า...

> ท่านจงมีน้ำใจต่อกันเหมือนอย่างที่มีในพระเยซูคริสต์ ผู้ทรงสภาพของพระเจ้า แต่มิได้ทรงถือว่าการเท่าเทียมกับพระเจ้านั้นเป็นสิ่งที่จะต้องยึดถือ แต่ได้กลับทรงสละและทรงรับสภาพทาส ทรงถือกำเนิดเป็นมนุษย์ และเมื่อทรงปรากฏพระองค์ในสภาพมนุษย์แล้ว พระองค์ก็ทรงถ่อมพระองค์ลงยอมเชื่อฟังจนถึงความมรณา กระทั่งความมรณาที่กางเขน (ฟีลิปปี 2:5-8)

พระเยซูทรงถูกตรึงบนไม้กางเขนเพื่อแสดงออกถึงความรักและการเชื่อฟังของพระองค์ที่มีต่อพระเจ้าเพื่อพระองค์จะสามารถเปิดหนทางแห่งความรอดให้กับคนบาป ประชาชนที่ยืนอยู่ใกล้กับกางเขนเยาะเย้ยพระองค์พร้อมกับพวกผู้นำของตนว่า "เขาช่วยคนอื่นให้รอดได้ ถ้าเขาเป็นพระคริสต์ของพระเจ้าที่ทรงเลือกไว้ ให้เขาช่วยตัวเองเถิด" (ลูกา 23:35)

พวกทหารก็เย้ยหยันพระองค์เช่นกันว่า "ถ้าท่านเป็นกษัตริย์ของพวกยิว จงช่วยตัวเองให้รอดเถิด" (ข้อ 37) ผู้ร้ายคนหนึ่งที่ถูกตรึงไว้พูดหยาบช้าต่อพระองค์ว่า "ท่านเป็นพระคริสต์มิใช่หรือ จงช่วยตัวเองกับเราให้รอดเถิด" (ข้อ 39)

เมื่อมาถึงตำบลหนึ่งที่เรียกว่ากะโหลกศีรษะ เขาจึงตรึงพระองค์ไว้ที่นั่นพร้อมกับผู้ร้ายสองคนนั้น ข้างขวาคนหนึ่ง ข้างซ้ายคนหนึ่ง ฝ่ายพระเยซูจึงทรงอธิษฐานว่า "โอ พระบิดาเจ้าข้า ขอโปรดอภัยโทษเขาเพราะว่าเขาไม่รู้ว่าเขาทำอะไร" เขาก็เอาฉลองพระองค์จับฉลากแบ่งปันกัน (ลูกา 23:33-34)

พระเยซูทรงอธิษฐานขอการยกโทษต่อพระเจ้าให้กับคนเหล่านั้นโดยตรัสว่า "โอ พระบิดาเจ้าข้า ขอโปรดอภัยโทษเขาเพราะว่าเขาไม่รู้ว่าเขาทำอะไร" เมื่อตรัสแล้วพระองค์ก็ทรงสิ้นพระชนม์ พระเยซูทรงร้องขอพระเมตตาและการอภัยโทษจากพระบิดาให้กับคนเหล่านั้นที่ไม่รู้ว่าพระเยซูทรงเป็นพระบุตรของพระเจ้ากำลังถูกตรึงเพื่ออภัยโทษความผิดบาปให้คนเหล่านั้น บางทีเขาเหล่านั้นไม่ตระหนักด้วยซ้ำว่าการกระทำของตนเป็นบาป นี่เป็นคำตรัสแรกของพระองค์จากไม้กางเขน

พระเยซูทรงอธิษฐานด้วยความรักที่มีต่อผู้คนที่ตรึงพระองค์

พระเยซูพระบุตรของพระเจ้าทรงอธิษฐานเผื่อผู้คนที่ตรึงพระองค์แม้ว่าพระองค์ไม่มีตำหนิหรือมลทินด่างพร้อย ความรักของพระองค์ช่างลึกซึ้งและยิ่งใหญ่เหลือเกิน พระเยซูสามารถลงมาจากไม้กางเขนได้ไม่ยากเพื่อหลีกเลี่ยงการถูกตรึงในเมื่อพระองค์ทรงเป็นอันหนึ่งอันเดียวกันกับพระเจ้าผู้ทรงฤทธานุภาพและทรงได้รับการเสริมพลังอำนาจจากพระเจ้าพระบิดา อย่างไรก็ตาม พระองค์ทรงถูกตรึงเพื่อทำให้แผนการแห่งความรอดตามน้ำพระทัยของพระเจ้าสำเร็จ ด้วยเหตุนี้พระองค์จึงสามารถอดทนกับความทุกข์และความอับอายทุกอย่าง อธิษฐานเผื่อคนเหล่านั้นด้วยความรัก และขอการยกโทษให้กับคนเหล่านั้น

พระเยซูทรงอธิษฐานอย่างร้อนรนว่า "โอ พระบิดาเจ้าข้า ขอโปรดอภัยโทษเขาเพราะว่าเขาไม่รู้ว่าเขาทำอะไร" คำว่า "เขา" ในที่นี้ไม่ได้หมายถึงเฉพาะผู้คนที่ตรึงและเยาะเย้ยพระองค์เท่านั้น แต่ยังรวมถึงมนุษย์ทุกคนที่ไม่ได้ยอมรับพระเยซูคริสต์และดำเนินอยู่ในความมืด เช่นเดียวกับผู้คนที่ตรึงพระเยซูพระบุตรของพระเจ้า

ผู้คนจำนวนมากกำลังทำบาปเพราะว่าคนเหล่านี้ไม่รู้จักพระเยซูคริสต์และความจริง

ผีมารซาตานเป็นของความมืดและเกลียดชังความสว่างดังนั้นมารจึงตรึงพระเยซูผู้ทรงเป็นความสว่างที่แท้จริง ในปัจจุบัน ผีมารซาตานกำลังควบคุมผู้คนที่เป็นของความมืดและทำให้คนเหล่านั้นข่มเหงผู้ที่ดำเนินชีวิตอยู่ในความสว่าง

ท่านจะโต้ตอบผู้ข่มเหงที่ไม่รู้จักความจริงอย่างไร

พระเยซูทรงสอนท่านว่าอะไรคือพระทัยของพระเจ้าและอะไรควรเป็นท่าทีของคริสเตียนผ่านทางคำตรัสแรกจากไม้กางเขน มัทธิว 5:44 กล่าวว่า *"ฝ่ายเราบอกท่านว่า จงรักศัตรูของท่าน และจงอธิษฐานเผื่อผู้ที่ข่มเหงท่าน"* ดังนั้น เราต้องสามารถอธิษฐานเผื่อทุกคนที่ข่มเหงเราโดยกล่าวว่า "โอ พระบิดาเจ้าข้า ขอโปรดอภัยโทษเขาเพราะว่าเขาไม่รู้ว่าเขาทำอะไร ขอทรงอวยพรคนเหล่านี้เพื่อเขาจะรับเอาองค์พระผู้เป็นเจ้าเช่นกันและเพื่อเราจะพบกับเขาอีกครั้งหนึ่งในสวรรค์"

2. วันนี้เจ้าจะอยู่กับเราในเมืองบรมสุขเกษม

ผู้ร้ายสองคนก็ถูกตรึงเช่นกันเมื่อพระเยซูทรงถูกตรึงบนไม้กางเขนที่ตั้งอยู่บนเนินเขากลโกธา หรือที่เรียกว่า "กะโหลกศีรษะ" (ลูกา 23:33)

ผู้ร้ายคนหนึ่งกล่าวคำหยาบช้าต่อพระองค์ แต่ผู้ร้ายอีกคนหนึ่งตำหนิผู้ร้ายคนนั้น เขากลับใจใหม่ และยอมรับเอาพระเยซูเป็นผู้ช่วยให้รอดของตน จากนั้นพระเยซูทรงสัญญากับเขาว่าพระองค์จะให้เขาอยู่ในเมืองบรมสุขเกษม นั่นคือคำตรัสที่สองของพระองค์บนไม้กางเขน

> *ฝ่ายคนหนึ่งผู้ร้ายที่ถูกตรึงไว้จึงพูดหยาบช้าต่อพระองค์ว่า ท่านเป็นพระคริสต์มิใช่หรือ จงช่วยตัวเองกับเราให้รอดเถิด" แต่อีกคนหนึ่งห้ามปรามเขาว่า "เจ้าก็ไม่เกรงกลัวพระเจ้าหรือ เพราะเจ้าเป็นคนถูกโทษเหมือนกัน และเราก็สมกับโทษนั้นจริง เพราะเราได้รับสมกับการที่เราได้กระทำ แต่ท่านผู้นี้หาได้กระทำผิดประการใดไม่" แล้วคนนั้นจึงทูลว่า "พระเยซูเจ้าข้า ขอพระองค์ทรงระลึกถึงข้าพระองค์เมื่อพระองค์เสด็จเข้าในแผ่นดินของพระองค์" ฝ่ายพระเยซูทรงตอบเขาว่า "เราบอกความจริงแก่เจ้าว่า วันนี้เจ้าจะอยู่กับเราในเมืองบรมสุขเกษม" (ลูกา 23:39-43)*

พระเยซูทรงประกาศว่าพระองค์คือพระเมสสิยาห์ที่สามารถยกโทษให้กับคนบาปเมื่อคนเหล่านั้นกลับใจและช่วยคนเหล่านั้นให้รอดโดยผ่านคำตรัสที่สองบนไม้กางเขนของพระองค์

เมื่อท่านอ่านพระกิตติคุณทั้งสี่เล่ม ท่านจะพบว่ามีการบันทึกถึงการตอบสนองของผู้ร้ายสองคนด้วยแนวทางที่แตกต่างกัน มัทธิว 27:44 กล่าวว่า "ถึงโจรที่ถูกตรึงไว้กับพระองค์ก็ยังกล่าวคำหยาบช้าต่อพระองค์เหมือนกัน" มาระโก 15:32 ระบุว่า "ให้เจ้าพระคริสต์กษัตริย์แห่งอิสราเอลลงมาจากกางเขนเดี๋ยวนี้เถอะเพื่อเราจะได้เห็นและเชื่อ" และสองคนนั้นที่ถูกตรึงไว้กับพระองค์ก็กล่าวคำหยาบช้าต่อพระองค์" จากพระกิตติคุณทั้งสองเล่มนี้เราเห็นว่าผู้ร้ายทั้งสองคนกล่าวคำหยาบช้าต่อพระเยซู

อย่างไรก็ตาม เราอ่านพบในลูกาบทที่ 23 ว่าผู้ร้ายคนหนึ่งกล่าวตำหนิผู้ร้ายอีกคนหนึ่งและกลับใจจากความผิดบาปของตน ยอมรับพระเยซูคริสต์ และได้รับความรอด ที่เป็นเช่นนี้ไม่ใช่เพราะว่าหนังสือพระกิตติคุณไม่สอดคล้องกัน ตรงกันข้าม ในการจัดเตรียมของพระเจ้าพระองค์ทรงอนุญาตให้ผู้เขียนพระกิตติคุณเหล่านั้นบันทึกด้วยแนวทางที่แตกต่างกัน การจัดเตรียมของพระเจ้าและปัจจัยทางด้านประวัติศาสตร์ถูกนำมาย่อให้กะทัดรัดในพระคัมภีร์ ถ้าบันทึกทุกสิ่งทุกอย่างในรายละเอียดทั้งหมดพระคัมภีร์สักพันเล่มก็คงไม่เพียงพอ

ในปัจจุบัน ถ้าท่านถ่ายทำบางอย่างด้วยกล้องถ่ายวีดีโอท่านก็สามารถเก็บไว้ดูได้ในภายหลัง แต่ในยุคนั้นไม่มีอุปกรณ์ดังกล่าว ดังนั้นผู้เขียนเหล่านั้นจึงไม่สามารถถ่ายภาพเหตุการณ์ที่สำคัญต่าง ๆ ไว้ได้แม้แต่เหตุการณ์เดียว แต่ทำได้เพียงการบันทึกถ้อยคำเกี่ยวกับเหตุการณ์เหล่านั้น แม้การบันทึกถ้อยคำจะแตกต่างกันอยู่บ้าง แต่คนเหล่านั้นก็มีประสบการณ์และนำเสนอเหตุการณ์เฉพาะบางอย่างซึ่งเป็นการย้ำความเป็นจริงให้มากขึ้นอีก

ความเข้าใจที่ดีกว่าเกี่ยวกับการตรึงของพระเยซู

เมื่อพระเยซูประกาศพระกิตติคุณฝูงชนขนาดใหญ่ติดตามพระองค์ บางคนต้องการฟังคำสอนของพระองค์ บางคนต้องการเห็นการอัศจรรย์และหมายสำคัญจากสวรรค์ บางคนต้องการกินอาหาร และบางคนขายทรัพย์สินของตนเพื่อติดตามและรับใช้พระเยซู

ในลูกาบทที่ 9 พระเยซูทรงขอบคุณพระเจ้าสำหรับขนมปังห้าก้อนกับปลาสองตัว จำนวนของผู้คนที่กินอาหารซึ่งนับเฉพาะผู้ชายมีอยู่ประมาณ 5 พันคน (ลูกา 9:12-17) ลองจินตนาการดูซิว่าจะมีคนมากกว่านี้อีกเท่าไหร่ซึ่งรวมถึงคนที่รักหรือเกลียดพระเยซูและคนอื่น ๆ ในฝูงชนที่คงอยู่ร่วมกับผู้คนในสถานที่ที่พระองค์ทรงถูกตรึง ฝูงชนห้อมล้อมไม้กางเขนจนทหารต้องกันคนเหล่านั้นเอาไว้ด้วยหอกและโล่ ลองจินตนาการผู้คนที่กำลังร้องตะโกนใส่พระเยซูในพื้นที่รอบไม้กางเขน ฝูงชนกำลังดูหมิ่นพระองค์ แม้กระทั่งหนึ่งในผู้ร้ายสองคนที่ถูกตรึงอยู่ด้านข้างพระเยซูก็ยังกล่าวเหยียดหยามพระองค์

ใครจะสามารถได้ยินสิ่งที่ผู้ร้ายคนแรกพูดกับพระเยซู คำพูดของเขาคงเป็นสิ่งที่หยาบช้ามากทีเดียวซึ่งคนที่อยู่ใกล้พระเยซูมากพอเท่านั้นถึงจะได้ยินถ้อยคำของพระองค์ ผู้ร้ายคนหนึ่งพูดบางสิ่งกับพระเยซูด้วยสีหน้าที่ไม่สู้ดี ที่จริง ผู้ร้ายคนนี้กำลังตำหนิผู้ร้ายอีกคนหนึ่งที่พูดจาดูหมิ่นพระเยซู อย่างไรก็ตาม ผู้คนที่ยืนอยู่ฝั่งตรงกันข้ามซึ่งห่างไกลออกไปอาจคิดว่าผู้ร้ายที่กลับใจคนนี้กำลังตำหนิพระเยซูที่ถูกตรึงอยู่ตรงกลาง

ในด้านหนึ่ง ในสภาพแวดล้อมที่มีการส่งเสียงดัง ผู้เขียนพระกิตติคุณมัทธิวและมาระโกซึ่งอาจไม่ได้ยินสิ่งที่ผู้ร้ายคนที่กลับใจพูดอย่างชัดเจนและคิดว่าผู้ร้ายคนนั้นคงตำหนิพระเยซูด้วยเช่นกัน ดังนั้น ผู้เขียนพระกิตติคุณทั้งสองคนจึงเขียนว่าผู้ร้ายทั้งสองคนตำหนิพระเยซู

ในอีกด้านหนึ่ง ผู้เขียนพระกิตติคุณลูกาได้ยินชัดเจนดังนั้นเขาจึงรู้ว่าหนึ่งในผู้ร้ายสองคนไม่ได้ตำหนิพระเยซูแต่เขากลับใจใหม่ ผู้เขียนแต่ละคนอยู่ในที่ตั้งต่างกันและบันทึกในสิ่งที่เห็นแตกต่างกันออกไป

พระเจ้าผู้ทรงรอบรู้สิ่งสารพัดทรงอนุญาตให้ผู้เขียนเหล่านี้เขียนด้วยแนวทางที่แตกต่างกันเพื่อว่าผู้คนในยุคต่อมาจะสามารถวินิจฉัยสถานการณ์เฉพาะได้อย่างชัดเจน

ที่อยู่ในสวรรค์สำหรับผู้ร้ายกลับใจ

พระเยซูทรงสัญญากับผู้ร้ายกลับใจบนไม้กางเขนก่อนเสียชีวิตว่า "วันนี้เจ้าจะอยู่กับเราในเมืองบรมสุขเกษม" คำตรัสนี้มีความหมายฝ่ายวิญญาณ
สวรรค์ซึ่งเป็นแผ่นดินของพระเจ้าใหญ่โตเหนือจินตนาการของเรามาก

พระเยซูทรงบอก เราในยอห์น 14:2 ว่า *"ในพระนิเวศของพระบิดาเรามีที่อยู่เป็น อันมาก ถ้าไม่มีเราคงได้บอกท่านแล้ว เพราะเราไปจัดเตรียมที่ไว้สำหรับท่าน ทั้งหลาย"* ผู้เขียนสดุดีเรียกร้องให้เรา *"จงสรรเสริญพระองค์ ทั้งน้ำทั้งหลายเหนือ ฟ้าสวรรค์"* (สดุดี 148:4) เนหะมีย์ 9:6 สรรเสริญพระเจ้าผู้ทรงสร้างฟ้าสวรรค์ แม้กระทั่งฟ้าสวรรค์อันสูงสุด 2 โครินธ์ 12:2 พูดถึง "ชายคนหนึ่งผู้เลื่อมใสใน พระคริสต์สิบสี่ปีมาแล้วเขาถูกรับขึ้นไปยังสวรรค์ชั้นที่สาม (แต่จะไปทั้งกายหรือ ไปโดยไม่มีกายข้าพเจ้าไม่รู้ แต่พระเจ้าทรงทราบ)" วิวรณ์ 21:2 ระบุว่าในพระที่นั่ง ของพระเจ้าตั้งอยู่ในนครเยรูซาเล็มใหม่

ในทำนองเดียวกัน มีสถานที่อยู่มากมายในสวรรค์ แต่ท่านไม่ได้รับอนุญาตให้ อาศัยอยู่ในสถานที่เหล่านั้นตามที่ท่านเลือก พระเจ้าแห่งความยุติธรรมทรงประทาน บำเหน็จรางวัลให้ท่านแต่ละคนตามที่ท่านทำไว้ในโลกนี้ เช่น ท่านเลียนแบบองค์ พระผู้เป็นเจ้าของท่านและทำงานเพื่ออาณาจักรของพระองค์มากเพียงใดและท่าน สะสมไว้ในสวรรค์มากเพียงใด เป็นต้น (มัทธิว 11:12; วิวรณ์ 22:12)

ยอห์น 3:6 กล่าวว่า *"ซึ่งบังเกิดจากเนื้อหนังก็เป็นเนื้อหนัง และซึ่งบังเกิดจาก พระวิญญาณก็เป็นวิญญาณ"* สถานที่อยู่ในสวรรค์จะแบ่งออกเป็นกลุ่มของผู้ที่อยู่ใน ระดับฝ่ายวิญญาณเดียวกันทั้งนี้ขึ้นอยู่กับว่าท่านกำจัดสิ่งต่าง ๆ ที่เป็นของเนื้อหนัง มากน้อยเพียงใด

แน่นอน สถานที่ทุกแห่งในสวรรค์มีความงดงามมากเพราะว่าพระเจ้าทรง ครอบครองในสวรรค์ แม้แต่ในสวรรค์ก็มีความแตกต่างมากมายเช่นกัน ยกตัวอย่าง วิถีชีวิต งานอดิเรก มาตรฐานการดำเนินชีวิต และสิ่งอื่น ๆ ของผู้คนที่อยู่ในมหา นครนั้นแตกต่างจากผู้ที่อยู่ในชนบทอย่างมาก ในทำนองเดียวกัน เยรูซาเล็มใหม่ ซึ่งเป็นวิสุทธินครเป็นสถานที่อันรุ่งเรืองในสวรรค์ซึ่งเป็นที่ตั้งของพระที่นั่งของ พระเจ้าและเป็นสถานที่อยู่ของบุตรพระเจ้าที่มีลักษณะเหมือนกับพระองค์มากที่สุด เมืองบรมสุขเกษมเป็นสถานที่อยู่ของผู้ร้ายกลับใจในวินาทีสุดท้ายก่อนการเสีย ชีวิตบนไม้กางเขนและตั้งอยู่พื้นที่รอบนอกของสวรรค์ ผู้คนจำนวนมากที่ได้รับ ความรอดอย่างน่าอับอายจะอาศัยอยู่ที่นั่น คนเหล่านี้คือผู้คนที่ต้อนรับพระเยซูคริสต์ แต่ไม่ได้ก้าวไปข้างหน้าเพื่อรับการเปลี่ยนแปลงฝ่ายวิญญาณ

เพราะเหตุใดผู้ร้ายที่กลับใจจึงเข้าสู่เมืองบรมสุขเกษม

ผู้ร้ายคนนั้นยอมรับอย่างจริงใจว่าตนเป็นคนบาป และต้อนรับเอาพระเยซูเป็น

พระผู้ช่วยให้รอดของตน แต่เขาไม่ได้กำจัดบาปของเขา ดำเนินชีวิตตามพระคำของพระเจ้า หรือประกาศข่าวประเสริฐกับคนอื่น เขาไม่ได้ทำงานเพื่อพระเจ้า เขาไม่ได้ทำอะไรเพื่อให้ได้รับรางวัลในสวรรค์ นั่นคือสาเหตุที่เขาเข้าไปสู่เมืองบรมสุขเกษมซึ่งเป็นสถานที่ต่ำต้อยที่สุดในสวรรค์

การเสด็จลงไปยังอุโมงค์เบื้องสูงของพระเยซู

แม้พระเยซูทรงสัญญากับผู้ร้ายคนนั้นว่า "วันนี้เจ้าจะอยู่กับเราในเมืองบรมสุขเกษม" แต่ไม่ได้หมายความว่าพระองค์สถิตอยู่ในเมืองบรมสุขเกษมเท่านั้น พระเยซูผู้ทรงเป็นกษัตริย์เหนือกษัตริย์และองค์พระผู้เป็นเจ้าเหนือเจ้าทั้งหลายทรงครอบครองและสถิตอยู่กับบุตรของพระเจ้าในสรวงสวรรค์ทั้งหมดรวมทั้งเมืองบรมสุขเกษมและนครเยรูซาเล็มใหม่ ซึ่งหมายความว่าพระองค์ทรงสถิตอยู่ในเมืองบรมสุขเกษมและในสถานที่อื่น ๆ ภายในสวรรค์เช่นกัน

เมื่อพระเยซูตรัสกับผู้ร้ายที่ได้รับความรอดว่า "วันนี้เจ้าจะอยู่กับเราในเมืองบรมสุขเกษม" คำว่า "วันนี้" ไม่ได้หมายถึงวันที่พระเยซูทรงสิ้นพระชนม์บนไม้กางเขนอย่างเจาะจงหรือวันหนึ่งวันใดโดยเฉพาะ พระองค์ทรงกล่าวว่าพระองค์จะอยู่กับผู้ร้ายที่กลับใจคนนั้นในที่ใดก็ตามที่เขาอยู่นับจากช่วงเวลาที่เขากลายเป็นบุตรของพระเจ้า

เมื่อท่านดูจากพระคัมภีร์จะพบว่าพระเยซูไม่ได้เสด็จไปยังเมืองบรมสุขเกษมหลังจากทรงสิ้นพระชนม์ ในมัทธิว 12:40 พระเยซูตรัสกับพวกฟาริสีว่า "ด้วยว่าโยนาห์ได้อยู่ในท้องปลามหึมาสามวันสามคืนฉันใด บุตรมนุษย์จะอยู่ท้องแผ่นดินสามวันสามคืนฉันนั้น" เอเฟซัส 4:9 ระบุว่า "ที่กล่าวว่าพระองค์เสด็จขึ้นไปนั้นจะหมายความอย่างอื่นไปไม่ได้นอกจากว่าพระองค์ได้เสด็จลงไปสู่เบื้องต่ำของแผ่นดินโลกแล้วด้วย"

นอกจากนั้น 1 เปโตร 3:18-19 กล่าวว่า *"ด้วยว่าพระคริสต์ก็ได้สิ้นพระชนม์ครั้งเดียวเท่านั้น เพราะความผิดบาป คือพระองค์ผู้ชอบธรรมเพื่อผู้ไม่ชอบธรรมเพื่อจะได้ทรงนำเราทั้งหลายไปถึงพระเจ้า ฝ่ายกายพระองค์จึงสิ้นพระชนม์ แต่ฝ่ายวิญญาณทรงคืนพระชนม์ และโดยทางวิญญาณพระองค์ได้เสด็จไปประกาศพระวจนะแก่วิญญาณที่ติดคุกอยู่"* พระเยซูเสด็จไปยังอุโมงค์เบื้องสูงและประกาศข่าวประเสริฐกับวิญญาณเหล่านั้นก่อนที่พระองค์ทรงเป็นขึ้นมาในวันที่สาม ทำไม

เรื่องนี้จึงเป็นสิ่งที่จำเป็น

ก่อนที่พระเยซูเสด็จมาในโลกนี้ผู้คนจำนวนมากในสมัยพระคัมภีร์เดิมและผู้คนในสมัยพระคัมภีร์ใหม่ไม่มีโอกาสได้ยินได้ฟังถึงข่าวประเสริฐแต่คนเหล่านั้นดำเนินชีวิตอยู่ในความดีงามและยอมรับพระเจ้า นั่นหมายความว่าคนเหล่านี้ต้องตกนรกทั้งหมดเพียงเพราะเขาไม่รู้ว่าพระเยซูคือใครกระนั้นหรือ

พระเจ้าทรงส่งพระบุตรองค์เดียวของพระองค์เข้ามาในโลกและผู้ใดก็ตามที่ยอมรับเอาพระองค์ผู้นั้นจะรอด พระเจ้าคงไม่เริ่มต้นการฝึดร่อนมนุษยชาติแต่แรกเพียงเพื่อต้องการช่วยคนที่ยอมรับพระเยซูคริสต์ให้รอดหลังจากพระองค์ถูกตรึงเท่านั้น ผู้คนที่ไม่มีโอกาสได้ยินได้ฟังพระกิตติคุณแต่ดำเนินชีวิตด้วยจิตสำนึกที่ดีงามจะถูกพิพากษาตามจิตสำนึกของตน

ในด้านหนึ่ง บรรดาผู้คนที่มีจิตใจดีงามรวมตัวกันอยู่ใน "อุโมงค์เบื้องสูง" ในอีกด้านหนึ่ง "แดนผู้ตาย" คือสถานที่อยู่ของดวงวิญญาณที่ชั่วร้ายจนกว่าวันพิพากษาจะมาถึง หลังจากถูกตรึงพระเยซูทรงเสด็จไปยังอุโมงค์เบื้องสูงและประกาศข่าวประเสริฐแก่วิญญาณเหล่านั้นที่ไม่รู้จักพระกิตติคุณแต่ได้ดำเนินชีวิตด้วยจิตสำนึกที่ดีงามและสมควรได้รับความรอด

ในผู้อื่นความรอดไม่มีเลยด้วยว่านามอื่นซึ่งให้เราทั้งหลายรอดได้ไม่ทรงโปรดให้มีในท่ามกลางมนุษย์ทั่วใต้ฟ้า นั่นคือสาเหตุที่พระเยซูทรงเสด็จไปประกาศข่าวประเสริฐเกี่ยวกับพระองค์เองแก่วิญญาณเหล่านั้นเพื่อเขาจะยอมรับพระองค์และได้รับความรอด

พระคัมภีร์กล่าวว่าวิญญาณที่ได้รับความรอดก่อนการตรึงของพระเยซูจะถูกนำไปไว้ที่อ้อมอกของอับราฮัม (ลูกา 16:22) แต่วิญญาณเหล่านี้จะถูกนำมาอยู่ในอ้อมอกของพระเยซูหลังจากการคืนพระชนม์ของพระองค์

ความรอดตามการพิพากษาของจิตสำนึก

ก่อนที่พระเยซูเสด็จเข้ามาในโลกนี้เพื่อเผยแพร่พระกิตติคุณผู้คนที่เป็นคนดีได้ดำเนินชีวิตตามความชอบธรรมแห่งจิตใจของตน นั่นคือกฎเกณฑ์ของจิตสำนึก คนดีไม่ได้ทำสิ่งชั่วแม้ในยามที่เขามีปัญหาและประสบกับความทุกข์ยากลำบากเพราะเขาเหล่านั้นฟังเสียงแห่งจิตใจของตน

โรม 1:20 กล่าวว่า *"ตั้งแต่เริ่มสร้างโลกมาแล้ว สภาพที่ไม่ปรากฏของพระเจ้า*

นั้นคือ ฤทธานุภาพอันถาวรและเทวสภาพของพระองค์ ก็ได้ปรากฏชัดในสรรพสิ่งที่พระองค์ได้ทรงสร้าง ฉะนั้นเขาทั้งหลายจึงไม่มีข้อแก้ตัวเลย"

พระเจ้าทรงประทานธรรมบัญญัติให้คนอิสราเอลเท่านั้นไม่ใช่ให้คนต่างชาติ แต่คนต่างชาติกำลังดำเนินชีวิตเสมือนหนึ่งว่าทำตามธรรมบัญญัติ เมื่อคนเหล่านั้นดำเนินชีวิตตามกฎเกณฑ์แห่งจิตใจ และจิตสำนึกของตนซึ่งเขาได้รับและถือปฏิบัติ

ท่านไม่สามารถพูดว่าผู้คนที่ไม่เชื่อในพระเยซูคริสต์ไม่อาจรอดได้เนื่องจากคนเหล่านั้นไม่เคยได้ยินพระกิตติคุณในชีวิตของตน

ในท่ามกลางผู้คนที่เสียชีวิตโดยไม่รู้จักพระเยซูคริสต์มีบางคนที่สามารถควบคุมตนเองไม่ให้คิดในสิ่งชั่วร้ายเนื่องจากเขามีจิตใจที่สะอาด คนเหล่านี้จะรอดตามการพิพากษาของพระเจ้าในเรื่องจิตสำนึกของเขา

3. หญิงเอ๋ยจงดูบุตรของท่านเถิด จงดูมารดาของท่านเถิด

อัครทูตยอห์นเขียนในสิ่งที่ท่านเห็นและได้ยินจากกางเขนที่พระเยซูทรงถูกตรึง ที่นั่นมีผู้หญิงหลายคนรวมถึงมารีย์มารดาพระเยซู นางซาโลเมน้องสาวมารดาของพระองค์ มารีย์ภรรยาของเคลโอปัส และมารีย์ชาวมักดาลา ในยอห์น 19:26-27 พระเยซูตรัสกับนางมารีย์มารดาของพระองค์ที่กำลังโศกเศร้าให้คิดถึงยอห์นบุตรชายของเธอและบอกยอห์นให้ดูแลมารดาของเขา

เมื่อพระเยซูทอดพระเนตรเห็นมารดาของพระองค์และสาวกคนที่พระองค์ทรงรักยืนอยู่ใกล้พระองค์จึงตรัสกับมารดาของพระองค์ว่า "หญิงเอ๋ย จงดูบุตรของท่านเถิด" แล้วพระองค์ตรัสกับสาวกคนนั้นว่า "จงดูมารดาของท่านเถิด" ตั้งแต่เวลานั้นมาสาวกคนนั้นก็รับมารดาของพระองค์มาอยู่ในบ้านของตน

ทำไมพระเยซูจึงเรียกมารีย์ว่า "หญิงเอ๋ย" แทนที่จะเรียกว่า "มารดา"

พระเยซูไม่ได้พูดคำว่า "มารดา" แต่อัครทูตยอห์นเป็นคนที่พูดคำนี้จากมุมมอง

ของท่าน ถ้าเช่นนั้นทำไมพระเยซูจึงเรียกมารดาบังเกิดเกล้าของพระองค์ว่า "หญิงเอ๋ย"

เมื่อท่านดูจากพระคัมภีร์ท่านจะพบว่าพระเยซูไม่ได้เรียกเธอว่า "มารดา"

ยกตัวอย่าง ในยอห์น 2:1-11 พระเยซูทรงทำการอัศจรรย์ครั้งแรกโดยการเปลี่ยนน้ำเป็นเหล้าองุ่นหลังจากพระองค์ทรงเริ่มต้นพันธกิจ การอัศจรรย์นี้เกิดขึ้นในงานสมรสที่หมู่บ้านคานาในแคว้นกาลิลี พระเยซูและสาวกของพระองค์ได้รับเชิญให้ไปร่วมงานสมรสนี้ด้วย เมื่อเหล้าองุ่นหมดมารีย์บอกพระองค์ว่า "เขาไม่มีเหล้าองุ่น" เพราะเธอรู้ว่าในฐานะพระบุตรของพระเจ้าพระเยซูทรงสามารถเปลี่ยนน้ำให้เป็นเหล้าองุ่นได้ จากนั้น พระองค์จึงตรัสกับนางว่า "หญิงเอ๋ย ให้เป็นธุระของข้าพเจ้าเถิด เวลาของข้าพเจ้ายังไม่มาถึง" (ข้อ 4)

พระเยซูตรัสตอบว่าเวลาที่พระองค์จะทรงสำแดงว่าพระองค์คือพระเมสสิยาห์ยังมาไม่ถึงแม้ว่ามารีย์จะรู้สึกเสียใจแทนแขกที่มาในงานเพราะเหล้าองุ่นหมดก็ตาม การเปลี่ยนน้ำเป็นเหล้าองุ่นมีความหมายฝ่ายวิญญาณว่าพระเยซูจะทรงหลั่งพระโลหิตของพระองค์บนไม้กางเขน

พระเยซูทรงประกาศว่าพระองค์เสด็จมาในโลกนี้ในฐานะพระผู้ช่วยให้รอดของเราด้วยการทำให้แผนการของพระเจ้าเพื่อความรอดของมนุษย์สำเร็จครบถ้วนบนกางเขน ดังนั้น พระองค์จึงทรงเรียกนางมารีย์ว่า "หญิงเอ๋ย" แทนที่จะเรียกว่า "มารดา"

ยิ่งกว่านั้น พระเยซูพระผู้ช่วยให้รอดของเราทรงเป็นพระเจ้าในตรีเอกานุภาพและทรงเป็นพระผู้สร้าง พระเจ้าพระผู้สร้างคือพระเจ้า "เราเป็น" (อพยพ 3:14) และพระองค์ทรงเป็นเบื้องต้นและเบื้องปลาย (วิวรณ์ 1:17; 2:8) เพราะฉะนั้น พระเยซูจึงไม่มีมารดาและนั่นคือสาเหตุที่พระองค์ทรงเรียกนางว่า "หญิงเอ๋ย" แทนที่จะเรียกว่า "มารดา"

ในปัจจุบัน บุตรของพระเจ้าหลายคนเรียกนางมารีย์ว่าเป็น "พระแม่มารีย์ผู้บริสุทธิ์" ของพระเยซู หรือสร้างรูปปั้นของเธอและกราบไหว้รูปปั้นเหล่านั้น ท่านต้องเข้าใจการกระทำเช่นนี้เป็นสิ่งที่ผิดถนัดเพราะว่าเธอไม่ใช่มารดาของพระผู้ช่วยให้รอดของเรา (อพยพ 20:4)

พลเมืองแห่งสวรรค์

พระเยซูทรงเล้าโลมนางมารีย์ที่มีความทุกข์โศกอย่างมากเนื่องจากการถูกตรึงของพระองค์และตรัสกับยอห์นสาวกที่พระองค์ทรงรักให้ดูแลนางมารีย์เสมือนเป็นมารดาของตน แม้พระเยซูทรงรับความเจ็บปวดอย่างมากบนกางเขนแต่พระองค์ก็ทรงห่วงใยอย่างลึกซึ้งต่อสิ่งที่จะเกิดขึ้นกับนางมารีย์หลังจากที่พระองค์ทรงสิ้นพระชนม์ ท่านสามารถมีประสบการณ์กับความรักของพระองค์ได้ที่นี่

โดยผ่านคำตรัสที่สามบนไม้กางเขนของพระเยซูเราสามารถรู้ได้ว่าในความเชื่อนั้นเราต่างก็เป็นพี่น้องชายหญิง และเป็นครอบครัวของพระเจ้า มัทธิว 12 บรรยายถึงภาพเหตุการณ์ที่ครอบครัวของพระเยซูมาพบพระองค์ เมื่อมีคนบอกพระเยซูว่ามารดาและพี่น้องชายหญิงของพระองค์ยืนรออยู่ด้านนอก

> *พระองค์จึงตรัสกับผู้ที่มาทูลนั้นว่า "ใครเป็นมารดาของเรา ใครเป็นพี่น้องของเรา" พระองค์ทรงชี้ไปทางพวกสาวกของพระองค์และตรัสว่า "นี่เป็นมารดาและพี่น้องของเรา ด้วยว่าผู้ใดจะกระทำตามพระทัยพระบิดาของเราผู้ทรงสถิตในสวรรค์ ผู้นั้นแหละเป็นพี่น้องชายหญิงและมารดาของเรา"*
> *(มัทธิว 12:48-50)*

เมื่อความเชื่อของท่านจำเริญขึ้นหลังจากต้อนรับพระเยซูคริสต์สำนึกของการเป็นพลเมืองแห่งสวรรค์ของท่านจะชัดเจนยิ่งขึ้นและท่านจะรักพี่น้องชายหญิงในพระคริสต์มากกว่าพี่น้องร่วมสายเลือดของท่าน ถ้าคนในครอบครัวของท่านไม่ใช่บุตรของพระเจ้าครอบครัวของท่านไม่อาจยั่งยืนเป็น "ครอบครัว" ได้ตลอดไป ความสัมพันธ์ในครอบครัวของท่านสิ้นสุดลงกับความตาย ถ้าคนเหล่านั้นไม่เชื่อในพระเยซูคริสต์หรือไม่ดำเนินชีวิตตามพระทัยของพระเจ้าแม้ว่าเขาจะอ้างว่าตนเชื่อในพระเจ้าก็ตาม แต่เขาจะตกนรกเพราะว่าค่าจ้างของความบาปคือความตาย (มัทธิว 7:21)

เนื้อหนังที่มองเห็นของท่านจะกลับไปเป็นผงคลีดินหลังจากเสียชีวิตแต่ท่านมีวิญญาณที่ไม่ตาย ถ้าพระเจ้านำเอาวิญญาณของท่านออกไปจากร่างท่านก็กลายเป็นเพียงศพซึ่งจะเน่าเปื่อยในไม่ช้า พระเจ้าพระผู้สร้างทรงสร้างมนุษย์คนแรกจากผงคลีดินและทรงระบายลมปราณแห่งชีวิตเข้าไปทางจมูก ดังนั้น วิญญาณของ

มนุษย์จึงเป็นสิ่งที่ไม่ตาย พระเจ้าคือผู้ให้กำเนิดวิญญาณที่ไม่ตายของท่านและสร้างเนื้อหนังซึ่งจะกลับไปเป็นผงคลีดิน ด้วยเหตุนี้ พระองค์คือพระบิดาที่แท้จริงของท่าน

มัทธิว 23:9 บอกเราว่า "อย่าเรียกผู้ใดในโลกว่าเป็นบิดาเพราะท่านมีพระบิดาแต่ผู้เดียว คือผู้ที่ทรงสถิตในสวรรค์" นี้ไม่ได้หมายความว่าท่านไม่ควรรักคนที่ไม่เชื่อในครอบครัวของท่าน แต่ท่านต้องรักคนเหล่านั้นให้มาก ประกาศพระกิตติคุณกับเขา และเขาให้ต้อนรับพระเยซูคริสต์

4. เอโลอี เอโลอี ลามา สะบักธานี

พระเยซูทรงถูกตรึงเวลา 9 โมงเช้า และจากเวลาเที่ยงวันเป็นต้นไปความมืดก็ปกคลุมทั่วแผ่นดินโลกจนกระทั่งเวลาบ่าย 3 โมงเมื่อพระองค์ทรงสิ้นพระชนม์

ครั้นเวลาเที่ยงก็บังเกิดมืดมัวทั่วแผ่นดินจนถึงบ่ายสามโมง พอบ่ายสามโมงแล้วพระเยซูทรงร้องเสียงดังว่า "เอโลอี เอโลอี ลามา สะบักธานี" แปลว่า "พระเจ้าของข้าพระองค์ พระเจ้าของข้าพระองค์ ไฉนทรงทอดทิ้งข้าพระองค์เสีย" (มาระโก 15:33-34)

หกชั่วโมงต่อมาซึ่งเป็นเวลาบ่ายสามโมงพระเยซูทรงร้องเสียงดังว่า "เอโลอี เอโลอี ลามา สะบักธานี" นี่เป็นคำตรัสที่สี่ของพระเยซูจากไม้กางเขน

พระเยซูทรงสูญสิ้นเรี่ยวแรงเพราะถูกตรึงอยู่บนไม้กางเขนโดยมีพระโลหิตและน้ำไหลออกมาจากมาเป็นเวลาถึงหกชั่วโมงภายใต้แสงแดดที่ร้อนแผดเผาของผืนทะเลทราย พระองค์ทรงสูญสิ้นเรี่ยวแรงที่มีอยู่ทั้งหมด ถ้าเช่นนั้นทำไมพระองค์จึงทรงร้องเสียงดัง

คำตรัสทั้งเจ็ดคำของพระเยซูบนไม้กางเขนล้วนมีความหมายฝ่ายวิญญาณ ถ้าคำตรัสเหล่านี้ไม่ดังก็คงไม่มีประโยชน์ พระเจ้าทรงตั้งพระทัยให้มีการบันทึกคำตรัสทั้งเจ็ดคำไว้ในพระคัมภีร์อย่างชัดเจนเพื่อทุกคนจะสามารถเข้าใจพระทัยของพระองค์

ด้วยเหตุนี้ พระองค์จึงทรงเปล่งเสียงคำตรัสทั้งเจ็ดคำบนไม้กางเขนออกมาด้วยความพยายามทั้งสิ้นที่มีอยู่เพื่อให้ทุกคนที่อยู่รอบบริเวณไม้กางเขนได้ยินถ้อยคำเหล่านี้อย่างชัดเจนและบันทึกคำตรัสเหล่านี้ไว้

บางคนกล่าวว่าพระเยซูทรงร้องเสียงดังออกมาด้วยความขุ่นเคืองพระเจ้าเพราะพระองค์ต้องเสด็จเข้ามาในโลกนี้ในสภาพของเนื้อและต้องทนต่อความเจ็บปวดอย่างแสนสาหัสโดยไม่จำเป็น อย่างไรก็ตาม การพูดเช่นนี้ไม่ใช่ถูกต้องอย่างแน่นอน

ทำไมพระเยซูจึงร้องเสียงดังว่า "เอโลอี เอโลอี ลามา สะบักธานี"

เหตุผลที่พระองค์เสด็จมาในโลกนี้ก็เพื่อทำลายการงานของผีมารซาตานและเปิดประตูแห่งความรอดแก่เรา

ดังนั้น พระเยซูทรงเชื่อฟังพระประสงค์ของพระเจ้าจนพระองค์ยอมสิ้นพระชนม์และถวายพระองค์เองเป็นเครื่องบูชา ก่อนถูกตรึงพระเยซูทรงอธิษฐานอย่างทุ่มเทจนเหงื่อของพระองค์เป็นเหมือนเลือดไหลหยดลงถึงดิน (ลูกา 22:42-44) พระองค์ทรงแบกรับภาระของพระองค์โดยทรงทราบถึงความทุกข์ทรมานที่พระองค์ต้องทนแบกรับบนไม้กางเขนเป็นอย่างดี

พระองค์ทรงทนต่อการถูกทำร้ายและความทุกข์ทรมานบนไม้กางเขนเพราะพระองค์ทรงทราบถึงแผนการของพระเจ้าสำหรับมนุษย์ ถ้าเช่นนั้น พระเยซูจะทรงขุ่นเคืองเมื่อพระองค์เผชิญหน้ากับความตายได้อย่างไร พระองค์ร้องเสียงดังแต่ไม่ใช่เป็นเสียงโอดครวญเพราะความทุกข์โศกหรือเป็นการต่อว่าพระเจ้า แต่พระองค์ทรงมีเหตุผลที่จะร้องเสียงดัง

ประการแรก พระเยซูทรงต้องการประกาศให้โลกรู้ว่าพระองค์ถูกตรึงเพื่อไถ่คนบาปทุกคนให้พ้นจากความบาป

พระองค์ทรงต้องการให้ทุกคนเข้าใจว่าพระองค์ทรงสละสง่าราศีของพระองค์ในสวรรค์และถูกลดเกียรติจากพระเจ้าอย่างสิ้นเชิงแม้พระองค์ทรงเป็นพระบุตรองค์เดียวของพระเจ้า พระองค์ทรงร้องเสียงดังเพื่อให้ทุกคนรู้ว่าพระองค์ทรงทนทุกข์ทรมานจากความเจ็บปวดบนไม้กางเขนเพื่อไถ่คนบาปให้รอดจากความผิดบาป พระคัมภีร์ชี้ให้เห็นว่าพระเยซูทรงเรียกพระเจ้าว่า "พระบิดาของข้าพระองค์"

แต่บนกางเขนพระองค์ทรงเรียกพระเจ้าว่า "พระเจ้าของข้าพระองค์" ที่เป็นเช่นนี้ก็เพราะพระเยซูทรงถูกตรึงบนกางเขนแทนคนบาปและคนบาปไม่สามารถเรียกพระเจ้าว่า "พระบิดา"

ในช่วงเวลานั้น พระเจ้าทรงลดเกียรติพระเยซูให้อยู่ในฐานะคนบาปคนหนึ่งที่แบกรับความผิดบาปของมนุษย์ทั้งปวง และพระเยซูไม่กล้าเรียกพระเจ้าว่า "พระบิดา" ในทำนองเดียวกันท่านสามารถเรียกพระเจ้าว่า "อับบา คือพระบิดา" เมื่อท่านมีความรักต่อพระองค์แต่ท่านจะเรียกพระองค์ว่า "พระเจ้า" แทนที่จะเรียกว่า "พระบิดา" เมื่อท่านเหินห่างจากพระเจ้าเนื่องจากท่านทำบาปหรือมีความเชื่อย่อหย่อน

พระเจ้าทรงปรารถนาให้มนุษย์ทุกคนเป็นบุตรที่แท้จริงของพระเจ้าผู้ซึ่งสามารถเรียกพระองค์ว่า "พระบิดา" ด้วยการยอมรับเอาพระเยซูคริสต์และเดินอยู่ในความสว่าง

ประการที่สอง พระเยซูทรงต้องการเตือนผู้คนที่ไม่รู้จักพระประสงค์ของพระเจ้าและยังคงดำเนินชีวิตอยู่ในความมืด

พระเจ้าทรงส่งพระบุตรองค์เดียวของพระองค์เข้ามาในโลกนี้และยอมให้พระบุตรนั้นถูกเยาะเย้ยและถูกตรึงโดยมนุษย์ที่พระองค์ทรงสร้างขึ้นมา พระเยซูทรงทราบว่าเพราะเหตุใดพระเจ้าจึงทรงลดเกียรติพระบุตรของพระองค์ แต่ฝูงชนที่ตรึงพระองค์ไม่ทราบถึงเหตุผลของพระเจ้า ที่พระองค์ทรงร้องเสียงดังว่า "พระเจ้าของข้าพระองค์ พระเจ้าของข้าพระองค์ ไฉนทรงทอดทิ้งข้าพระองค์เสีย" ก็เพื่อให้คนไม่รู้เหล่านั้นเข้าใจถึงความรักของพระเจ้าและกลับใจใหม่เพื่อว่าคนเหล่านั้นจะหันกลับมาสู่หนทางแห่งความรอด

5. เรากระหายน้ำ

ในพระคัมภีร์เดิมมีคำพยากรณ์ถึงการทนทุกข์ของพระเยซูบนไม้กางเขนอยู่เป็นจำนวนมาก สดุดี 69:21 กล่าวว่า *"เขาให้ดีหมีแก่ข้าพระองค์เป็นอาหาร ให้น้ำส้มสายชูแก่ข้าพระองค์ดื่มแก้กระหาย"* เหมือนที่ทำนายไว้ในสดุดี เมื่อพระเยซูตรัสว่า *"เรากระหายน้ำ"* คนเหล่านั้นได้เอาฟองน้ำชุบน้ำส้มองุ่นใส่ปลายไม้หุสบชูขึ้นให้ถึงพระโอษฐ์ของพระเยซู

หลังจากนั้นพระเยซูทรงทราบว่าทุกสิ่งสำเร็จแล้ว เพื่อให้เป็นจริงตามพระธรรม พระองค์จึงตรัสว่า "เรากระหายน้ำ" มีภาชนะใส่น้ำส้มองุ่นวางอยู่ที่นั่น เขาจึงเอาฟองน้ำชุบน้ำส้มองุ่นใส่ปลายไม้หุสบชูขึ้นให้ถึงพระโอษฐ์ของพระองค์ (ยอห์น 19:28-29)

หลายศตวรรษก่อนที่พระเยซูคริสต์ทรงบังเกิดในเมืองเบธเลเฮมผู้เขียนสดุดีมองเห็นนิมิตว่าพระเยซูจะถูกตรึงและสิ้นพระชนม์บนไม้กางเขน และบันทึกเรื่องราวนี้เอาไว้ พระเยซูตรัสว่า "เรากระหายน้ำ" เพื่อให้พระคัมภีร์สำเร็จ

ให้เราคิดถึงความหมายฝ่ายวิญญาณของคำตรัสที่ห้าของพระเยซูบนไม้กางเขน ที่ว่า "เรากระหายน้ำ"

พระเยซูทรงประกาศถึงความกระหายฝ่ายวิญญาณของพระองค์

คนจำนวนมากอาจทนความหิวได้แต่ไม่สามารถทนความกระหายได้ พระเยซูทรงสูญสิ้นเรี่ยวแรงทั้งหมดเพราะพระองค์ถูกตรึงไว้บนไม้กางเขนเป็นเวลา 6 ชั่วโมงและพระโลหิตทรงหลั่งภายใต้แสงแดดทะเลทรายที่แผดเผา ระดับความกระหายของพระองค์เกินกว่าที่จะจินตนาการได้

การกล่าวเช่นนี้ไม่ได้หมายความว่าการที่พระเยซูตรัสว่า "เรากระหายน้ำ" เป็นเพราะพระองค์ไม่สามารถทนต่อความกระหายของพระองค์ได้ แต่พระองค์ทรงทราบดีว่าอีกไม่นานพระองค์จะเสด็จกลับไปหาพระเจ้าด้วยสันติสุข

ที่จริง พระองค์มีความเจ็บปวดจากความกระหายฝ่ายวิญญาณมากกว่าความเจ็บปวดจากความกระหายฝ่ายร่างกาย นั่นเป็นความปรารถนาอันแรงกล้าของพระเยซูที่มีต่อบุตรของพระเจ้า นั่นคือ "เรากระหายเพราะได้หลั่งโลหิตของเรา ขอบรรเทาความกระหายของเราด้วยการชดใช้ให้กับโลหิตของเรา"

สองพันปีผ่านไปนับตั้งแต่พระเยซูทรงสิ้นพระชนม์บนไม้กางเขน แต่พระเยซูยังทรงบอกเราว่าพระองค์ทรงกระหาย ความกระหายของพระองค์เกิดจากการหลั่งพระโลหิตของพระองค์ พระองค์หลั่งพระโลหิตเพื่อยกโทษความบาปของท่านและประทานชีวิตนิรันดร์แก่ท่าน

พระเยซูทรงบอกท่านว่าพระองค์ทรงกระหายเพื่อแสดงให้เห็นถึงความพร้อมของพระองค์ที่จะช่วยดวงวิญญาณที่หลงหายให้รอด ด้วยเหตุนี้ บุตรของพระเจ้า

ที่รอดโดยพระโลหิตของพระเยซูจึงต้องชดเชยให้กับพระโลหิตของพระองค์

วิธีการที่ท่านจะชดใช้ให้กับพระโลหิตของพระองค์และบรรเทาความกระหายของพระองค์ก็คือการนำผู้คนที่กำลังมุ่งหน้าสู่บึงไฟนรกโดยไม่รู้ตัวให้ไปสู่สวรรค์

ด้วยเหตุนี้ ท่านต้องสำนึกในพระคุณของพระเยซูผู้ทรงหลั่งพระโลหิตและบัดนี้ท่านต้องบรรเทาความกระหายของพระองค์ด้วยการนำผู้คนเหล่านั้นไปสู่หนทางแห่งความรอด

6. สำเร็จแล้ว

ในยอห์น 19:30 พระเยซูทรงรับน้ำส้มองุ่นมาดื่มและตรัสว่า "สำเร็จแล้ว" และทรงก้มศีรษะลงสิ้นพระชนม์ พระเยซูรับเอาฟองน้ำชุบน้ำส้มองุ่นใส่ปลายไม้หุสบไม่ใช่เพราะว่าพระองค์ทนต่อความกระหายของพระองค์ไม่ได้ แต่การกระทำนี้มีความหมายฝ่ายวิญญาณ

เหตุผลที่พระเยซูเสด็จเข้ามารับสภาพเป็นมนุษย์ในโลกนี้ก็เพื่อถูกตรึงบนกางเขนเพื่อความผิดบาปของมนุษย์ ในความรักอันยิ่งใหญ่ที่พระองค์ทรงมีต่อเราพระเยซูทรงทำให้ธรรมบัญญัติของพระคัมภีร์เดิมสำเร็จและทรงรับแบกเอาความผิดบาปและคำแช่งสาปแทนมนุษย์ทุกคน ในสมัยพระคัมภีร์เดิม ผู้คนถวายเครื่องบูชาด้วยเลือดของสัตว์แด่พระเจ้าเมื่อเขาทำบาป อย่างไรก็ตาม พระเยซูทรงถวายเครื่องบูชาเพียงครั้งเดียวเพื่อความผิดบาปของคนทุกยุคทุกสมัยด้วยการหลั่งพระโลหิตของพระองค์ (ฮีบรู 10:11-12) ดังนั้น ความบาปของท่านจึงได้รับการยกโทษเมื่อท่านรับเอาพระเยซูคริสต์เพราะว่าพระองค์ทรงไถ่ท่านแล้ว พระคุณแห่งการทรงไถ่ผ่านทางพระเยซูคริสต์เล็งถึงน้ำองุ่นใหม่ พระองค์ทรงดื่มน้ำส้มองุ่นเพื่อมอบน้ำองุ่นใหม่ให้แก่เรา

ความหมายฝ่ายวิญญาณของคำว่า "สำเร็จแล้ว"

พระเยซูตรัสว่า "สำเร็จแล้ว" และทรงสิ้นพระชนม์ คำตรัสนี้มีความหมายอะไรในฝ่ายวิญญาณ

พระเยซูเสด็จมารับสภาพเป็นมนุษน์ในโลกนี้เพื่อประกาศข่าวประเสริฐ รักษาโรคภัยไข้เจ็บทุกชนิด และเปิดหนทางแห่งความรอดโดยการถูกตรึงบนไม้กางเขน

เพื่อช่วยผู้คนที่ถูกกำหนดไว้แล้วด้วยความตาย

พระองค์ทรงทำให้ธรรมบัญญัติของพระคัมภีร์เดิมสำเร็จด้วยความรักเมื่อพระองค์ถวายพระองค์เองเป็นเครื่องบูชาด้วยการสิ้นพระชนม์ของพระองค์ นอกจากนั้น พระองค์ทรงมีชัยชนะเหนือผีมารซาตานโดยการทำลายงานของมารอย่างสิ้นซาก กล่าวคือ พระองค์ทรงทำให้แผนการของพระเจ้าสำหรับความรอดของมนุษย์ครบถ้วนสมบูรณ์ นั่นคือสาเหตุที่พระเยซูตรัสว่า "สำเร็จแล้ว" บนไม้กางเขน

พระเจ้าทรงต้องการให้บุตรของพระองค์ทำให้ทุกสิ่งทุกอย่างสำเร็จด้วยการดำเนินชีวิตตามพระประสงค์ของพระเจ้าเหมือนที่พระเยซูพระบุตรองค์เดียวของพระองค์ได้ทรงทำให้การจัดเตรียมของพระเจ้าในเรื่องความรอดสำเร็จด้วยการเชื่อฟังพระบิดาโดยการถวายพระชนม์ชีพของพระองค์เองเป็นเครื่องบูชาตามพระประสงค์และแผนการของพระเจ้า

ดังนั้น ประการแรกท่านต้องเอาแบบอย่างของพระทัยขององค์พระผู้เป็นเจ้าด้วยการมีความรักฝ่ายวิญญาณ นั่นคือ การมีผลของพระวิญญาณบริสุทธิ์ทั้งเก้าชนิด (กาลาเทีย 5:22-23) และการบรรลุถึงความสุขต่าง ๆ ที่ระบุไว้ในคำเทศนาบนภูเขา (มัทธิว 5:3-10) จากนั้น ท่านต้องสัตย์ซื่อต่อภารกิจที่พระเจ้าทรงมอบหมายแก่ท่าน ท่านต้องนำผู้คนให้มากที่สุดมาถึงองค์พระผู้เป็นเจ้าด้วยการอธิษฐานอย่างร้อนรน การประกาศพระกิตติคุณ และการรับใช้ในคริสตจักร

ข้าพเจ้าหวังว่าท่านแต่ละคนที่เป็นบุตรที่รักของพระเจ้าจะมีชัยชนะต่อโลกด้วยความเชื่อที่มั่นคง มีความหวังสำหรับสวรรค์ มีความรักต่อพระเจ้า พร้อมกับประกาศว่า "สำเร็จแล้ว" ด้วยการเชื่อฟังพระเจ้าและพระประสงค์ของพระองค์ในแนวทางเดียวกับที่พระเยซูคริสต์องค์พระผู้เป็นเจ้าของเราทรงแสดงให้เห็น

7. พระบิดาเจ้าข้า ข้าพระองค์ฝากวิญญาณจิตของข้าพระองค์ไว้ในพระหัตถ์ของพระองค์

ในช่วงเวลาที่พระองค์ทรงเปล่งคำตรัสสุดท้ายบนไม้กางเขนนั้นพระเยซูทรงสูญสิ้นเรี่ยวแรงทั้งหมดที่มีอยู่ ในสภาพนี้ พระเยซูทรงร้องด้วยเสียงอันดังว่า "พระบิดาเจ้าข้า ข้าพระองค์ฝากวิญญาณจิตของข้าพระองค์ไว้ในพระหัตถ์ของพระองค์"

พระเยซูทรงร้องเสียงดังตรัสว่า "พระบิดาเจ้าข้า ข้าพระองค์ฝากวิญญาณจิตของข้าพระองค์ไว้ในพระหัตถ์ของพระองค์ ตรัสอย่างนั้นแล้วก็สิ้นพระชนม์" (ลูกา 23:46)

ท่านอาจสังเกตว่าพระเยซูทรงเรียกพระเจ้าว่า "พระบิดา" แทนที่จะพูดว่า "พระเจ้าของข้าพระองค์" สิ่งนี้ชี้ให้เห็นว่าบัดนี้พระเยซูทรงทำให้พันธกิจของการถวายเครื่องบูชาไถ่บาปสำเร็จครบถ้วน

พระเยซูทรงฝากจิตใจและวิญญาณของพระองค์ไว้กับพระเจ้า

เพราะเหตุใดพระเยซูผู้เสด็จเข้ามาในโลกในฐานะพระผู้ช่วยให้รอดของเราทรงฝากจิตใจและวิญญาณของพระองค์ไว้ในพระหัตถ์ของพระบิดา

มนุษย์ประกอบด้วยวิญญาณ จิตใจ และร่างกาย (1 เธสะโลนิกา 5:23) เมื่อเขาเสียชีวิตจิตใจและวิญญาณของเขาก็ออกจากร่างกาย จิตใจและวิญญาณของเขาจะกลับไปสู่อ้อมอกของพระเจ้าถ้าเขาเป็นบุตรของพระเจ้า ถ้าไม่เช่นนั้นจิตใจและวิญญาณของเขาก็จะไปสู่นรก (ลูกา 16:19-31) ร่างกายของเขาถูกฝังและกลับไปสู่ผงคลีดิน

พระเยซูพระบุตรของพระเจ้าผู้ทรงเสด็จเข้ามาในโลกและรับสภาพเป็นมนุษย์ พระองค์ทรงมีวิญญาณ จิตใจ และร่างกายเหมือนกับเราทั้งหลาย เมื่อพระองค์ถูกตรึงพระกายของพระองค์ดับสูญแต่จิตใจและวิญญาณของพระองค์ไม่ดับสูญ พระองค์ทรงฝากวิญญาณและจิตใจของพระองค์ไว้ในพระหัตถ์ของพระเจ้า

เมื่อท่านตายพระเจ้าทรงรับเอาทั้งจิตใจและวิญญาณของท่านไว้ ถ้าพระเจ้ารับเอาเพียงวิญญาณแต่ไม่รับเอาจิตใจของท่านไปด้วยท่านก็จะไม่มีประสบการณ์กับความสุขที่แท้จริงในสวรรค์หรือไม่รู้สึกขอบพระคุณจากส่วนลึกแห่งจิตใจของท่านเพราะท่านจะไม่จดจำถึงสิ่งต่าง ๆ ที่ออกมาจากจากจิตใจของท่าน อย่างเช่น น้ำตา ความโศกเศร้า ความทุกข์ และสิ่งต่าง ๆ ที่ท่านได้สู้ทนในโลกนี้ นั่นคือสาเหตุที่พระเจ้าทรงรับทั้งจิตใจและวิญญาณ

ถ้าเช่นนั้น เพราะเหตุใดพระเยซูจึงฝากวิญญาณและจิตใจของพระองค์ไว้กับพระเจ้า เพราะพระเจ้าทรงเป็นพระผู้สร้างผู้ทรงครอบครองเหนือสิ่งสารพัดในจักรวาลและทรงดูแลชีวิต ความตาย คำแช่งสาป และพระพรในชีวิตของท่าน

นั่นหมายความว่าสิ่งสารพัดเป็นของพระเจ้าและอยู่ใต้ฤทธานุภาพอันยิ่งใหญ่ของพระองค์ พระเจ้าทรงเป็นผู้เดียวที่ตอบคำอธิษฐานของท่าน ดังนั้น พระเยซูจำเป็นต้องอธิษฐานเพื่อฝากวิญญาณและจิตใจของพระองค์ไว้กับพระเจ้าพระบิดา (มัทธิว 10:29-31)

พระเยซูทรงอธิษฐานด้วยเสียงอันดัง

เพราะเหตุใดพระเยซูจึงอธิษฐานด้วยเสียงอันเดังแม้จะอยู่ท่ามกลางความทุกข์ทรมานอย่างแสนสาหัสว่า "พระบิดาเจ้าข้า ข้าพระองค์ฝากวิญญาณจิตของข้าพระองค์"

ที่เป็นเช่นนี้ก็เพราะพระองค์ต้องการให้ผู้คนได้ยินและให้คนเหล่านั้นรู้ว่าการร้องไห้คร่ำครวญในการอธิษฐานนั้นเป็นพระประสงค์ของพระเจ้า คำอธิษฐานฝากวิญญาณจิตของพระองค์ไว้กับพระเจ้ามีความร้อนรนพอ ๆ กับการอธิษฐานของพระองค์ในสวนเกทเสมนีก่อนทรงถูกจับกุม

นอกจากนั้น คำอธิษฐานของพระเยซูที่ว่า "พระบิดาเจ้าข้า ข้าพระองค์ฝากวิญญาณจิตของข้าพระองค์" พิสูจน์ให้เห็นว่าพระเยซูได้ทรงกระทำทุกสิ่งทุกอย่างให้สำเร็จตามพระประสงค์ของพระเจ้า กล่าวคือ บัดนี้พระองค์สามารถมอบวิญญาณจิตของพระองค์ไว้กับพระเจ้าได้อย่างเต็มภาคภูมิหลังจากที่ทรงทำให้ภารกิจของพระองค์สำเร็จด้วยการเชื่อฟังพระเจ้าอย่างสมบูรณ์

อัครทูตเปาโลประกาศว่า *"ข้าพเจ้าได้ต่อสู้อย่างเต็มกำลัง ข้าพเจ้าได้แข่งขันจนถึงที่สุด ข้าพเจ้าได้รักษาความเชื่อไว้แล้ว ต่อแต่นี้ไปมงกุฎแห่งความชอบธรรมก็จะเป็นของข้าพเจ้า ซึ่งองค์พระผู้เป็นเจ้าผู้พิพากษาอันชอบธรรมจะทรงประทานเป็นรางวัลแก่ข้าพเจ้าในวันนั้น และมิใช่แก่ข้าพเจ้าผู้เดียวเท่านั้นแต่จะทรงประทานแก่คนทั้งปวงที่ยินดีในการเสด็จมาของพระองค์"* (2 ทิโมธี 4:7-8)

สเทเฟนดำเนินชีวิตตามพระประสงค์ของพระเจ้าและรักษาความเชื่อเอาไว้เช่นกัน นั่นคือเหตุผลที่ท่านสามารถอธิษฐานว่า "ข้าแต่พระเยซูเจ้า ขอทรงโปรดรับจิตวิญญาณของข้าพระองค์ด้วย" ก่อนที่ท่านจะล่วงหลับไป (กิจการ 7:59) อัครทูตเปาโลและสเทเฟนคงไม่สามารถอธิษฐานแบบนั้นได้ถ้าเขาดำเนินชีวิตตามอย่างชาวโลกเพื่อแสวงหาความสนุกเพลิดเพลินตามธรรมชาติบาป

ในทำนองเดียวกัน ท่านสามารถกล่าวอย่างภาคภูมิใจว่า "สำเร็จแล้ว" และ "พระบิดาเจ้าข้า ข้าพระองค์ฝากวิญญาณจิตของข้าพระองค์" เหมือนอย่างพระเยซู ได้ก็ต่อเมื่อท่านดำเนินชีวิตตามพระประสงค์ของพระเจ้าพระบิดาเท่านั้น

เกิดอะไรขึ้นหลังจากพระเยซูทรงสิ้นพระชนม์

พระเยซูทรงสิ้นพระชนม์บนไม้กางเขนหลังจากเปล่งคำตรัสสุดท้ายด้วยเสียงอันดัง ขณะนั้นเป็นเวลาบ่ายสามโมง แม้ยังเป็นช่วงเวลากลางวันแต่ความมืดมิดได้ปกคลุมเหนือแผ่นดินจากเวลาเที่ยงวันไปจนถึงเวลาบ่ายสามโมงและม่านในพระวิหารก็ขาดออกเป็นสองส่วน (ลูกา 23:44-45)

> *และดูเถิด ม่านในพระวิหารก็ขาดออกเป็นสองท่อน ตั้งแต่บนตลอดล่าง แผ่นดินก็ไหว ศิลาก็แตกออกจากกัน อุโมงค์ฝังศพก็เปิดออก ศพของธรรมิกชนหลายคนที่ล่วงหลับไปแล้วได้เป็นขึ้นมา และเมื่อพระเยซูทรงเป็นขึ้นมาแล้ว เขาทั้งหลายก็ออกจากอุโมงค์พากันเข้าไปในนครบริสุทธิ์ ปรากฏแก่คนเป็นอันมาก (มัทธิว 27:51-53)*

วลีที่ว่า "ม่านในพระวิหารก็ขาดออกเป็นสองท่อนตั้งแต่บนตลอดล่าง" มีความหมายฝ่ายวิญญาณที่สำคัญ ม่านขนาดใหญ่ในพระวิหารมีไว้เพื่อกั้นระหว่างวิสุทธิสถานกับอภิสุทธิสถาน ไม่มีใครสามารถเข้าไปในวิสุทธิสถานได้นอกจากปุโรหิตและมีเพียงมหาปุโรหิตเท่านั้นที่สามารถเข้าไปสู่อภิสุทธิสถานได้ปีละครั้ง

การที่ม่านในพระวิหารขาดออกเป็นสองท่อนชี้ให้เห็นว่าพระเยซูทรงถวายพระองค์เองเป็นเครื่องศานติบูชาเพื่อทำลายกำแพงแห่งความบาป ก่อนที่ม่านจะขาดออกเป็นสองท่อนมหาปุโรหิตได้ถวายเครื่องบูชาไถ่บาปแทนประชาชนและเป็นคนกลางระหว่างคนเหล่านั้นกับพระเจ้า

ท่านสามารถมีความสัมพันธ์โดยตรงกับพระเจ้าเพราะกำแพงแห่งความบาปถูกทำลายลงไปแล้วโดยการสิ้นพระชนม์ของพระเยซู กล่าวคือ ใครก็ตามที่เชื่อในพระเยซูคริสต์ก็สามารถเข้าไปสู่สถานที่อันศักดิ์สิทธิ์และนมัสการและอธิษฐานต่อพระเจ้าได้โดยไม่ต้องมีมหาปุโรหิตหรือผู้เผยพระวจนะทำหน้าที่เป็นคนกลาง

ด้วยเหตุนี้ ผู้เขียนหนังสือฮีบรูจึงกล่าวไว้ว่า "เหตุฉะนั้นพี่น้องทั้งหลาย เมื่อเรามีใจกล้าที่จะเข้าไปสู่สถานศักดิ์สิทธิ์โดยพระโลหิตของพระเยซู ตามทางใหม่และเป็นทางที่มีชีวิตซึ่งพระองค์ได้ทรงเปิดออกให้เราผ่านเข้าไปทางม่านนั้น คือทางพระกายของพระองค์" (ฮีบรู 10:19-20)

นอกจากนั้น แผ่นดินไหวและศิลาแตกออก เหตุการณ์ที่ไม่ใช่เรื่องธรรมชาติเหล่านี้บอกให้ท่านทราบว่าธรรมชาติทั้งสิ้นในโลกสั่นสะเทือน เหตุการณ์นี้แสดงถึงความทุกข์ระทมใจของพระเจ้าที่เกิดขึ้นอันเนื่องมาจากความชั่วร้ายของมนุษย์ พระเจ้าทรงแสดงให้เห็นว่าพระองค์ทรงเจ็บปวดอย่างมากเพราะจิตใจของมนุษย์แข็งกระด้างเกินกว่าที่จะต้อนรับเอาพระเยซูคริสต์แม้พระองค์ได้ทรงประทานพระบุตรองค์เดียวของพระองค์เพื่อช่วยมนุษย์ให้รอดแล้วก็ตาม

อุโมงค์เปิดออกและร่างกายของบรรดาธรรมิกชนที่ล่วงหลับไปแล้วเป็นขึ้นมาใหม่ นี่เป็นหลักฐานของการเป็นขึ้นมาซึ่งใครก็ตามที่เชื่อในพระเยซูคริสต์จะได้รับการอภัยโทษและมีชีวิตอีกครั้งหนึ่ง

ด้วยเหตุนี้ ข้าพเจ้าจึงหวังว่าท่านจะเข้าใจความหมายฝ่ายวิญญาณและความรักขององค์พระผู้เป็นเจ้าในคำตรัสสุดท้ายทั้งเจ็ดคำบนไม้กางเขนเหล่านี้เพื่อว่าท่านจะสามารถดำเนินชีวิตคริสเตียนอย่างมีชัยชนะและปรารถนาที่จะเห็นการเสด็จมาปรากฏขององค์พระผู้เป็นเจ้าเช่นเดียวกับบรรพบุรุษแห่งความเชื่อ

8
ความเชื่อและชีวิตนิรันดร์ที่แท้จริง

นี่คือความลี้ลับอันลึกซึ้ง
การยอมรับอย่างจอมปลอมไม่นำไปสู่ความรอด
เนื้อและเลือดของพระบุตรของพระเจ้า
การยกโทษโดยการเดินในความสว่างเท่านั้น
ความเชื่อพร้อมกับการกระทำคือความเชื่อที่แท้จริง

ยอห์น 6:54-57

ผู้ที่กินเนื้อและดื่มโลหิตของเราก็มีชีวิตนิรันดร์ และเราจะให้ผู้นั้นฟื้นขึ้นมาใน วัน สุดท้าย เพราะว่าเนื้อของเราเป็นอาหารแท้และโลหิตของเราก็เป็นของดื่มแท้ ผู้ที่กินเนื้อและดื่มโลหิตของเรา ผู้นั้นก็อยู่กับเราและเราอยู่กับเขา พระบิดาผู้ทรง ดำรงพระชนม์ได้ทรงใช้เรามาและเรามีชีวิตเพราะพระบิดานั้นฉันใด ผู้ที่กินเรา ผู้นั้นก็จะมีชีวิตเพราะเราฉันนั้น

เป้าหมายสูงสุดของการเชื่อในพระเยซูคริสต์และการเข้าร่วมกับคริสตจักร คือการรับความรอดและการมีชีวิตนิรันดร์ อย่างไรก็ตาม ผู้คนจำนวนมากคิดว่าตนจะรอดด้วยการไปโบสถ์ในวันอาทิตย์และกล่าวว่าตนเชื่อในพระเยซูคริสต์โดยไม่ได้ดำเนินชีวิตตามพระวจนะของพระเจ้า

แน่นอน เหมือนที่ระบุไว้ในกาลาเทีย 2:16 ว่า "ก็ยังรู้ว่าไม่มีผู้ใดเป็นคนชอบธรรมได้โดยการประพฤติตามธรรมบัญญัติ แต่โดยศรัทธาในพระเยซูคริสต์เท่านั้น ถึงเราเองก็มีใจศรัทธาในพระเยซูคริสต์ เพื่อจะได้เป็นคนชอบธรรมโดยศรัทธาในพระคริสต์ ไม่ใช่โดยการประพฤติตามธรรมบัญญัตินั้น ไม่มีมนุษย์คนใดเป็นคนชอบธรรมได้เลย" ท่านไม่สามารถเข้าสู่สวรรค์หรือเป็นผู้ชอบธรรมได้โดยการประพฤติตามธรรมบัญญัติภายนอกโดยเฉพาะอย่างยิ่งเมื่อจิตใจของท่านเต็มไปด้วยความชั่วร้าย ท่านไม่มีความสัมพันธ์กับพระเยซูคริสต์ถ้าท่านยังคงทำบาปอย่างต่อเนื่องและไม่ได้ทำตามพระคำของพระเจ้าแม้หลังจากที่ท่านได้เรียนรู้พระคำนั้นแล้วก็ตาม

ด้วยเหตุนี้ ท่านควรตระหนักว่าเป็นการยากสำหรับท่านที่จะรอดโดยการประกาศความเชื่อของตนด้วยริมฝีปาก พระโลหิตของพระเยซูคริสต์จะชำระท่านให้พ้นจากความบาปเพื่อช่วยท่านให้รอดได้ก็ต่อเมื่อท่านเดินในความสว่างและดำเนินชีวิตอยู่ในความจริงเท่านั้น ท่านต้องมีความเชื่อที่แท้จริงซึ่งควบคู่กับการประพฤติ (1 ยอห์น 1:5-7)

บัดนี้ขอให้เราพิจารณาในรายละเอียดว่าเราจะมีความเชื่อที่แท้จริงเพื่อให้ได้รับความรอดและชีวิตนิรันดร์อย่างสมบูรณ์ในฐานะบุตรที่แท้จริงของพระเจ้าได้อย่างไร

1. นี่คือความลี้ลับอันลึกซึ้ง

เอเฟซัส 5:31-32 กล่าวว่า "เพราะเหตุนี้ผู้ชายจึงจะละบิดามารดาของตนไป

ผูกพันอยู่กับภรรยาและเขาทั้งสองจะเป็นเนื้ออันเดียวกัน *ความจริงที่ฝังอยู่ในข้อนี้สำคัญ ส่วนข้าพเจ้า ข้าพเจ้าเข้าใจว่าหมายถึงพระคริสต์และคริสตจักร"*

เป็นที่เข้าใจกันโดยทั่วไปว่าผู้คนต้องละบิดามารดาของตนและไปผูกพันกับสามีหรือภรรยาของตนเมื่อทั้งสองมาอยู่ร่วมกัน ถ้าเช่นนั้น เพราะเหตุใดพระเจ้าจึงตรัสว่าเรื่องนี้เป็นสิ่งลี้ลับอันลึกซึ้ง ถ้าท่านตีความและเข้าใจพระคัมภีร์ข้อนี้ตามตัวอักษรท่านก็คงไม่รู้ว่า "ความลี้ลับอันลึกซึ้ง" นี้คืออะไร แต่ถ้าท่านรู้จักความหมายฝ่ายวิญญาณที่อยู่เบื้องหลังข้อความนี้ ท่านก็จะเต็มล้นไปด้วยความยินดี

คำว่า "คริสตจักร" ในที่นี้หมายถึงบุตรของพระเจ้าที่ได้รับพระวิญญาณบริสุทธิ์ กล่าวคือ พระเจ้าทรงเปรียบเทียบความสัมพันธ์ระหว่างพระเยซูคริสต์และผู้เชื่อกับความสัมพันธ์ระหว่างผู้ชายและผู้หญิงที่ผูกพันเข้าด้วยกัน

ท่านจะละจากโลกและไปผูกพันกับพระเยซูคริสต์เจ้าบ่าวของท่านได้อย่างไร

ถ้าท่านรับเอาพระเยซูคริสต์โดยความเชื่อ

นับตั้งแต่อาดัมที่เป็นมนุษย์คนแรกทำบาปด้วยการไม่เชื่อฟังพระเจ้า ความบาปได้เข้ามาในโลก ลูกหลานทุกคนของท่านกลายเป็นทาสของความบาปและเป็นลูกของผีมารซาตานผู้ครอบครองอยู่เหนือโลกนี้

ท่านเคยเป็นของโลกนี้และเป็นของผีมารซาตานผู้มีอำนาจแห่งความมืดของโลกนี้ก่อนที่ท่านต้อนรับพระเยซูคริสต์ ความจริงนี้ได้รับการยืนยันไว้โดยยอห์น 8:44 ที่ว่า *"ท่านทั้งหลายมาจากพ่อของท่านคือมาร และท่านใคร่จะทำตามความปรารถนาของพ่อท่าน มันเป็นผู้ฆ่าคนตั้งแต่ปฐมกาลและมิได้ตั้งอยู่ในสัจจะ เพราะมันไม่มีสัจจะ เมื่อมันพูดเท็จมันก็พูดตามสันดานของมันเองเพราะมันเป็นผู้มุสาและเป็นพ่อของการมุสา"* และโดย 1 ยอห์น 3:8 ว่า *"ผู้ที่กระทำบาปก็มาจากมารเพราะมารได้กระทำบาปตั้งแต่เริ่มแรก"*

อย่างไรก็ตาม เมื่อท่านยอมรับเอาพระเยซูคริสต์เป็นพระผู้ช่วยให้รอดและเข้าสู่ความสว่างท่านได้รับสิทธิอำนาจเป็นบุตรของพระเจ้าและเป็นอิสระจากความผิดบาปเพราะความบาปของท่านได้รับการอภัยโทษโดยทางพระโลหิตของพระเยซูคริสต์

ถ้าท่านมีความเชื่อว่าพระเยซูคริสต์ทรงไถ่ท่านจากความผิดบาปด้วยการถูกตรึงบนไม้กางเขน พระเจ้าก็ทรงประทานพระวิญญาณบริสุทธิ์แก่ท่าน และพระวิญญาณ

บริสุทธิ์ทรงทำให้ท่านเกิดใหม่ในจิตใจของท่าน พระวิญญาณบริสุทธิ์ตรัสกับท่านและสอนท่านถึงน้ำพระทัยของพระเจ้าเพื่อให้ท่านประพฤติและดำเนินชีวิตในความจริง

ดังนั้น ท่านจึงเป็นบุตรของพระเจ้าที่ได้รับการทรงนำโดยพระวิญญาณของพระเจ้าโดยท่านร้องเรียกพระองค์ว่า "อับบา คือพระบิดา" (โรม 8:14-15) และได้รับแผ่นดินสวรรค์เป็นมรดก

ช่างเป็นเรื่องที่น่าพิศวงและลี้ลับสักเพียงใดที่บุตรของผีมารซาตานซึ่งครั้งหนึ่งเคยอยู่ในความตายนิรันดร์ได้กลายเป็นบุตรของพระเจ้าที่บัดนี้ถูกนำไปสู่สวรรค์โดยความเชื่อ

เมื่อท่านผูกพันเข้ากับพระเยซูคริสต์โดยความเชื่อในพระองค์ พระวิญญาณบริสุทธิ์ก็เสด็จเข้ามาอยู่ในจิตใจของท่านและผูกพันเป็นหนึ่งเดียวกับเชื้อพันธุ์แห่งชีวิต พระเจ้าทรงสร้างมนุษย์คนแรกจากผงคลีดินและระบายลมปราณแห่งชีวิตเข้าไปทางจมูกของเขา ลมปราณแห่งชีวิตคือเชื้อพันธุ์แห่งชีวิต ดังนั้น ชีวิตนี้จึงไม่มีวันตายและถูกถ่ายทอดลงไปสู่ลูกหลานผ่านทางไข่และน้ำเชื้อของมนุษย์จากคนรุ่นหนึ่งไปยังคนรุ่นต่อไป

เชื้อพันธุ์แห่งชีวิตนี้ห่อหุ้มไว้ด้วยหัวใจ หลังจากพระเจ้าทรงสร้างอาดัมพระองค์ทรงปลูกฝังความรู้ของชีวิตซึ่งเป็นความรู้ของวิญญาณไว้ในจิตใจของเขา วิธีการของเด็กทารกที่ต้องเรียนรู้เกี่ยวกับโลกนี้เพื่อให้เป็นมนุษย์ผู้มีวัฒนธรรม มีคุณลักษณะและดำเนินชีวิตในฐานะผู้มีชีวิตนั้นทารกต้องการความรู้เกี่ยวกับชีวิตเพื่อจะเป็นผู้มีชีวิตที่แท้จริงแม้ว่าผู้มีชีวิตจะเป็นชีวิตแล้วก็ตาม

ครั้งหนึ่งอาดัมเคยได้รับการเติมเต็มเฉพาะความรู้ของวิญญาณ นั่นคือ ความรู้ของความจริง อย่างไรก็ตาม หลังจากเขาไม่เชื่อฟังพระเจ้า การสื่อสารกับพระเจ้าก็ถูกตัดขาด จากนั้นอาดัมเริ่มสูญเสียความรู้ของวิญญาณลงทีละเล็กทีละน้อย และความเท็จได้ครอบงำจิตใจของเขา

นับจากเวลานั้นเป็นต้นมา จิตใจที่เคยเต็มล้นด้วยความจริงเพียงอย่างเดียวก็เริ่มเติมเต็มด้วยอย่างอื่น คือ ความจริงและความเท็จ ยกตัวอย่าง อาดัมเคยมีความรักในจิตใจของเขาแต่ผีมารซาตานได้ปลูกฝังความเท็จที่เรียกว่าความเกลียดชังไว้ในเขาด้วย ผลลัพธ์ปรากฏให้เห็นในปฐมกาล 4 เมื่อคาอินลูกของอาดัมทำบาปด้วยการฆ่าอาแบลน้องชายของตนเนื่องจากความอิจฉาและความขุ่นเคือง

เมื่อเวลาผ่านไป อีกส่วนหนึ่งเริ่มพัฒนาขึ้นในจิตใจซึ่งประกอบด้วยความจริงและความเท็จ ส่วนนี้เรียกว่า "ธรรมชาติ" ท่านสืบทอดลักษณะและสันดานมาจากพ่อแม่ของท่าน ท่านรับเอาสิ่งที่มองเห็น ได้ยิน และเรียนรู้เข้าไปพร้อมกับความรู้สึกในความคิดของท่าน ทั้งสองอย่างนี้ก่อให้เกิด "ธรรมชาติ" ในการแสวงหาความจริง

"ธรรมชาติ" นี้มักเรียกกันว่า "จิตสำนึก" และสิ่งนี้เกิดขึ้นต่างกันขึ้นอยู่กับประเภทของคนที่ท่านพบปะ ชนิดของหนังสือที่ท่านอ่าน และลักษณะของสภาพแวดล้อมที่ท่านได้รับการอบรมเลี้ยงดู ยกตัวอย่าง ในขณะที่มองดูเหตุการณ์หรือบุคคลอย่างเดียวกัน บางคนอาจพูดว่า "ชั่วร้าย" ในขณะที่คนอื่นอาจพูดว่า "ดีงาม" หรือ "เป็นเรื่องของความดีงาม"

ด้วยเหตุนี้ เมื่อท่านวิเคราะห์จิตใจของบุคคลก็จะมีส่วนที่เป็นความจริงซึ่งเป็นของพระเจ้า ส่วนที่เป็นความเท็จซึ่งซาตานมอบให้ และธรรมชาติของบุคคลอันเป็นผลจากทั้งสองส่วนนี้

พระวิญญาณบริสุทธิ์ทรงผูกพันกับเชื้อพันธุ์แห่งชีวิตในจิตใจ

ในกรณีของอาดัม ทั้งสามส่วนนี้ห่อหุ้มเชื้อพันธุ์แห่งชีวิตเอาไว้ซึ่งพระเจ้าทรงประทานให้ในจิตใจ สภาพนี้สำเร็จเป็นจริงเมื่อพระเจ้าตรัสว่า "เจ้าจะต้องตายแน่" หลังจากอาดัมกินผลจากต้นไม้แห่งการสำนึกในความดีและความชั่ว แม้จะมีเชื้อพันธุ์แห่งชีวิตเชื้อพันธุ์นั้นก็ไม่แตกต่างไปจากสิ่งที่ตายไปแล้วถ้าเชื้อพันธุ์ดังกล่าวทำหน้าที่ไม่ได้

ยกตัวอย่าง เมื่อท่านหว่านเมล็ดพืชในทุ่งนาไม่ใช่เมล็ดทุกเมล็ดจะแตกหน่อออกมาเพราะเมล็ดบางเมล็ดเป็นเมล็ดที่ตายแล้ว กระนั้น ถ้าเมล็ดยังมีชีวิตเมล็ดนั้นก็จะแตกหน่อออกมาอย่างแน่นอน

สำหรับมนุษย์ก็เช่นเดียวกัน ถ้าเชื้อพันธุ์แห่งชีวิตที่พระเจ้าประทานให้เป็นเชื้อพันธุ์ที่ตายแล้วเชื้อพันธุ์นั้นก็ไม่สามารถฟื้นคืนชีพได้ และพระเจ้าก็ไม่จำเป็นต้องเตรียมพระเยซูคริสต์ไว้เพื่อความรอดของมนุษย์หรือสร้างสวรรค์และนรก

แต่เชื้อพันธุ์แห่งชีวิตที่พระเจ้าทรงประทานให้เมื่อพระองค์ทรงระบายลมปราณแห่งชีวิตเข้าไปในมนุษย์เป็นเชื้อพันธุ์นิรันดร์ เมื่อท่านรับเอาพระกิตติคุณเชื้อพันธุ์แห่งชีวิตก็ฟื้นคืนชีพขึ้นมา ยิ่งส่วนที่แท้จริงในจิตใจของท่านกว้างมากเท่าใดท่านก็สามารถรับเอาพระกิตติคุณง่ายมากขึ้นเท่านั้น ใครก็ตามที่รับฟังสาส์นจาก

กางเขนและยอมรับเอาพระเยซูคริสต์ก็ได้รับพระวิญญาณบริสุทธิ์ ในเวลานี้เชื้อพันธุ์แห่งชีวิตในจิตใจของท่านจะผูกพันเข้ากับพระวิญญาณบริสุทธิ์

ในทางตรงกันข้าม ผู้คนที่มีจิตสำนึกแข็งกระด้างเช่นเดียวกับเหล็กร้อนจะไม่มีพื้นที่ให้พระกิตติคุณเข้าไปเนื่องจากจิตใจแห่งความเท็จห่อหุ้มจิตสำนึกและปิดบังเชื้อพันธุ์แห่งชีวิตในจิตใจของเขาเอาไว้ทั้งหมด เชื้อพันธุ์แห่งชีวิตซึ่งอยู่ในสภาพที่ตายแล้วได้รับพลังอำนาจให้ทำหน้าที่ของตนเมื่อเชื้อพันธุ์นี้ผสมเข้ากับฤทธิ์อำนาจอันยิ่งใหญ่ของพระเจ้าซึ่งได้แก่พระวิญญาณบริสุทธิ์

เพื่อเป็นมนุษย์ฝ่ายวิญญาณ

เมื่อท่านเข้าร่วมนมัสการ รู้ถึงพระคำของพระเจ้า และอธิษฐาน พระคุณของพระเจ้าและฤทธิ์อำนาจอันแข็งแกร่งของพระองค์จะมาเหนือท่านและช่วยท่านให้สามารถทำตามธรรมชาติแห่งพระวิญญาณบริสุทธิ์

โดยผ่านทางกระบวนการนี้จิตใจและวิญญาณของท่านกลายเป็นหนึ่งเดียวเมื่อจิตใจของท่านมีความจริงมากยิ่งขึ้นเรื่อย ๆ ด้วยการขจัดความเท็จออกจากจิตใจ และเติมจิตใจของท่านด้วยความจริง ถ้าจิตใจของบุคคลหนึ่งเต็มล้นไปด้วยความรู้ของวิญญาณและความจริง จิตใจดวงนี้ก็กลายเป็นวิญญาณเหมือนกับที่อาดัมมนุษย์คนแรกเคยเป็น

แม้ว่าท่านอาจดูเป็นคนสัตย์ซื่อ แต่ท่านจะทำตามธรรมชาติของท่านถ้าท่านไม่ได้อธิษฐาน พระวิญญาณบริสุทธิ์ภายในท่านไม่สามารถให้กำเนิดวิญญาณและท่านก็ยังเป็นมนุษย์ฝ่ายเนื้อหนัง ยิ่งกว่านั้น ท่านไม่สามารถทำตามธรรมชาติของพระวิญญาณบริสุทธิ์ได้ถ้าท่านไม่ได้ทำลายความคิดและข้อโต้แย้งของท่าน แม้ท่านจะอธิษฐานอย่างขยันขันแข็งหรืออธิษฐานเป็นเวลานานก็ตาม ด้วยเหตุนี้ท่านจึงไม่อาจรับการเปลี่ยนแปลงไปสู่การเป็นมนุษย์ฝ่ายวิญญาณได้

พระวิญญาณบริสุทธิ์ทรงช่วยท่านให้คิดตามความจริงที่อยู่ในจิตใจของท่าน กล่าวคือ ท่านจะดำเนินชีวิตตามความปรารถนาของพระวิญญาณบริสุทธิ์ ซาตานก็ทำการในทำนองเดียวกันเพื่อนำท่านไปสู่หนทางแห่งการถูกทำลายด้วยการทดลองท่านให้ทำตามความคิดฝ่ายเนื้อหนังตราบใดที่ท่านยังมีความเท็จอยู่ในจิตใจของท่าน

ด้วยเหตุนี้ ท่านจำเป็นต้องกำจัดทั้งความคิดฝ่ายเนื้อหนังและการสร้างความ ชอบธรรมให้กับตนเหมือนที่ 2 โครินธ์ 10:5 กล่าวไว้ว่า "คือทำลายความคิดที่มี เหตุผลจอมปลอมและทิฐิมานะทุกประการที่ตั้งตัวขึ้นขัดขวางความรู้ของพระเจ้า และน้อมนำความคิดทุกประการให้เข้าอยู่ใต้บังคับจนถึงรับฟังพระคริสต์"

เมื่อท่านเชื่อฟังพระคำของพระเจ้าด้วยการกล่าวว่า "ใช่แล้วพระเจ้าข้า" และ ทำตามความปรารถนาของพระวิญญาณบริสุทธิ์ จิตใจของท่านก็สามารถเต็มล้น ด้วยความจริงเพียงอย่างเดียว และท่านก็จะสามารถเป็นบุคคลฝ่ายวิญญาณที่รับการ ชำระให้บริสุทธิ์อย่างครบถ้วน

สิ่งใดก็ตามที่ท่านทูลขอท่านจะได้รับ

ท่านจะเป็นเหมือนองค์พระผู้เป็นเจ้าเมื่อท่านละทิ้งความเท็จทั้งมวล ทำลาย "การสร้างความชอบธรรมให้กับตนเอง" ด้วยการให้กำเนิดวิญญาณด้วยพระ วิญญาณบริสุทธิ์ และทำให้จิตใจของท่านสะอาดบริสุทธิ์พอ ๆ กับจิตใจของพระเยซู คริสต์องค์พระผู้เป็นเจ้าของท่าน

ชายและหญิงเป็นเนื้ออันเดียวกันและให้กำเนิดทารกด้วยการผสมกันของ น้ำเชื้ออสุจิและไข่ เช่นเดียวกัน เมื่อท่านออกจากโลกและเป็นหนึ่งเดียวกับพระเยซู คริสต์เจ้าบ่าวของท่านด้วยการยอมรับเอาพระองค์ ท่านก็จะให้กำเนิดวิญญาณด้วย พระวิญญาณบริสุทธิ์และได้รับพระพรอย่างล้นเหลือจากการเป็นบุตรของพระเจ้า

ตามที่กล่าวไว้ใน โรม 12:3 ว่าความเชื่อมีอยู่หลายขนาด และท่านได้รับคำตอบ ตามขนาดของความเชื่อเหล่านี้ ใน 1 ยอห์น 2:12 เป็นต้นไปได้เปรียบเทียบการเจริญ เติบโตของความเชื่อกับกระบวนการของการเจริญเติบโตของมนุษย์

ผู้คนที่รับเอาพระเยซูคริสต์ ได้รับพระวิญญาณบริสุทธิ์ และรับความรอดมี ความเชื่อของเด็กเล็ก ๆ (1 ยอห์น 2:12) ผู้คนที่พยายามประยุกต์ใช้ความจริงในการ ประพฤติมีความเชื่อของเด็กโต (1 ยอห์น 2:13) เมื่อคนเหล่านี้เติบโตมากขึ้นจากขั้น ตอนนี้และประยุกต์ความจริงในการประพฤติอย่างแท้จริง คนเหล่านี้มีความเชื่อของ คนหนุ่ม (1 ยอห์น 2:13) ถ้าคนเหล่านี้เติบโตมากยิ่งขึ้น คนเหล่านี้ก็มีความเชื่อของ บิดา (1 ยอห์น 2:13)

เมื่ออ่านหนังสือโยบจากพระคัมภีร์เดิมท่านจะพบว่าพระเจ้าทรงยอมรับว่าโยบเป็นคนชอบธรรมและปราศจากตำหนิ แต่เมื่อซาตานท้าทายพระองค์ในเรื่องนี้ พระเจ้าทรงอนุญาตให้ซาตานทดสอบโยบ ครั้งแรก โยบยืนกรานถึงการเป็นคนชอบธรรมของท่าน แต่ในไม่ช้าท่านก็ตระหนักถึงความชั่วร้ายของตนและกลับใจต่อพระพักตร์พระเจ้าเมื่อความชั่วร้ายที่อยู่ในธรรมชาติของท่านถูกเปิดโปงโดยการทดสอบ การสร้างความชอบธรรมให้กับตนเองของโยบถูกทำลายลงและจิตใจของท่านชอบธรรมและบริสุทธิ์ในสายพระเนตรของพระเจ้า เมื่อนั้นเองที่พระเจ้าสามารถอวยพระพรท่านอย่างบริบูรณ์เป็นสองเท่าของที่ท่านเคยได้รับ

เช่นเดียวกัน ถ้าท่านบรรลุถึงขนาดความเชื่อของบิดาซึ่งเป็นขั้นตอนของความเชื่อที่สูงที่สุดด้วยการทำลายการสร้างความชอบธรรมให้กับตนเองลงและเป็นหนึ่งเดียวกับองค์พระผู้เป็นเจ้า ท่านก็จะสามารถรับพระพรอย่างเหลือล้นในฐานะบุตรของพระเจ้า นี่คือสิ่งที่พระองค์ทรงสัญญาไว้กับท่านใน 1 ยอห์น 3:21-22 *“ท่านที่รักทั้งหลาย ถ้าใจของเราไม่ได้กล่าวโทษเรา เราก็มีความมั่นใจที่จะเข้าเฝ้าพระเจ้าและเราขอสิ่งใด ๆ เราก็ได้สิ่งนั้น ๆ จากพระองค์ เพราะเราประพฤติตามพระบัญญัติของพระองค์และปฏิบัติตามชอบพระทัยพระองค์”*

ท่านสามารถชื่นชมกับพระพรในฐานะบุตรของพระเจ้า

ด้วยวิธีการนี้ท่านจึงเป็นหนึ่งเดียวกับพระเยซูคริสต์จนถึงจุดที่ท่านกลายเป็นบุคคลฝ่ายวิญญาณ ท่านยังได้รับพระพรของการเป็นหนึ่งเดียวกับพระเจ้าด้วยตราบใดที่ท่านบรรลุถึงความชอบธรรมของพระเจ้า

พระเยซูทรงสัญญากับท่านในยอห์น 15:7 ว่า “ถ้าท่านทั้งหลายเข้าสนิทอยู่ในเราและถ้อยคำของเราฝังอยู่ในท่านแล้ว ท่านจะขอสิ่งใดซึ่งท่านปรารถนาก็จะได้สิ่งนั้น” และพระองค์ตรัสกับเราเพิ่มเติมในยอห์น 17:21 ว่า “เพื่อเขาทั้งหลายจะได้เป็นอันหนึ่งอันเดียวกัน ดังที่พระองค์ คือพระบิดาทรงสถิตในข้าพระองค์และข้าพระองค์ในพระองค์ เพื่อให้เขาเป็นอันหนึ่งอันเดียวกันกับพระองค์และกับข้าพระองค์ด้วย เพื่อโลกจะได้เชื่อว่าพระองค์ทรงใช้ข้าพระองค์มา”

เช่นเดียวกัน ถ้าท่านเป็นหนึ่งเดียวกับองค์พระผู้เป็นเจ้าด้วยการออกจากโลกนี้ที่อยู่ภายใต้การปกครองของอำนาจแห่งความมืดของผีมารซาตานท่านก็จะเป็นหนึ่งเดียวกับพระเจ้าพระบิดา ในเรื่องนี้กาลาเทีย 4:4-7 กล่าวไว้ว่า

แต่เมื่อครบกำหนดแล้วพระเจ้าก็ทรงใช้พระบุตรของพระองค์มาประสูติจากสตรีเพศและทรงถือกำเนิดใต้ธรรมบัญญัติเพื่อจะทรงไถ่คนเหล่านั้นที่อยู่ใต้ธรรมบัญญัติเพื่อให้เราได้รับฐานะเป็นบุตร และเพราะท่านเป็นบุตรของพระเจ้าแล้วพระองค์จึงทรงใช้พระวิญญาณแห่งพระบุตรของพระองค์เข้ามาในใจของเราร้องว่า "อาบา" คือพระบิดา เหตุฉะนั้นโดยพระเจ้าท่านจึงไม่ใช่ทาสอีกต่อไป แต่เป็นบุตรและถ้าเป็นบุตรแล้ว ท่านก็เป็นทายาท

ท่านได้รับมรดกแผ่นดินของพระเจ้า (ด้วยวิธีการเดียวกับที่ลูกได้รับมรดกจากพ่อแม่ของตน) เมื่อท่านเป็นบุตรของพระองค์ด้วยการยอมรับเอาพระเยซูคริสต์ นั่นคือ บุตรของผีมารซาตานได้รับนรกและความชั่วร้ายเป็นมรดก และบุตรของพระเจ้าได้รับสวรรค์จากพระเจ้าเป็นมรดก

อย่างไรก็ตาม ท่านต้องจำไว้ว่าผู้คนที่ไม่ได้ให้กำเนิดวิญญาณด้วยพระวิญญาณบริสุทธิ์ต้องตกนรกเนื่องจากสวรรค์เป็นสถานที่บริสุทธิ์ที่เต็มไปด้วยความจริงและจนถึงจุดที่ว่าวิญญาณจิตของท่านจะมีความมั่งคั่งและกลายเป็นหนึ่งเดียวกับพระเจ้า ท่านได้รับสง่าราศีของการอยู่ใกล้ชิดกับพระเจ้ายิ่งขึ้นในสวรรค์

ด้วยเหตุนี้ ข้าพเจ้าจึงหวังว่าท่านจะได้รับพระพรแห่งชีวิตนิรันดร์ด้วยการยอมรับเอาพระเยซูคริสต์เป็นเจ้าบ่าวของท่านและผูกพันเป็นหนึ่งเดียวกับพระเยซูองค์พระผู้เป็นเจ้าและพระเจ้าพระบิดาด้วยการละทิ้งความเท็จทั้งมวลและกำจัดการสร้างความชอบธรรมให้ตนเองให้หมดไป ด้วยวิธีการนี้ท่านสามารถถวายพระสิริแด่พระเจ้า

2. การยอมรับอย่างจอมปลอมไม่นำไปสู่ความรอด

พระเยซูคริสต์ทรงเป็นเจ้าบ่าวที่แท้จริงของท่านผู้ทรงนำท่านไปสู่หนทางแห่งชีวิตนิรันดร์และพระพรเมื่อท่านผูกพันเป็นหนึ่งเดียวกับพระองค์โดยทางความเชื่อ ถ้าจิตใจของท่านคล้ายคลึงพระทัยของพระเยซูคริสต์เจ้าบ่าวของท่านและบรรลุถึงความเชื่อที่สมบูรณ์ ท่านไม่เพียงแต่จะได้รับแผ่นดินสวรรค์เป็นมรดกเท่านั้นแต่ท่านจะส่องแสงเจิดจ้าเหมือนดังดวงอาทิตย์ในแผ่นดินสวรรค์ด้วยเช่นกัน

เมื่อท่านอ่านพระคัมภีร์อย่างระมัดระวังท่านจะพบว่าบางคนที่อ้างว่าตนเชื่อใน

ความเชื่อและชีวิตนิรันดร์ที่แท้จริง 177

พระเจ้าจะไม่รอด ในมัทธิว 25 มีคำอุปมาเรื่องสาวพรหมจารีสิบคน หญิงมีปัญญาห้าคนที่เตรียมน้ำมันไว้พร้อมได้รับความรอดแต่หญิงโง่อีกห้าคนไม่รอดเช่นเดียวกัน พระเจ้าตรัสกับท่านอย่างชัดเจนในพระคัมภีร์ว่าใครรอดและใครไม่รอด แม้ว่าคนเหล่านี้ทุกคนอาจอ้างว่าตนเองมีความเชื่อก็ตาม ถ้าเช่นนั้นท่านควรรู้ว่าท่านจะดำเนินชีวิตอย่างไรเพื่อท่านจะรอด

มัทธิว 7:21 กล่าวไว้อย่างชัดเจนว่า *"มิใช่ทุกคนที่เรียกเราว่า 'พระองค์เจ้าข้า พระองค์เจ้าข้า' จะได้เข้าในแผ่นดินสวรรค์ แต่ผู้ที่ปฏิบัติตามพระทัยพระบิดาของเราผู้ทรงสถิตในสวรรค์จึงจะเข้าได้"* ถ้าท่านเรียกพระเยซูว่า *"พระองค์เจ้าข้า พระองค์เจ้าข้า"* ก็หมายความว่าท่านเชื่อว่าพระเยซูทรงเป็นพระคริสต์ อย่างไรก็ตาม ท่านไม่สามารถรอดได้เพียงเพราะท่านเรียกพระนามขององค์พระผู้เป็นเจ้าและเข้าร่วมนมัสการที่คริสตจักรในวันอาทิตย์

ผู้ที่กระทำชั่วจะไม่รอด

พระเจ้าทรงบอกเกี่ยวกับการพิพากษาในมัทธิว 13:40-42 ว่า...

เหตุฉะนั้นเขาเก็บข้าวละมานเผาไฟเสียอย่างไร เมื่อเวลาสิ้นยุคก็จะเป็นอย่างนั้น บุตรมนุษย์จะใช้ทูตของท่านออกไปเก็บกวาดทุกสิ่งที่ทำให้หลงผิดและบรรดาผู้ที่กระทำชั่วไปจากแผ่นดินของท่าน และจะทิ้งลงในเตาไฟอันลุกโพลง ที่นั่นจะมีการร้องไห้ขบเขี้ยวเคี้ยวฟัน

เมื่อชาวนาเก็บเกี่ยวข้าวของตนเขาจะรวบรวมข้าวสาลีไว้ในยุ้งฉาง แต่เขาจะเผาข้าวละมานด้วยไฟ ในทำนองเดียวกัน พระเจ้ากำลังตรัสกับท่านว่าผู้คนที่ทำไม่ถูกต้องในสายพระเนตรของพระองค์ต้องพบกับการลงโทษ

"สิ่งที่ทำให้หลงผิด" ในที่นี้หมายถึงทุกคนที่อ้างว่าตนเชื่อในพระเจ้าแต่กลับทดลองพี่น้องชายหญิงในความเชื่อและเป็นเหตุให้คนเหล่านั้นสูญเสียความเชื่อของตน ดังนั้น ท่านจะไม่รอดถ้าท่านเป็นเหตุให้ผู้คนทำบาปและทำชั่ว

ถ้าเช่นนั้นความชั่วร้ายคืออะไร 1 ยอห์น 3:4 กล่าวว่า *"ผู้ที่กระทำบาปก็ประพฤติผิดธรรมบัญญัติ บาปเป็นสิ่งที่ผิดธรรมบัญญัติ"*

เหมือนกับที่ทุกประเทศมีกฎบัญญัติของตนเอง ในแผ่นดินของพระเจ้าก็มีกฎเกณฑ์ฝ่ายวิญญาณด้วยเช่นกัน กฎเกณฑ์ฝ่ายวิญญาณได้แก่ พระคำของพระเจ้าที่บันทึกไว้ในพระคัมภีร์ ใครก็ตามที่ละเมิดพระคำของพระเจ้าจะถูกลงโทษเช่นเดียวกับการที่บุคคลละเมิดกฎหมายก็จะถูกฟ้องร้องตามกฎหมาย ด้วยเหตุนี้ การละเมิดพระคำของพระเจ้าคือความชั่วร้ายและความบาป

พระบัญญัติของพระเจ้าสามารถแบ่งออกได้เป็น 4 กลุ่ม ได้แก่ "จง..." "อย่า..." "ให้รักษา..." และ "ให้กำจัด..." ในเมื่อพระเจ้าทรงเป็นความสว่างพระองค์ทรงบอกให้บุตรของพระองค์ทำในสิ่งที่ถูกต้อง อย่าทำในสิ่งที่ผิด รักษาหน้าที่ของการเป็นบุตรของพระเจ้า และกำจัดสิ่งที่พระเจ้ารังเกียจเพราะพระองค์ปรารถนาให้บุตรของพระองค์ดำเนินชีวิตในความสว่าง

ในเฉลยธรรมบัญญัติ 10:13 พระเจ้าทรงเรียกร้องเรา *"ให้รักษาพระบัญญัติและกฎเกณฑ์ของพระเจ้าซึ่งข้าพเจ้าบัญชาท่านในวันนี้ เพื่อประโยชน์ของท่านทั้งหลาย"* ในด้านหนึ่ง ท่านจะได้รับพระพรถ้าท่านนำพระคำของพระเจ้าไปปฏิบัติตาม ในอีกด้านหนึ่ง ท่านจะได้รับความตายนิรันดร์เนื่องจากความชั่วและความบาปถ้าท่านไม่ดำเนินชีวิตด้วยพระคำของพระองค์

กาลาเทีย 5:19-21 บอกให้ทราบถึงการงานของเนื้อหนังว่า...

> *การงานของเนื้อหนังนั้นเห็นได้ชัดคือการล่วงประเวณี การโสโครก การลามก การนับถือรูปเคารพ การถือวิทยาคม การเป็นศัตรูกัน การวิวาทกัน การริษยากัน การโกรธกัน การใฝ่สูง การทุ่มเถียงกัน การแตกก๊กกัน การอิจฉากัน การเมาเหล้า การเล่นเป็นพาลเกเร และการอื่น ๆ ในทำนองนี้อีกเหมือนที่ข้าพเจ้าได้เตือนท่านมาก่อน บัดนี้ข้าพเจ้าขอเตือนท่านเหมือนกับที่เคยเตือนมาแล้วว่าคนที่ประพฤติเช่นนั้นจะไม่มีส่วนในแผ่นดินของพระเจ้า*

"การล่วงประเวณี" หมายถึงความไม่บริสุทธิ์ทางเพศทุกรูปแบบและการไม่รักษาความบริสุทธิ์เอาไว้ซึ่งรวมถึงการมีเพศสัมพันธ์ก่อนการแต่งงานตามกฎหมาย "การโสโครก" ในที่นี้หมายถึงการกระทำนอกลู่นอกทางทุกรูปแบบที่ไร้สามัญสำนึกซึ่งเป็นผลจากธรรมชาติบาป

"การลามก" เกิดขึ้นเมื่อท่านทำสิ่งที่ไร้ศีลธรรมในเรื่องทางเพศซึ่งเป็นความผิด

บาปและดำเนินชีวิตอย่างผิดประเวณีทั้งในทางคำพูดและการกระทำ "การนับถือรูปเคารพ" คือการกราบไหว้วัตถุสิ่งของซึ่งทำมาจากทองคำ เงิน ทองสัมฤทธิ์ หรือวัตถุชนิดอื่น หรือเมื่อท่านรักสิ่งหนึ่งสิ่งใดมากกว่ารักพระเจ้า

"การถือวิทยาคม" คือการล่อลวงคนอื่นด้วยการโกหกอย่างเฉียบแหลม "การเป็นศัตรูกัน" คือการมีความปรารถนาที่จะทำลายคนอื่นที่เป็นปฏิปักษ์ซึ่งตรงกันข้ามกับความรัก "การวิวาทกัน" หมายถึงการต่อสู้เพื่อแสวงหาอำนาจและประโยชน์ส่วนตัว "การริษยากัน" คือการเกลียดชังอีกคนหนึ่งเพราะท่านรู้สึกว่าเขาดีกว่าท่าน "การโกรธกัน" ไม่ใช่เป็นเพียงการมีอารมณ์โกรธแต่หมายถึงการก่อให้เกิดความเสียหายกับผู้อื่นด้วยความโกรธที่รุนแรง

"การทุ่มเถียงกัน" หมายถึงการแยกกลุ่มหรือสาขาและการทำตามการงานของซาตานเนื่องจากท่านไม่เห็นพ้องกับคนอื่น "การแตกก๊กกัน" คือการตั้งเป็นพรรคพวกและการแบ่งแยกโดยการทำตามความคิดของตนเองไม่ใช่ความคิดของพระวิญญาณบริสุทธิ์ "การใฝ่สูง" หมายถึงการปฏิเสธพระเจ้าตรีเอกานุภาพและพระเยซูผู้ทรงรับสภาพเป็นมนุษย์ ทรงหลั่งพระโลหิตของพระองค์เพื่อไถ่มนุษย์ให้รอดและทรงเป็นพระคริสต์

"การอิจฉากัน" การสร้างความเสียหรือการมีพฤติกรรมที่รุนแรงต่อบางคนเนื่องจากความริษยา "การเมาเหล้า" คือการดื่มแอลกอฮอล และ "การเล่นเป็นพาลเกเร" ไม่ได้หมายถึงการเมาเหล้า การปล่อยเนื้อปล่อยตัว และการไม่ควบคุมตนเองเท่านั้น แต่ยังหมายถึงการไม่ได้ทำหน้าที่ของตนอย่างถูกต้องในฐานะคู่สมรสหรือพ่อแม่ด้วยเช่นกัน

นอกจากนั้น "การอื่น ๆ ในทำนองนี้" หมายถึงการกระทำที่เป็นบาปอีกหลายอย่างที่คล้ายคลึงกับสิ่งเหล่านี้ และผู้คนที่ประพฤติสิ่งเหล่านี้จะไม่รอด

บาปที่นำไปสู่ความตายและบาปที่ไม่นำไปสู่ความตาย

ในโลกนี้มีการมองว่า "ความบาป" จะเป็น "บาป" ก็ต่อเมื่อผลของความบาปนั้นปรากฏชัดเจนและเมื่อมีหลักฐานสนับสนุนว่ามีความเสียหายด้านร่างกายเกิดขึ้นกับอีกคนหนึ่ง อย่างไรก็ตาม พระเจ้าผู้ทรงเป็นความสว่างตรัสกับเราว่าความบาปไม่ได้หมายถึงการกระทำที่เป็นบาปเท่านั้น แต่ความมืดทุกอย่างที่ต่อสู้กับความสว่างก็ถือเป็นความบาปด้วยเช่นกัน

แม้ความบาปเหล่านี้ไม่ได้ปรากฏหรือมีพยานสนับสนุน แต่ความปรารถนาบาปทุกอย่างที่อยู่ในจิตใจของท่าน อย่างเช่น ความเกลียดชัง ความริษยา ความอิจฉา ตัณหา การพิพากษาคนอื่น การกล่าวโทษ ความแล้งน้ำใจ และความคิดที่ไม่สัตย์ซื่อถือเป็นความชั่วและความบาปเช่นกัน

นั่นคือสาเหตุที่พระเจ้าตรัสกับเราว่า *"ฝ่ายเราบอกท่านทั้งหลายว่า ผู้ใดมองผู้หญิงเพื่อให้เกิดใจกำหนัดในหญิงนั้นผู้นั้นได้ล่วงประเวณีในใจกับหญิงนั้นแล้ว"* (มัทธิว 5:28) และ *"ผู้ใดที่เกลียดชังพี่น้องของตนผู้นั้นก็เป็นผู้ฆ่าคนและท่านทั้งหลายก็รู้แล้วว่าผู้ฆ่าคนนั้นไม่มีชีวิตนิรันดร์ดำรงอยู่ในเขาเลย"* (1 ยอห์น 3:15) นอกจากนั้น โรม 14:23 กล่าวว่า *"แต่ผู้ที่มีความสงสัยอยู่นั้นถ้าเขากินก็มีความผิดเพราะมิได้กินตามที่ตนเชื่อ ทั้งนี้เพราะการกระทำใด ๆ ที่มิได้เกิดจากความเชื่อมั่นก็เป็นบาปทั้งสิ้น"* และยากอบ 4:17 กล่าวไว้ว่า *"เหตุฉะนั้นผู้ใดรู้ว่าอะไรเป็นความดีและไม่ได้กระทำ คนนั้นจึงมีบาป"* ด้วยเหตุนี้ ท่านควรตระหนักว่าการที่ท่านไม่ทำในสิ่งที่พระเจ้าทรงต้องการและบัญชาไว้ถือเป็นความบาปและการประพฤติผิดธรรมบัญญัติ

อย่างไรก็ตาม มนุษย์ทุกคนจะตายถ้าเขาทำบาปเหล่านี้ใช่หรือไม่ ท่านต้องรู้ว่าการที่คนหนึ่งพูดโกหกก่อนการอธิษฐานและพยายามเป็นคนที่พูดความจริงนั้นเขาต้องดำเนินชีวิตในความเชื่อ แม้ว่าบางคนยังไม่ได้ละทิ้งความอสัตย์อธรรมในจิตใจทั้งสิ้นของตนเนื่องจากความเชื่อที่อ่อนแอของตน การที่จะบอกว่าคนเหล่านี้ไม่รอดเพราะบาปดังกล่าวของตนนั้นเป็นการพูดไม่จริง

1 ยอห์น 5:16-17 บอกเราว่า *"ถ้าผู้ใดเห็นพี่น้องของตนกระทำบาปอย่างหนึ่งอย่างใดที่ไม่นำไปสู่ความตาย ผู้นั้นจงทูลขอและพระองค์ก็จะทรงประทานชีวิตแก่ผู้ที่ได้กระทำบาปซึ่งไม่ได้นำไปสู่ความตาย บาปที่นำไปสู่ความตายก็มี ข้าพเจ้ามิได้ว่าให้อธิษฐานในเรื่องบาปอย่างนั้น การอธรรมทุกอย่างเป็นบาป แต่บาปที่ไม่ได้นำไปสู่ความตายก็มีอยู่"*

โดยทั่วไปมีการแบ่งความบาปออกเป็นสองกลุ่ม นั่นคือ บาปที่นำไปสู่ความตายและบาปที่ไม่นำไปสู่ความตาย คนที่ทำบาปซึ่งไม่นำไปสู่ความตายสามารถรอดได้ถ้าท่านหนุนใจคนเหล่านั้น อธิษฐานเผื่อเขา และช่วยเขาให้กลับใจจากบาปของตน แต่ถ้าคนนั้นทำบาปที่นำไปสู่ความตาย เขาก็ไม่รอดแม้ว่าท่านจะอธิษฐานเผื่อเขาก็ตาม

ความเชื่อและชีวิตนิรันดร์ที่แท้จริง   181

บางครั้งผู้คนที่เราถือว่าเป็นคนสัตย์ซื่อก็พูดโกหกเพื่อประโยชน์ของตน หรือทำสิ่งที่หลอกลวงถึงแม้การกระทำเหล่านั้นไม่ได้ทำความเสียหายให้คนอื่นก็ตาม ท่านยอมรับว่าท่านเป็นคนบาปเมื่อได้พบความจริง ถึงแม้ท่านคิดว่าท่านจำเป็นต้องดำเนินชีวิตอย่างชอบธรรมก่อนที่มาเชื่อในพระเจ้า พระเจ้าไม่เพียงแต่สำแดงให้ท่านเห็นเฉพาะความบาปของท่านที่ปรากฏเห็นได้เท่านั้น แต่ทรงสำแดงให้ท่านเห็นถึงความคิดชั่วร้ายในจิตใจของท่านด้วย ซึ่งสิ่งเหล่านี้ล้วนเป็นความบาปทั้งสิ้น การกระทำผิดทุกอย่างเป็นความบาปและค่าจ้างของความบาปคือความตาย อย่างไรก็ตาม พระเยซูคริสต์ได้ทรงอภัยโทษความผิดบาปทั้งสิ้นของท่านแล้วทั้งในอดีต ปัจจุบัน และอนาคตด้วยการหลั่งพระโลหิตของพระองค์บนไม้กางเขน มีความบาปต่าง ๆ ที่พระเจ้าทรงอภัยโทษให้ได้ด้วยพระโลหิตของพระเยซูเมื่อท่านกลับใจและหันกลับจากความบาปเหล่านั้น ความบาปเหล่านี้คือความบาปที่ไม่นำไปสู่ความตาย

ถ้าท่านไม่กลับใจแต่กลับทำบาปเรื่อยไปอย่างต่อเนื่อง จิตสำนึกของท่านก็จะแข็งกระด้าง ในที่สุดท่านก็ไม่สามารถรับเอาวิญญาณของการกลับใจใหม่ได้ถ้าท่านทำบาปที่นำไปสู่ความตาย ดังนั้น ความบาปของท่านจึงไม่อาจยกโทษให้ได้แม้ท่านพยายามจะกลับใจก็ตาม

ตอนนี้ ขอให้เราพิจารณาถึงความบาปทั้งสามประเภทที่นำไปสู่ความตาย ได้แก่ การหมิ่นประมาทพระวิญญาณ การทำให้พระบุตรของพระเจ้าเสื่อมเสียพระเกียรติในที่สาธารณะซ้ำอีก และการจงใจทำบาปอย่างต่อเนื่อง

การหมิ่นประมาทพระวิญญาณบริสุทธิ์

มีอยู่สามสิ่งที่ถือเป็นการหมิ่นประมาทพระวิญญาณบริสุทธิ์ ท่านหมิ่นประมาทพระวิญญาณบริสุทธิ์เมื่อท่านพูดต่อต้านพระวิญญาณบริสุทธิ์ ท่านหมิ่นประมาทพระวิญญาณบริสุทธิ์เมื่อท่านต่อสู้การทำงานของพระวิญญาณบริสุทธิ์ และท่านหมิ่นประมาทพระวิญญาณบริสุทธิ์เมื่อท่านลดพระเกียรติของพระวิญญาณบริสุทธิ์

เพราะฉะนั้นเราบอกท่านทั้งหลายว่าความผิดบาปและคำหมิ่นประมาททุกอย่างจะโปรดยกให้มนุษย์ได้ เว้นแต่คำหมิ่นประมาทพระวิญญาณบริสุทธิ์จะทรงโปรดยกให้มนุษย์ไม่ได้ ผู้ใดจะกล่าวร้ายบุตรมนุษย์จะโปรด

> ยกให้ผู้นั้นได้ แต่ผู้ใดจะกล่าวร้ายพระวิญญาณบริสุทธิ์จะทรงโปรดยกให้ผู้นั้นไม่ได้ ทั้งยุคนี้ยุคหน้า *(มัทธิว 12:31-32)*

> ผู้ใดจะกล่าวร้ายบุตรมนุษย์จะทรงโปรดยกโทษให้ผู้นั้นได้ แต่ถ้าผู้ใดจะกล่าวหมิ่นประมาทต่อพระวิญญาณบริสุทธิ์จะทรงโปรดยกโทษให้ผู้นั้นไม่ได้ *(ลูกา 12:10)*

ประการแรก "การพูดต่อต้านคนอื่น" เป็นการใส่ร้ายคนเหล่านั้นและเป็นการขัดขวางการทำงานของคนเหล่านั้น **"การพูดต่อต้านพระวิญญาณบริสุทธิ์"** คือความพยายามที่จะกีดขวางความสำเร็จของแผ่นดินพระเจ้าด้วยการขัดขวางการทำงานของพระวิญญาณบริสุทธิ์บนพื้นฐานของการตัดสินใจและความคิดของตนเอง ยกตัวอย่างเช่น ท่านพูดต่อต้านพระวิญญาณบริสุทธิ์เมื่อท่านต่อต้านงานของพระเจ้าที่ไม่สอดคล้องกับความคิดของท่านเองแม้จะเป็นงานของพระวิญญาณบริสุทธิ์ก็ตาม

ถ้าท่านกล่าวโทษผู้รับใช้ของพระเจ้าว่าเป็นผู้สอนเท็จซึ่งในความเป็นจริงไม่เป็นเช่นนั้นและขัดขวางการทำงานของพระวิญญาณบริสุทธิ์ การทำเช่นนี้ถือเป็นบาปที่น่ากลัวมากต่อพระพักตร์พระเจ้าจนไม่อาจยกโทษให้ได้ ด้วยเหตุนี้ ท่านต้องสามารถแยกแยะระหว่างวิญญาณต่าง ๆ ตามความจริง

แน่นอน ท่านต้องตักเตือนผู้คนอย่างจริงจังและต้องไม่อนุญาตให้มีพฤติกรรมเช่นนั้นถ้าเขาพยายามจะทำให้คนอื่นรับเอาวิญญาณชั่วหรือถ้าคนเหล่านั้นเป็นผู้สอนเท็จต่อพระพักตร์ของพระเจ้า ทิตัส 3:10 กล่าวว่า *"คนใด ๆ ที่ยุให้แตกนิกายกันเมื่อได้ตักเตือนเขาหนหนึ่งหรือสองหนแล้วก็จงอย่าเกี่ยวข้องกับเขาเลย"*

ในปัจจุบัน หลายคนกล่าวโทษคริสตจักรบางแห่งว่าเป็นลัทธิเทียมเท็จหรือข่มเหงคริสตจักรเหล่านั้นด้วยวิธีการต่าง ๆ ทั้งที่คริสตจักรเหล่านี้ยอมรับพระเจ้าตรีเอกานุภาพและได้รับการสนับสนุนจากพระวิญญาณบริสุทธิ์ เนื่องจากเขาไม่สามารถแยกแยะระหว่างวิญญาณต่าง ๆ ได้ เขาอ้างว่าตนเองเชื่อในพระเจ้าแต่ก็ไม่มีความรู้อย่างเพียงพอในเรื่องลัทธิเทียมเท็จ บางครั้งคนเหล่านั้นก็ไม่รู้ว่าอะไรคือคำนิยามของลัทธิเทียมเท็จ

ในกรณีที่มีการข่มเหงคนอื่นเนื่องจากการขาดความรู้ที่ถูกต้อง ถ้าคนเหล่านั้นกลับใจและหันหลังกลับเขาก็สามารถรับการอภัยโทษได้ แต่ถ้าเขารบกวนงานของ

พระเจ้าด้วยเจตนาที่ชั่วร้ายและด้วยความอิจฉาแม้จะรู้ว่าสิ่งนั้นเป็นงานของพระวิญญาณบริสุทธิ์ก็ตามคนที่ทำเช่นนี้ก็ไม่อาจยกโทษให้ได้

ท่านสามารถพบตัวอย่างของเรื่องนี้ในพระคัมภีร์ ในมาระโกบทที่ 3 เมื่อพระเยซูทำการอัศจรรย์และหมายสำคัญ ผู้คนที่อิจฉาพระองค์ปล่อยข่าวลือว่าพระองค์ทรงเสียสติ ข่าวลือแพร่สะพัดออกไปอย่างกว้างขวางมากจนคนในครอบครัวของพระองค์ซึ่งอาศัยอยู่ที่ห่างไกลต้องมานำตัวพระองค์ออกไปจากสถานที่แห่งนั้น

ครูสอนธรรมบัญญัติและพวกฟาริสีวิพากษ์วิจารณ์พระเยซูว่า *"ผู้นี้มีผีเบเอลเซบูลเข้าและที่เขาขับผีออกได้ก็เพราะใช้อำนาจนายผีนั้น"* (มาระโก 3:22) คนเหล่านี้มีความรู้อย่างทะลุปรุโปร่งในพระคำของพระเจ้า เขารู้จักธรรมบัญญัติเป็นอย่างดีและสอนธรรมบัญญัติแก่ผู้คน แต่ถึงกระนั้นเขาก็ยังต่อต้านการทำงานของพระเจ้าเนื่องจากความอิจฉาริษยาที่มีต่อพระเยซู

ประการที่สอง *"การต่อสู้การทำงานของพระวิญญาณบริสุทธิ์"* เป็นการท้าทายพระสุรเสียงของพระวิญญาณบริสุทธิ์ที่พระเจ้าทรงประทานให้หรือการตัดสินและการกล่าวโทษการทำงานของพระวิญญาณบริสุทธิ์และพยายามทำร้ายคนอื่น

ยกตัวอย่าง ท่านพูดต่อต้านพระวิญญาณบริสุทธิ์เมื่อท่านแพร่ข่าวลือหรือสร้างหลักฐานเท็จหรือกล่าวโทษศิษยาภิบาลหรือคริสตจักรว่าเป็น "ลัทธิเทียมเท็จ" ที่มีการสำแดงถึงการทำงานของพระวิญญาณบริสุทธิ์เพื่อจะก่อกวนการประชุมฟื้นฟูหรือการประชุมนมัสการ

ถ้าเช่นนั้นประโยคที่ว่า "ผู้ใดจะกล่าวร้ายบุตรมนุษย์จะโปรดยกให้ผู้นั้นได้" หมายถึงอะไร "บุตรมนุษย์" ในข้อนี้หมายถึงพระเยซูที่เสด็จมาเป็นมนุษย์ก่อนที่พระองค์จะถูกตรึงบนไม้กางเขน

การพูดต่อต้านบุตรมนุษย์หมายถึงการไม่เชื่อฟังพระเยซูโดยรู้และยอมรับว่าพระองค์เป็นเพียงบุคคลคนหนึ่งเพราะพระองค์เสด็จมาเป็นมนุษย์ การไม่ตระหนักว่าพระเยซูเป็นพระผู้ช่วยให้รอดเป็นผลจากการขาดความรู้ ในกรณีนี้ ท่านจะได้รับการยกโทษและจะรอดได้ก็ต่อเมื่อท่านกลับใจอย่างแท้จริงและยอมรับเอาองค์พระผู้เป็นเจ้า

ด้วยเหตุนี้ ถ้าท่านทำบาปประเภทนี้โดยไม่รู้ความจริงหรือก่อนที่ท่านได้รับพระวิญญาณบริสุทธิ์ พระเจ้าจะทรงให้โอกาสแก่ท่านกลับใจและได้รับการยกโทษซ้ำแล้วซ้ำอีก

อย่างไรก็ตาม ถ้าท่านไม่เชื่อฟังและต่อสู้องค์พระผู้เป็นเจ้าในขณะที่ท่านรู้อย่างแน่นอนว่าพระเยซูคริสต์คือใคร ท่านต้องตระหนักว่าท่านจะไม่มีวันได้รับการยกโทษในเรื่องนี้เพราะการกระทำเช่นนั้นเป็นเหมือนการพูดต่อต้านพระวิญญาณบริสุทธิ์และขัดขวางการทำงานของพระวิญญาณบริสุทธิ์

ประการที่สาม การหมิ่นประมาทยังหมายถึงการลดเกียรติสิ่งต่าง ๆ ที่เป็นของพระเจ้าซึ่งสะอาดบริสุทธิ์ การหมิ่นประมาทพระวิญญาณบริสุทธิ์ยังหมายถึง***การลดพระเกียรติพระวิญญาณบริสุทธิ์***ซึ่งเป็นพระวิญญาณของพระเจ้า และทรงเป็นพระเจ้า ท่านทำบาปในการลดพระเกียรติฤทธิ์อำนาจของพระเจ้าและความเป็นพระเจ้าของพระองค์ถ้าท่านกล่าวร้ายการทำงานของพระวิญญาณบริสุทธิ์โดยพูดว่าสิ่งเหล่านั้นเป็นงานของซาตาน หรือถ้าท่านยืนกรานว่าบางสิ่งบางอย่างเป็นงานของพระวิญญาณบริสุทธิ์ในเมื่อสิ่งนั้นไม่ใช่ นอกจากนั้น การเทศนาเรื่องความจริงว่าเป็นสิ่งที่ไม่จริง การอ้างถึงสิ่งที่ไม่จริงว่าเป็นความจริง และการประณามสิ่งที่จริงว่าเป็นสิ่งที่เทียมเท็จ การกระทำเช่นนี้ถือเป็น "การหมิ่นประมาทพระวิญญาณบริสุทธิ์" ทั้งสิ้น

ในสมัยโบราณ ถ้าบุคคลหนึ่งถูกจับฐานหมิ่นพระบรมเดชานุภาพของกษัตริย์ด้วยคำพูดหรือการกระทำ การกระทำเช่นนั้นถือเป็นการกบฏและบุคคลนั้นต้องรับโทษถึงตาย

ถ้าท่านหมิ่นประมาทพระวิญญาณบริสุทธิ์ของพระเจ้าผู้ทรงมีฤทธานุภาพสูงสุดและไม่มีกษัตริย์องค์ใดของโลกจะเปรียบเทียบได้ ท่านจะไม่มีวันได้รับการยกโทษ

แม้แต่พระเยซูผู้ทรงเป็นพระเจ้าและเสด็จมารับสภาพเป็นมนุษย์ในโลกนี้ก็ไม่เคยกล่าวโทษผู้ใดเลย ถ้าท่านยังคงกล่าวโทษพี่น้องชายหญิง และยิ่งกว่านั้นท่านยังลดพระเกียรติการทำงานของพระวิญญาณบริสุทธิ์ ท่านกำลังทำบาปที่น่าสะพรึงกลัวมากทีเดียว ถ้าท่านมีความยำเกรงและเกรงกลัวพระเจ้า ท่านจะไม่มีวันต่อสู้ขัดขวาง หรือลดพระเกียรติพระวิญญาณบริสุทธิ์

ด้วยเหตุนี้ ท่านต้องตระหนักว่าความบาปเหล่านี้ไม่อาจยกโทษให้ได้ทั้งใน ยุคนี้หรือในยุคที่จะมาถึงและท่านไม่ควรทำบาปเหล่านี้เลย ถึงแม้ท่านได้ทำบาป เหล่านี้มาก่อน ท่านควรแสวงหาพระคุณของพระเจ้าและกลับใจอย่างแท้จริง

การทำให้พระบุตรของพระเจ้าเสื่อมเสียพระเกียรติในที่สาธารณะ

การตรึงพระบุตรของพระเจ้าซ้ำอีกและการทำให้พระองค์เสื่อมเสียพระเกียรติ ในที่สาธารณะจะนำท่านไปสู่ความตาย เหมือนที่บรรยายไว้ในฮีบรู 6:4-6 ว่า..

> *เพราะว่าคนเหล่านั้นที่ได้รับความสว่างมาครั้งหนึ่งแล้วและได้รู้รสของ ประทานจากสวรรค์ได้มีส่วนในพระวิญญาณบริสุทธิ์ และได้ชิมความดีงาม แห่งพระวจนะของพระเจ้าและฤทธิ์เดชแห่งยุคที่จะมาถึงนั้น ถ้าเขาเหล่านั้น ได้ชิมแล้วหลงไป ก็เหลือวิสัยที่จะนำเขามาสู่การกลับใจอีกได้เพราะตัวเขา เองได้ตรึงพระบุตรของพระเจ้าเสียแล้วและทำให้พระองค์รับการดูหมิ่น เยาะเย้ย*

บางคนละทิ้งคริสตจักรและพระเจ้าเนื่องจากการทดลองของโลกนี้และลด พระเกียรติของพระเจ้าแม้ว่าเขาเคยได้รับพระวิญญาณบริสุทธิ์ รู้ว่ามีนรกและ สวรรค์ และเชื่อในพระคำแห่งความจริง เราบอกว่าคนเหล่านี้ทำบาปด้วยการตรึง พระบุตรของพระเจ้าซ้ำอีกและทำให้พระบุตรของพระเจ้าเสื่อมเสียพระเกียรติในที่ สาธารณะ บุคคลประเภทนี้ไม่เพียงแต่ทำบาปหลายอย่างที่ซาตานควบคุม แต่เขายัง ปฏิเสธพระเจ้า ยังข่มเหงและลบหลู่คริสตจักรและผู้เชื่อด้วยเช่นกัน

คนเหล่านี้ได้มอบจิตสำนึกของตนให้กับซาตานดังนั้นจิตใจของเขาจึงเต็มไป ด้วยความมืด

ด้วยเหตุนี้ คนเหล่านี้จึงไม่ต้องการกลับใจใหม่และวิญญาณของการกลับใจ ใหม่ไม่ได้อยู่ในเขาเลย คนเหล่านี้ไม่มีโอกาสกลับใจใหม่ ดังนั้น เขาจึงไม่มีวันได้ รับการยกโทษ

ยูดาสอิสคาริโอททำบาปนี้ เขาเคยเป็นสาวกหนึ่งในสิบสองคนของพระเยซู เขา เคยเห็นหมายสำคัญและการอัศจรรย์แต่เขาเกิดความโลภและขายพระเยซูด้วยเงิน เพียงสามสิบเหรียญ ต่อมาจิตสำนึกของเขาได้รับความเสียหายและเต็มไปด้วยความ

เคียดแค้นแต่วิญญาณแห่งการกลับใจใหม่ไม่ได้อยู่ในยูดาส ความบาปของเขาไม่อาจยกโทษให้ได้และในที่สุดยูดาสฆ่าตัวตายเนื่องจากเขาทุกข์ระทมกับความรู้สึกของตน (มัทธิว 27:3-5)

การจงใจทำบาปอย่างต่อเนื่อง

ความบาปอย่างสุดท้ายที่นำไปสู่ความตายคือการจงใจทำบาปอย่างต่อเนื่องหลังจากที่ท่านได้รับความรู้เกี่ยวกับความจริง

> *เมื่อเราได้รับความรู้เรื่องความจริงแล้ว แต่เรายังขืนทำผิดอีก เครื่องบูชาลบบาปนั้นก็จะไม่มีเหลืออยู่เลย แต่จะมีความหวาดกลัวในการรอคอยการพิพากษาโทษและไฟอันร้ายแรง ซึ่งจะเผาผลาญบรรดาคนที่เป็นปฏิปักษ์ต่อพระเจ้า (ฮีบรู 10:26-27)*

"การจงใจทำบาปอย่างต่อเนื่องหลังจากที่ท่านได้รับความรู้เกี่ยวกับความจริง" หมายถึงการทำในสิ่งที่ไม่ถูกต้องตามกฎเกณฑ์ที่พระเจ้าไม่ยกโทษซ้ำอีก นอกจากนั้น ยังหมายความถึงการทำบาปอย่างต่อเนื่องทั้งที่รู้ว่าสิ่งนั้นเป็นความบาปเหมือนกับ "พฤติกรรมที่ได้เกิดกับเขาตามสุภาษิตซึ่งเป็นความจริงที่ว่า 'สุนัขเลียกินสิ่งที่มันสำรอกออกมา' และสุกรที่คนล้างมันให้สะอาดแล้วกลับลุยลงไปนอนในปลักอีก" (2 เปโตร 2:22)

ในด้านหนึ่ง เมื่อดาวิดผู้ที่รักพระเจ้าอย่างมากทำการล่วงประเวณี ความบาปนั้นเป็นบ่อเกิดของความบาปอีกหลายอย่างและนำท่านไปเป็นฆาตกรฆ่าทหารที่จงรักภักดีที่สุดของท่านคนหนึ่ง แต่เมื่อผู้เผยพระวจนะนาธันชี้ให้ท่านเห็นถึงความบาปนั้น กษัตริย์ดาวิดก็กลับใจในทันที

ในอีกด้านหนึ่ง กษัตริย์ซาอูลทำบาปอย่างต่อเนื่องแม้หลังจากที่ผู้เผยพระวจนะซามูเอลชี้ให้ท่านเห็นบาปของตน ดาวิดกลับใจใหม่และได้รับพระพรของพระเจ้าในขณะที่ซาอูลถูกพระเจ้าทอดทิ้งเนื่องจากท่านไม่กลับใจและยังคงทำบาปอย่างต่อเนื่อง

นอกจากนั้น บาลาอัมเป็นผู้เผยพระวจนะที่มีสิทธิอำนาจในการอวยพรและการแช่งสาป แต่เมื่อท่านประนีประนอมกับโลกเพื่อให้ตนมีชื่อเสียงและทรัพย์

สมบัติ ท่านจึงจบลงด้วยความทุกข์ทรมาน

ในด้านหนึ่ง พระวิญญาณบริสุทธิ์ที่อยู่ในจิตใจของผู้ที่ทำบาปอย่างจงใจจะเลือนหายไปเนื่องจากพระเจ้าทรงหันหลังให้คนเหล่านั้น จากนั้นเขาก็สูญเสียความเชื่อของตนและทำสิ่งที่ชั่วร้ายและประพฤติผิดภายใต้การควบคุมของผีมารซาตาน ในที่สุด พระวิญญาณบริสุทธิ์ที่อยู่ในคนเหล่านี้จะหายไปอย่างสิ้นเชิง และเขาไม่สามารถรอดได้เนื่องจากเขาไม่กลับใจใหม่และชื่อของเขาจะถูกลบออกจากหนังสือแห่งชีวิต (วิวรณ์ 3:5)

ในอีกด้านหนึ่ง มีคนมากมายที่ทำบาปอย่างต่อเนื่องเพราะเขารู้จักพระเจ้าด้วยความรู้ของตนเพียงอย่างเดียว แต่ในจิตใจของเขาไม่ได้เชื่อในพระองค์ ความบาปของคนเหล่านี้ยกโทษให้ได้และสามารถนำมาสู่หนทางแห่งความรอดได้เมื่อเขากลับใจอย่างสุดหัวใจและมีความเชื่อที่แท้จริง

ด้วยเหตุนี้ ท่านควรรู้ว่าท่านจะไม่รอดเมื่อท่านทำความผิดบาปอย่างจงใจแม้ครั้งหนึ่งท่านได้รับความสว่าง เชื่อว่ามีนรกและสวรรค์ และมีประสบการณ์กับพระคุณของพระเจ้าอย่างบริบูรณ์

ข้าพเจ้าหวังเช่นกันว่าท่านจะเข้าใจอย่างชัดเจนว่าความบาปทุกอย่างเป็นสิ่งที่ผิดธรรมบัญญัติและเป็นความมืด พระเจ้าทรงเกลียดชังความบาปเหล่านี้แม้ว่าความบาปบางอย่างอาจไม่ได้นำไปสู่ความตายก็ตาม ขอให้ท่านเป็นผู้เชื่อที่เฉลียวฉลาดซึ่งจะไม่ยอมทำความผิดบาปประเภทใดเลย

3. เนื้อและโลหิตของพระบุตรของพระเจ้า

เพื่อให้ร่างกายมีสุขภาพแข็งแรงสมบูรณ์ท่านต้องบริโภคอาหารและเครื่องดื่มที่เหมาะสม ในทำนองเดียวกัน เพื่อรักษาวิญญาณของท่านให้มีสุขภาพแข็งแรงสมบูรณ์และมีชีวิตนิรันดร์ท่านต้องกินเนื้อและดื่มโลหิตของบุตรมนุษย์

ตอนนี้ท่านกำลังจะเรียนรู้ว่าเนื้อและโลหิตของบุตรมนุษย์คืออะไรและทำไมท่านจึงต้องกินเนื้อและดื่มโลหิตของพระองค์เพื่อให้มีชีวิตนิรันดร์จากยอห์น 6:53-55

พระเยซูจึงตรัสกับเขาว่า "เราบอกความจริงแก่ท่านทั้งหลายว่าถ้าท่านไม่กินเนื้อและไม่ดื่มโลหิตของบุตรมนุษย์ ท่านก็ไม่มีชีวิตในตัวท่าน ผู้ที่กินเนื้อ

และดื่มโลหิตของเราก็มีชีวิตนิรันดร์และเราจะให้ผู้นั้นฟื้นขึ้นมาในวันสุดท้าย เพราะว่าเนื้อของเราเป็นอาหารแท้และโลหิตของเราก็เป็นของดื่มแท้”

เนื้อและโลหิตของบุตรมนุษย์คืออะไร

พระเยซูตรัสกับท่านเกี่ยวกับเคล็ดลับของสวรรค์และพระประสงค์ของพระเจ้าด้วยคำอุปมามากมาย สำหรับผู้คนที่อาศัยอยู่ในโลกสามมิติแห่งนี้ก็ยากมากที่จะเข้าใจและรู้ถึงน้ำพระทัยของพระเจ้าผู้ทรงสถิตอยู่ในและเหนือโลกสี่มิติ ดังนั้นพระเยซูจึงเปรียบเทียบสิ่งที่เกี่ยวข้องกับสวรรค์ด้วยสิ่งที่ไม่มีชีวิต พืช สัตว์ และชีวิตในโลกนี้เพื่อช่วยให้เราเข้าใจพระประสงค์ของพระเจ้าดียิ่งขึ้น

นั่นคือสาเหตุที่มีการเปรียบเทียบพระเยซูพระบุตรองค์เดียวของพระเจ้ากับสิ่งที่ไร้มิติอย่างศิลาและดวงดาว สิ่งที่มีมิติเดียวอย่างเถาองุ่น สิ่งที่มีสองมิติอย่างแกะและสิ่งที่มีสามมิติอย่างบุตรมนุษย์

พระเยซูถูกเรียกว่าบุตรมนุษย์ดังเนื้อของบุตรมนุษย์คือเนื้อของพระเยซู

ยอห์น 1:1 บอกเราว่า “ในปฐมกาลพระวาทะดำรงอยู่และพระวาทะทรงสถิตอยู่กับพระเจ้าและพระวาทะทรงเป็นพระเจ้า” ยอห์น 1:14 ให้ข้อสังเกตว่า “พระวาทะได้ทรงบังเกิดเป็นมนุษย์และทรงอยู่ท่ามกลางเรา บริบูรณ์ด้วยพระคุณและความจริง เราทั้งหลายได้เห็นพระสิริของพระองค์คือพระสิริอันสมกับพระบุตรองค์เดียวของพระบิดา”

พระเยซูคือผู้ที่เสด็จมาในโลกนี้ในสภาพของเนื้อหนังในฐานะพระวาทะของพระเจ้า ด้วยเหตุนี้ เนื้อของบุตรมนุษย์คือพระวจนะซึ่งเป็นความจริงและการกินเนื้อของบุตรมนุษย์คือการเรียนรู้พระคำของพระเจ้าในพระคัมภีร์

เราจะกินเนื้อของบุตรมนุษย์อย่างไร

ในอพยพ 12:5 เป็นต้นไปบรรยายถึงพระเยซูว่าเป็น “ลูกแกะ”

ลูกแกะของเจ้าต้องปราศจากตำหนิ เป็นตัวผู้อายุไม่เกินหนึ่งขวบ เจ้าจงเอามาจากฝูงแกะหรือฝูงแพะ เจ้าเก็บไว้ให้ดีถึงวันที่สิบสี่เดือนนี้แล้วในเย็นวันนั้นให้ที่ประชุมของคนอิสราเอลทั้งหมดฆ่าลูกแกะของเขาแล้วเอาเลือดทาที่

ไม้วงกบประตูทั้งสองข้างและไม้ข้างบน ณ เรือนที่เขาเลี้ยงกันนั้นด้วย

โดยทั่วไปผู้เชื่อจำนวนมากคิดว่าลูกแกะหมายเล็งถึงผู้เชื่อใหม่ แต่เมื่อท่านศึกษาพระคัมภีร์อย่างถี่ถ้วนท่านจะพบว่าลูกแกะเป็นสัญลักษณ์ของพระเยซู เมื่อมองดูพระเยซูที่กำลังเสด็จมาหาท่านยอห์นผู้ให้บัพติศมากล่าวไว้ในยอห์น 1:29 ว่า "วันรุ่งขึ้นยอห์นเห็นพระเยซูกำลังเสด็จมาทางท่าน ท่านจึงกล่าวว่า 'จงดูพระเมษโปดกของพระเจ้าผู้ทรงรับความผิดบาปของโลกไปเสีย'" และอัครทูตกล่าวถึงพระเยซูในฐานะลูกแกะใน 1 เปโตร 1:18-19 ว่า "ท่านรู้ว่าพระองค์ได้ทรงไถ่ท่านทั้งหลายออกจากการประพฤติอันหาสาระมิได้ซึ่งท่านได้รับต่อจากบรรพบุรุษของท่าน มิใช่ไถ่ไว้ด้วยสิ่งที่เสื่อมสลายได้เช่นเงินและทอง แต่ทรงไถ่ด้วยพระโลหิตประเสริฐของพระคริสต์ ดังเลือดลูกแกะที่ปราศจากตำหนิหรือจุดด่าง" นอกจากนั้น ยังมีการพูดเปรียบเทียบพระเยซูกับลูกแกะไว้ในพระคัมภีร์อีกมากมาย

เพราะเหตุพระคัมภีร์จึงเปรียบเทียบพระเยซูกับลูกแกะ แกะเป็นสัตว์ที่อ่อนโยนและเชื่อฟังที่สุดในบรรดาสัตว์เลี้ยงทั้งหลาย แกะจำเสียงของผู้เลี้ยงได้และเชื่อฟังผู้เลี้ยง ไม่มีใครสามารถหลอกแกะได้ถึงแม้ผู้คนจะพยายามเลียนแบบเสียงของผู้เลี้ยงก็ตาม แกะให้ขนสีขาวและนุ่มนวล ให้น้ำนม ให้เนื้อ และให้อวัยวะส่วนอื่น ๆ กับคน

แกะให้ทุกสิ่งทุกอย่างเพื่อถวายเป็นเครื่องบูชาสำหรับมนุษย์ฉันใด พระเยซูทรงเชื่อฟังพระประสงค์ของพระเจ้าอย่างสมบูรณ์และทรงถวายทุกสิ่งทุกอย่างเป็นเครื่องบูชาเพื่อเราด้วยฉันนั้น

พระเยซูทรงเสด็จเข้ามาในโลกนี้ในสภาพของเนื้อหนังแม้พระองค์ทรงเป็นพระเจ้า ทรงประกาศพระกิตติคุณเกี่ยวกับสวรรค์ ทรงรักษาโรคภัยไข้เจ็บนานาชนิด และทรงถูกตรึง พระเยซูทรงสละทุกสิ่งเพื่อไถ่ท่านจากความผิดบาป

พระคัมภีร์เปรียบเทียบพระเยซูกับลูกแกะเพราะว่าพระลักษณะและการกระทำของพระองค์คล้ายคลึงกับลูกแกะที่อ่อนโยน การกินเนื้อแกะเป็นสัญลักษณ์ของการกินเนื้อพระเยซูซึ่งเป็นเนื้อของบุตรมนุษย์

ถ้าเช่นนั้นท่านจะกินเนื้อของบุตรมนุษย์ได้อย่างไร ในอพยพ 12:9-10 ให้คำแนะนำไว้ดังต่อไปนี้

เนื้อที่ยังดิบหรือเนื้อต้มอย่ากินเลย แต่จงปิ้งทั้งหัวและขาและเครื่องในด้วย จงกินให้หมดอย่าให้มีเศษเหลือจนถึงเวลาเช้า เศษเหลือถึงเวลาเช้าก็ให้เผาเสีย

ประการแรก ท่านไม่ควรกินพระคำของพระเจ้าอย่างดิบ ๆ

การกินเนื้อบุตรมนุษย์ "อย่างดิบ ๆ" หมายถึงอะไร

โดยทั่วไปการกินเนื้อดิบเป็นสิ่งที่ไม่ดี ถ้าท่านกินเนื้อดิบท่านอาจได้รับเชื้อไวรัสหรือแบคทีเรียและอาจเจ็บป่วย ในทำนองเดียวกัน พระเจ้าทรงบอกท่านไม่ให้กินพระคำของพระองค์อย่างดิบ ๆ เพราะจะเป็นอันตรายกับท่าน

พระคำของพระเจ้าเขียนขึ้น โดยการดลใจของพระวิญญาณบริสุทธิ์ดังนั้นท่านต้องอ่านพระคำและทำให้พระคำเป็นอาหารของท่านโดยการดลใจของพระวิญญาณบริสุทธิ์

จะเกิดอะไรขึ้นถ้าท่านตีความพระคำแบบตามตัวอักษร บางทีท่านอาจเข้าใจเจตนารมณ์ของพระเจ้าผิด ด้วยเหตุนี้ การกิน "พระคำของพระเจ้าอย่างดิบ ๆ" จึงหมายถึงการตีความพระคัมภีร์แบบตามตัวอักษร

ตามที่ยอห์น 1:1 กล่าวว่า "พระวาทะทรงเป็นพระเจ้า" พระคัมภีร์บรรจุเอาพระทัยของพระเจ้า พระประสงค์ของพระองค์ และสิ่งต่าง ๆ ที่สำเร็จตามพระคำของพระเจ้าเอาไว้

พระคำของพระเจ้าบอกให้เราทราบว่าเราจะไปสวรรค์ได้อย่างไร ท่านต้องเข้าใจพระคำของพระเจ้าอย่างครบถ้วนเพื่อจะได้ชีวิตนิรันดร์ ในทางกลับกัน มนุษย์ฝ่ายเนื้อหนังไม่สามารถมอง เห็นหรือเข้าใจโลกฝ่ายวิญญาณได้

เหมือนจักจั่นที่ไม่รู้ว่ามีท้องฟ้าในขณะที่ยังเป็นตัวหนอนอยู่ในดิน เหมือนลูกไก่ที่ไม่รู้จักโลกภายนอกในขณะที่ยังอยู่ในเปลือกไข่ เหมือนเด็กทารกที่ไม่รู้เรื่องโลกนี้ในขณะที่ยังอยู่ในครรภ์มารดา

เช่นเดียวกัน ตราบใดที่ท่านอยู่ในโลกฝ่ายเนื้อหนังท่านก็ไม่รู้อะไรเลยเกี่ยวกับโลกฝ่ายวิญญาณ

พระเจ้ากำลังตรัสกับท่านว่ายังมีอีกโลกหนึ่งที่อยู่เหนือโลกสามมิติใบนี้ ลูกไก่ต้องเจาะเปลือกไข่ของตนให้แตกออกฉันใด ท่านจำเป็นต้องทำลายความคิดฝ่ายเนื้อหนังของท่านเพื่อจะเข้าใจและเข้าสู่โลกฝ่ายวิญญาณด้วยฉันนั้น

ยกตัวอย่าง มัทธิว 6:6 กล่าวว่า *"ฝ่ายท่านเมื่ออธิษฐานจงเข้าในห้องชั้นใน และเมื่อปิดประตูแล้วจงอธิษฐานต่อพระบิดาของท่านผู้ทรงสถิตในที่ลี้ลับและพระบิดาของท่านผู้ทรงเห็นในที่ลี้ลับจะทรงโปรดประทานบำเหน็จแก่ท่าน"* ถ้าท่านตีความพระคัมภีร์ข้อนี้แบบตามตัวอักษร ท่านก็อาจจำเป็นต้องอธิษฐานในห้องอยู่ตลอดเวลา อย่างไรก็ตาม ไม่มีบรรพบุรุษแห่งความเชื่อคนใดที่อธิษฐานอยู่ในห้องที่ลี้ลับของตน

พระเยซูไม่ได้อธิษฐานในห้องส่วนตัวของพระองค์แต่ทรงใช้เวลาตลอดทั้งคืนอธิษฐานบนภูเขา (ลูกา 6:12) และในสถานที่เปลี่ยวในเวลาเช้าตรู่ (มาระโก 1:35)

นอกจากนั้น ดาเนียลอธิษฐานวันละสามครั้งพร้อมกับเปิดหน้าต่างหันหน้าไปทางกรุงเยรูซาเล็ม (ดาเนียล 6:10) และอัครทูตเปาโลอธิษฐานบนหลังคาบ้าน (กิจการ 10:9)

ถ้าเช่น เมื่อพระเยซูตรัสว่า "จงเข้าในห้องชั้นใน และเมื่อปิดประตูแล้วจงอธิษฐาน" นั้นพระองค์หมายถึงอะไร

คำว่า "ห้อง" ในที่นี้ในฝ่ายวิญญาณเป็นสัญลักษณ์ของจิตใจของบุคคล ดังนั้นการเข้าไปในห้องชั้นในจึงหมายความว่าการผ่านเลยความคิดของท่านและการเข้าไปสู่ส่วนลึกภายในจิตใจของท่านเหมือนที่ท่านต้องผ่านห้องนั่งเล่นหรือห้องนอนเพื่อเข้าไปสู่ห้องชั้นใน เมื่อนั้นเองท่านจึงจะสามารถอธิษฐานด้วยจิตใจของท่านได้

เมื่อท่านเข้าไปในห้องชั้นในท่านแยกออกจากโลกภายนอก เช่นเดียวกัน เมื่อท่านอธิษฐานท่านจำเป็นต้องกันความคิดที่ไม่จำเป็นต่าง ๆ ความวิตกกังวล และความห่วงใยของท่านออกไปและอธิษฐานด้วยสุดจิตสุดใจของท่าน

ด้วยเหตุนี้ ท่านต้องไม่กินเนื้อของบุตรมนุษย์อย่างดิบ ๆ ท่านไม่ควรตีความพระคำของพระเจ้าแบบตามตัวอักษร กล่าวคือ ท่านควรตีความพระคำของพระเจ้าในแง่วิญญาณจิตด้วยการดลใจของพระวิญญาณบริสุทธิ์

ประการที่สอง อย่ากินพระคำของพระเจ้าที่ต้มด้วยน้ำ

คำว่า "เนื้อต้มอย่ากินเลย" หมายถึงอะไร หมายความว่าเราต้องไม่เพิ่มสิ่งหนึ่งสิ่งใดเข้าไปในพระคำของพระเจ้า แต่จงกินพระคำของพระเจ้าโดยปราศจากสิ่งเจือปน

การเทศนาพระคำของพระเจ้าผสมผสานกับการเมือง เรื่องราวของสังคม หรือ

ข้อคิดคำคมของบุคคลที่ได้รับการยกย่องทางประวัติศาสตร์เป็นสิ่งไม่ถูกต้อง

พระเจ้าผู้ทรงสร้างฟ้าสวรรค์และแผ่นดินโลกและทรงควบคุมชีวิตและความตาย พระพรและคำแช่งสาปของมนุษย์เอาไว้ พระองค์ทรงมีฤทธานุภาพสูงสุดและไม่ขาดแคลนสิ่งใด

1 โครินธ์ 1:25 กล่าวว่า *"เพราะความเขลาของพระเจ้ายังมีปัญญายิ่งกว่าปัญญาของมนุษย์ และความอ่อนแอของพระเจ้าก็ยังเข้มแข็งยิ่งกว่ากำลังของมนุษย์"* พระคัมภีร์ข้อนี้ทำให้ท่านรู้ว่าแม้แต่บุคคลที่ฉลาดและประเสริฐที่สุดก็ยังไม่อาจเทียบกับพระเจ้าได้

ท่านไม่สามารถเทศนาทุกสิ่งทุกอย่างที่กล่าวไว้ในพระคัมภีร์ตลอดชีวิตของท่าน ถ้าเช่นนั้น ท่านกล้าดีอย่างไรที่จะผสมคำพูดของมนุษย์และถ้อยคำของพระเจ้าเข้าด้วยกันเมื่อเทศนาพระคำของพระเจ้า

คำพูดของมนุษย์เปลี่ยนแปลงไปตามกาลเวลา แม้จะมีความจริงอยู่บ้างในถ้อยคำเหล่านั้นแต่ความจริงดังกล่าวมีบันทึกอยู่แล้วในพระคัมภีร์ ซึ่งเป็นความจริงที่กล่าวโดยพระปัญญาของพระเจ้า

ด้วยเหตุนี้ ความสำคัญอันดับแรกของท่านในการสอนพระคัมภีร์คือการสอนพระคำของพระเจ้าโดยตรง แน่นอน ท่านสามารถยกตัวอย่างหรือคำอุปมาเพื่อทำให้ผู้คนเข้าใจพระคำของพระเจ้าและความลี้ลับของโลกฝ่ายวิญญาณได้ง่ายขึ้น

ท่านควรตระหนักว่าพระคำของพระเจ้าเท่านั้นที่เป็นความจริงอันถาวร สมบูรณ์แบบ และครบถ้วนซึ่งจะนำท่านไปสู่ชีวิตนิรันดร์ ดังนั้น ท่านจึงไม่ควรกินพระคำของพระเจ้าที่ต้มด้วยน้ำ

ประการที่สาม จงกินพระคำของพระเจ้าที่ปิ้งด้วยไฟ

วลีที่ว่า "จงปิ้งทั้งหัวและขาและเครื่องในด้วย" หมายถึงอะไร วลีนี้หมายความว่าท่านควรทำให้พระคำของพระเจ้า (เนื้อของบุตรมนุษย์) เป็นอาหารฝ่ายวิญญาณของท่านทั้งหมดโดยไม่หลงเหลือสิ่งใดไว้

ยกตัวอย่าง บางคนสงสัยข้อเท็จจริงที่ว่าโมเสสเดินข้ามทะเลแดง บางคนไม่ยอมอ่านหนังสือเลวีนิติเพราะการถวายเครื่องบูชาในพระคัมภีร์เดิมเป็นสิ่งที่ยากต่อ

ความเชื่อและชีวิตนิรันดร์ที่แท้จริง 193

การทำความเข้าใจ คนอื่นบอกว่าการอัศจรรย์ที่พระเยซูทรงกระทำเป็นสิ่งที่เชื่อได้ยากและคิดว่าการอัศจรรย์เหล่านั้นเกิดขึ้นได้เฉพาะเมื่อสองพันปีที่แล้วเท่านั้น คนเหล่านี้โยนหลายสิ่งหลายอย่างที่ไม่ตรงกับความคิดของมนุษย์ทิ้งไปและพยายามดึงเอาเฉพาะบทเรียนสอนใจเพียงอย่างเดียว

คนเหล่านี้ไม่สนใจที่จะจดจำคำว่า "จงรักศัตรูของท่าน" หรือ "จงหลีกหนีจากความชั่วทั้งมวล" ด้วยซ้ำไปเพราะดูเหมือนว่าคำเหล่านี้ยากที่จะเชื่อฟัง เป็นไปได้หรือไม่ที่คนเหล่านี้จะรอด

ด้วยเหตุนี้ ท่านไม่ควรเลือกเอาเฉพาะส่วนที่ท่านต้องการจากพระคัมภีร์เหมือนคนโง่เขลา ท่านควรกินพระคำทั้งหมดในพระคัมภีร์โดยปิ้งด้วยไฟตั้งแต่ปฐมกาลไปจนถึงวิวรณ์

ถ้าเช่นนั้น การกินพระคำของพระเจ้าด้วยการ "ปิ้งด้วยไฟ" หมายถึงอะไร ไฟในที่นี้หมายถึงไฟของพระวิญญาณบริสุทธิ์ ท่านควรเต็มล้นและรับการดลใจจากพระวิญญาณบริสุทธิ์เมื่อท่านอ่านและฟังพระคำของพระเจ้าเนื่องจากพระคำของพระเจ้าเขียนขึ้นด้วยการดลใจของพระวิญญาณบริสุทธิ์ ไม่เช่นนั้นพระคำของพระเจ้าก็จะเป็นเพียงความรู้ ไม่ใช่อาหารฝ่ายวิญญาณ

เพื่อจะกินพระคำของพระเจ้าที่ปิ้งด้วยไฟท่านจำเป็นต้องอธิษฐานอย่างร้อนรน การอธิษฐานทำหน้าที่เหมือนน้ำมันซึ่งเป็นแหล่งของการเต็มล้นด้วยพระวิญญาณบริสุทธิ์ ถ้าท่านกินพระคำของพระเจ้าด้วยการดลใจของพระวิญญาณบริสุทธิ์ พระคำนี้หวานยิ่งกว่าน้ำผึ้ง ท่านจะไม่มีวันเบื่อพระคำของพระเจ้าแม้คำเทศนาจะยาว เพราะพระคำของพระเจ้าน่าปรารถนาและท่านรักที่จะฟังพระคำของพระเจ้าเหมือนดังกวางที่กระหายน้ำซึ่งกำลังมองหาธารน้ำ

นี่คือวิธีการกินพระคำของพระเจ้าที่ปิ้งด้วยไฟ ท่านจะเข้าใจพระคำด้วยวิธีการนี้เท่านั้น จงทำให้พระคำของพระเจ้าเป็นเนื้อและโลหิตฝ่ายวิญญาณของท่าน ท่านต้องรู้และทำตามพระประสงค์ของพระเจ้า นี่คือวิธีการให้กำเนิดวิญญาณด้วยพระวิญญาณบริสุทธิ์เพื่อการเติบโตในความเชื่อของท่าน และรื้อฟื้นพระฉายาของพระเจ้าที่หายไปให้กลับมาด้วยการค้นหาหน้าที่ทั้งปวงของมนุษย์

อย่างไรก็ตาม ผู้คนที่กินพระคำของพระเจ้าด้วยความคิดของตนโดยไม่ปิ้งพระคำด้วยไฟจะรู้สึกว่าพระคำของพระเจ้าเป็นสิ่งที่น่าเบื่อหน่าย และคนเหล่านี้ไม่สามารถจดจำพระคำได้เพราะเขาฟังพระคำด้วยความคิดของตนเองด้านเดียวเขาจึงไม่สามารถเติบโตฝ่ายวิญญาณหรือมีชีวิต นิรันดร์ที่แท้จริงได้

ประการที่สี่ อย่าเหลือพระคำของพระเจ้าไว้จนถึงเวลาเช้า

วลีที่ว่า "อย่าให้มีเศษเหลือจนถึงเวลาเช้า เศษเหลือถึงเวลาเช้าก็ให้เผาเสีย" หมายถึงอะไร

วลีนี้หมายความว่าท่านควรกินเนื้อบุตรมนุษย์ซึ่งเป็นพระคำของพระเจ้าในช่วงกลางคืน โลกที่ท่านอาศัยอยู่ในขณะนี้เป็นโลกแห่งความมืดที่ผีมารซาตานควบคุมอยู่และในแง่ฝ่ายวิญญาณเราสามารถเรียกโลกใบนี้ว่ากลางคืนหรือเวลากลางคืน เมื่อองค์พระผู้เป็นเจ้าของเราเสด็จกลับมาอีกครั้งหนึ่ง ความมืดมิดทั้งสิ้นจะอันตรธานไปและสิ่งสารพัดจะได้รับการรื้อฟื้น ช่วงเวลานั้นจะเป็นยามรุ่งอรุณเป็นโลกแห่งความสว่าง

ด้วยเหตุนี้ วลีที่ว่า "อย่าให้มีเศษเหลือจนถึงเวลาเช้า" จึงหมายความว่าท่านต้องเรียนรู้พระคำของพระเจ้าเพื่อเตรียมตัวท่านเองให้พร้อมในฐานะเจ้าสาวขององค์พระผู้เป็นเจ้าก่อนที่พระองค์จะเสด็จมา

นอกจากนั้น ไม่ว่าการเสด็จกลับมาขององค์พระผู้เป็นเจ้าจะใกล้เข้ามาหรือไม่ก็ตาม ท่านก็มีชีวิตอยู่เพียง 70 หรือ 80 ปี และท่านไม่รู้ว่าจะพบกับองค์พระผู้เป็นเจ้าเมื่อใด จนกว่าจะได้พบกับองค์พระผู้เป็นเจ้า ท่านต้องเติบโตขึ้นในฝ่ายวิญญาณจนถึงระดับที่ท่านกินเนื้อและดื่มโลหิตของบุตรมนุษย์ ดังนั้น ท่านควรเรียนรู้พระคำของพระเจ้าอย่างขยันขันแข็งและเติบโตขึ้นในฝ่ายวิญญาณ

ถ้าท่านมีความเชื่อของพระบิดาด้วยการเพิ่มพูนการเจริญเติบโตแห่งวิญญาณจิตของท่าน ท่านก็จะได้รับสง่าราศีเหมือนดวงอาทิตย์ที่ส่องเจิดจ้าใกล้กับพระที่นั่งของพระเจ้าในแผ่นดินของพระองค์เพราะท่านรู้ว่าพระเจ้าคือผู้ใดนับตั้งแต่ปฐมกาล ท่านจะทำให้เกิดผลของพระวิญญาณบริสุทธิ์ทั้งเก้าชนิดและความสุขทั้งห้าอย่างและท่านจะเป็นเหมือนพระฉายาของพระเจ้า

การดื่มโลหิตของบุตรมนุษย์

เพื่อให้ดำรงชีวิตอยู่ได้ท่านต้องกินอาหารและดื่มน้ำ ถ้าไม่ดื่มน้ำอาหารที่กินเข้าไปจะไม่ย่อยและท่านจะเสียชีวิต เมื่ออาหารเข้าไปในท้องและผสมกับน้ำจะทำให้การเกิดการย่อยสลาย สารอาหารจะถูกดูดซึมไปใช้ และของเสียจะถูกขับออกมา

ในทำนองเดียวกัน เมื่อท่านกินเนื้อของบุตรมนุษย์และท่านไม่ดื่มโลหิตของบุตรมนุษย์เข้าไปอาหารที่กินเข้าไปก็ไม่สามารถย่อยได้ ด้วยเหตุนี้ ท่านจะมีชีวิตนิรันดร์ได้ก็ต่อเมื่อท่านกินเนื้อของบุตรมนุษย์พร้อมกับดื่มโลหิตของบุตรมนุษย์ "การดื่มโลหิตของบุตรมนุษย์" คือการนำเอาพระคำของพระเจ้าไปปฏิบัติด้วยความเชื่อ หลังจากท่านฟังพระคำของพระเจ้าแล้ว สิ่งสำคัญอย่างยิ่งคือท่านต้องปฏิบัติตามพระคำนั้น และนี่คือความเชื่อ ถ้าท่านไม่ปฏิบัติตามพระคำของพระเจ้าหลังจากที่ท่านรับฟังและรู้พระคำนั้น การรับฟังพระคำดังกล่าวก็ถือว่าไร้ประโยชน์ สารอาหารถูกดูดซึมและของเสียถูกขับออกมาในระบบย่อยอาหาร พระคำของพระเจ้าซึ่งเป็นความจริงได้รับการดูดซึมและความเท็จถูกขับออกมาเมื่อท่านปฏิบัติตามพระคำของพระเจ้าเพื่อชำระจิตใจที่สกปรกของท่าน

ถ้าเช่นนั้น อะไรคือ "ความจริงที่ถูกดูดซึม" และ "ความเท็จที่ถูกขับออกไป" สมมติว่าท่านฟังพระคำของพระเจ้าที่ว่า "อย่าเกลียดชัง แต่จงรักซึ่งกันและกัน" ถ้าท่านทำให้พระคำนี้เป็นอาหารของท่านและปฏิบัติตามพระคำนั้น สารอาหารที่เรียกว่าความรักจะถูกดูดซึมเข้าไปและของเสียที่เรียกความเกลียดชังจะถูกขับออกมา จิตใจของท่านจะสะอาดมากขึ้นและเต็มไปด้วยความจริงมากยิ่งขึ้นจากการขับความคิดที่สกปรกและโสโครกออกมา

ปฏิบัติตามพระคำของพระเจ้าหลังจากที่รับฟังพระคำนั้น

อย่างไรก็ตาม ถ้าท่านไม่ปฏิบัติตามพระคำของพระเจ้าท่านก็ไม่ได้ดื่มโลหิตของบุตรมนุษย์ ด้วยเหตุนี้ พระคำของพระเจ้าจึงไม่เป็นเพียงความรู้ในสมองและท่านไม่สามารถรอดได้ถ้าท่านไม่ปฏิบัติตามพระคำนั้น

การดื่มโลหิตของบุตรมนุษย์ (ซึ่งเป็นการปฏิบัติตามพระคำของพระเจ้า) ไม่อาจกระทำได้โดยความพยายามของมนุษย์เพียงลำพัง ท่านต้องมีความตั้งใจและความพยายามที่จะปฏิบัติตามพระคำของพระเจ้า และจากนั้นรับเอาพระคุณ ฤทธิ์อำนาจ และความช่วยเหลือของพระวิญญาณบริสุทธิ์ด้วยการอธิษฐานอย่างร้อนรน

ถ้าท่านสามารถกำจัดความผิดบาปด้วยความพยายามของท่านเองพระเยซูก็คงไม่จำเป็นต้องถูกตรึงและพระเจ้าก็คงไม่จำเป็นต้องส่งพระวิญญาณบริสุทธิ์ลงมา

พระเยซูคริสต์ถูกตรึงเพื่อยกโทษความผิดบาปของท่านเพราะท่านไม่สามารถแก้ปัญหาเรื่องความบาปของท่านเองได้ และพระเจ้าได้ส่งพระวิญญาณบริสุทธิ์ลงมาเพื่อช่วยเปลี่ยนจิตใจที่สกปรกของท่านให้เป็นจิตใจที่สะอาดบริสุทธิ์

พระวิญญาณบริสุทธิ์ซึ่งเป็นพระวิญญาณของพระเจ้าจะช่วยบุตรของพระเจ้าให้ดำเนินชีวิตในความจริงและความชอบธรรม ด้วยเหตุนี้ บุตรของพระเจ้าจึงควรดำเนินชีวิตตามพระคำของพระเจ้าด้วยการกำจัดความผิดบาปและรับเอาความรักและพระพรของพระองค์ ด้วยความช่วยเหลือของพระวิญญาณบริสุทธิ์

4. การยกโทษโดยการเดินในความสว่างเท่านั้น

การที่ท่านกินเนื้อและดื่มโลหิตของบุตรมนุษย์หมายความว่าท่านประพฤติตัวอยู่ในความสว่างตามพระคำของพระเจ้า ถ้าเช่นนั้น การประพฤติชนิดใดบ้างที่ข้อความนี้อ้างอิงถึง ท่านต้องประพฤติในความสว่าง ท่านออกจากความมืดและประพฤติอยู่ในความสว่างเมื่อท่านกินเนื้อของบุตรมนุษย์ย่อยพระคำนั้น และทำให้จิตใจของท่านถูกต้อง เมื่อท่านประพฤติอยู่ในความสว่างพระโลหิตขององค์พระผู้เป็นเจ้าจะชำระความผิดบาปของท่านในอดีต ปัจจุบัน และอนาคต

ถึงแม้ความบาปของท่านยังไม่ถูกกำจัดออกไป แต่เมื่อท่านกลับใจอย่างแท้จริงต่อเบื้องพระพักตร์พระเจ้า ความบาปของท่านก็สามารถรับการอภัยโทษได้ด้วยพระคุณของพระเจ้า ผู้ที่เชื่อในพระเจ้าอย่างแท้จริงและเพียรพยายามให้บรรลุถึงความชอบธรรมในจิตใจของตนไม่ใช่คนบาปอีกต่อไปแต่เขาเป็นคนชอบธรรม และคนเหล่านี้สามารถรอดและมีชีวิตนิรันดร์ได้

พระเจ้าทรงเป็นความสว่าง

1 ยอห์น 1:5 กล่าวว่า *"นี่เป็นข้อความที่เราได้ยินจากพระองค์และบอกแก่ท่านทั้งหลายคือว่าพระเจ้าเป็นความสว่างและความมืดในพระองค์ไม่มีเลย"*
อัครทูตยอห์นที่เขียน 1 ยอห์นได้รับการสั่งสอนโดยตรงจากพระเยซูผู้เสด็จมาในโลกนี้และทรงเป็นความสว่างให้กับโลกนี้และเป็นหนทางไปสู่พระเจ้า

ดังนั้น ยอห์น 1:4-5 จึงกล่าวถึงพระเยซูว่า "พระองค์ทรงเป็นแหล่งชีวิตและชีวิตนั้นเป็นความสว่างของมนุษย์ ความสว่างส่องเข้ามาในความมืดและความมืดหาได้

ชนะความสว่างไม่" พระเยซูทรงประกาศด้วยพระองค์เองว่า "เราเป็นทางนั้น เป็นความจริง และเป็นชีวิต ไม่มีผู้ใดมาถึงพระบิดาได้นอกจากจะมาทางเรา" (ยอห์น 14:6)

ด้วยเหตุนี้ สาวกของพระเยซูจึงเป็นพยานถึงข้อเท็จจริงที่ว่า "พระเจ้าทรงเป็นความสว่าง" โดยทางพระเยซู และข่าวสารที่คนเหล่านั้นประกาศกับท่านก็คือ "พระเจ้าทรงเป็นความสว่าง"

ในแง่วิญญาณจิตความสว่างหมายถึงความจริง

ถ้าเช่นนั้น "ความสว่าง" คืออะไร ในแง่ฝ่ายวิญญาณความสว่างหมายถึงความจริงและความจริงอยู่ตรงกันข้ามกับความมืด

พระเจ้าทรงบอกเราในเอเฟซัส 5:8 ว่า "เพราะว่าเมื่อก่อนท่านเป็นความมืด แต่บัดนี้ท่านเป็นความสว่างแล้วในองค์พระผู้เป็นเจ้า จงดำเนินชีวิตอย่างลูกของความสว่าง" ผู้คนที่รับฟังข่าวสารที่ว่า "พระเจ้าทรงเป็นความสว่าง" และเรียนรู้ความจริงจากพระเจ้าก็สามารถส่องสว่างในโลกนี้เหมือนกับที่ความสว่างขับไล่ความมืดให้หมดไป

ลูกแห่งความสว่างที่ปฏิบัติตามความจริงจะเกิดผลแห่งความสว่าง นั่นคือเหตุผลที่เอเฟซัส 5:9 กล่าวไว้ว่า "ด้วยว่าผลของความสว่างนั้นคือความดีทุกอย่างและความชอบธรรมทั้งมวลและความจริงทั้งสิ้น" ความรักฝ่ายวิญญาณที่บรรยายไว้ใน 1 โครินธ์ 13 และผลของพระวิญญาณบริสุทธิ์อย่างเช่น ความรัก ความปลาบปลื้มใจ สันติสุข ความอดกลั้นใจ ความปรานี ความดี ความสัตย์ซื่อ ความสุภาพอ่อนน้อม และการรู้จักบังคับตนล้วนเป็นผลของความสว่างทั้งสิ้น

ด้วยเหตุนี้ ความสว่างหมายถึงถ้อยคำแห่งความจริงทั้งสิ้นในเรื่องความดี ความชอบธรรม และความรัก อย่างเช่น "จงรักซึ่งกันและกัน จงอธิษฐาน จงรักษาวันสะบาโต จงรักษาธรรมบัญญัติ" ที่พระเจ้าทรงบอกท่านในพระคัมภีร์

ในแง่วิญญาณจิตความมืดหมายถึงความบาป

ความมืดหมายถึงสภาพที่ปราศจากความสว่าง และในแง่วิญญาณจิตความมืดหมายถึงความบาป

สิ่งที่เป็นความเท็จทุกอย่างซึ่งอยู่ตรงกันข้ามกับความจริงคือสิ่งที่บันทึกไว้ใน

โรม 1:28-29 ที่ว่า *"และเพราะเขาไม่เห็นสมควรที่จะรู้จักพระเจ้า พระองค์จึงทรงปล่อยให้เขามีใจชั่วและประพฤติสิ่งที่ไม่เหมาะสม พวกเขาเต็มไปด้วยสรรพการอธรรม ความชั่วร้าย ความโลภ ความมุ่งร้าย ความอิจฉาริษยา การฆ่าฟัน การวิวาท การล่อลวง การคิดร้าย พูดนินทา"* สิ่งเหล่านี้ล้วนเป็นความมืดทั้งสิ้น

พระคัมภีร์บอกท่านให้กำจัดสิ่งสารพัดที่เป็นของความมืด อย่างเช่น การลักขโมย การฆ่าคน การล่วงประเวณี และความชั่วร้ายทุกชนิด

ในด้านหนึ่ง บางคนอ้างว่าตนเป็นบุตรของพระเจ้าแม้คนเหล่านี้ไม่ได้เชื่อฟังสิ่งที่พระเจ้าทรงบอกให้เขาทำหรือรักษา แต่เขากลับทำในสิ่งที่พระเจ้าทรงห้ามไม่ให้ทำหรือทำสิ่งที่พระเจ้าทรงสั่งให้ละทิ้ง ความมืดนี้ถูกควบคุมโดยผีมารซาตานและความมืดดังกล่าวเป็นของโลกนี้ ดังนั้นความมืดนี้จึงไม่สามารถอยู่ร่วมกับความสว่างได้ นี่คือสาเหตุที่ผู้คนซึ่งประพฤติตัวในความมืดจึงเกลียดชังความสว่างและดำเนินชีวิตห่างจากความสว่าง

ในอีกด้านหนึ่ง บุตรที่แท้จริงของพระเจ้า(ผู้ซึ่งเป็นความสว่างและความมืดไม่ได้อยู่ในคนเหล่านี้เลย) ควรละทิ้งความมืดและประพฤติตัวอยู่ในความสว่าง เมื่อกระทำเช่นนั้นท่านจึงสามารถสื่อสารกับพระเจ้าได้ และทุกสิ่งทุกอย่างในชีวิตของท่านก็จะเป็นไปด้วยดี

หลักฐานของการมีสามัคคีธรรมกับพระเจ้า

โดยปกติมีความสามัคคีธรรมอย่างใกล้ชิดมากบนพื้นฐานของความรักระหว่างพ่อแม่กับลูกของตน ในทำนองเดียวกันสำหรับผู้ที่เชื่อในพระเยซูคริสต์ ที่จะมีสามัคคีธรรมกับพระเจ้าผู้ทรงเป็นพระบิดาแห่งวิญญาณจิตของท่าน (1 ยอห์น 1:3)

การสามัคคีธรรมในที่นี้ไม่ได้หมายถึงการที่คนหนึ่งรู้จักคนอื่นเท่านั้นแต่หมายถึงการที่คนทั้งสองคนรู้จักกันและกันเป็นอย่างดี ท่านไม่สามารถพูดว่าท่านมีสามัคคีธรรมกับประธานาธิบดีได้ถึงแม้ว่าท่านจะรู้ประธานาธิบดีเป็นอย่างดีก็ตาม การมีสามัคคีธรรมของท่านกับพระเจ้าก็เช่นเดียวกัน เพื่อจะมีสามัคคีธรรมที่แท้จริงกับพระเจ้าท่านควรรู้จักพระองค์ให้ดีพอ ๆ กับที่พระองค์ทรงรู้จักและจดจำท่าน

1 ยอห์น 1:6-7 กล่าวว่า *"ถ้าเราจะว่าเราร่วมสามัคคีธรรมกับพระองค์และยังดำเนินอยู่ในความมืด เราก็พูดมุสาและไม่ได้ดำเนินชีวิตตามความจริง แต่ถ้าเราดำเนินอยู่ในความสว่างเหมือนอย่างที่พระองค์ทรงสถิตในความสว่างเราก็ร่วม*

สามัคคีธรรมซึ่งกันและกันและพระโลหิตของพระเยซูคริสต์พระบุตรของพระองค์ก็ชำระเราทั้งหลายให้ปราศจากบาปทั้งสิ้น"

สิ่งนี้หมายความว่าท่านจะมีสามัคคีธรรมกับพระเจ้าได้ก็ต่อเมื่อท่านกำจัดความผิดบาปและประพฤติตัวในความสว่างเท่านั้น ถ้าท่านบอกว่าท่านมีสามัคคีธรรมกับพระเจ้าในขณะที่ท่านประพฤติตัวและดำเนินชีวิตอยู่ในความมืด นั่นเป็นการโกหก

การมีสามัคคีธรรมกับพระเจ้าหมายถึงการมีสามัคคีธรรมฝ่ายวิญญาณและความจริง ไม่ใช่เป็นการมีสามัคคีธรรมอย่างไม่ยำเกรงพระเจ้าซึ่งเป็นการรู้จักพระองค์ด้วยความรู้ในสมองเพียงอย่างเดียว ตัวท่านเองต้องเป็นความสว่างเพื่อจะมีสามัคคีธรรมกับพระเจ้าเพราะพระองค์ทรงเป็นความสว่าง พระวิญญาณบริสุทธิ์ซึ่งเป็นพระทัยของพระเจ้าทรงสอนท่านอย่างชัดเจนเรื่องพระประสงค์ของพระเจ้าจนถึงระดับที่ท่านดำรงอยู่ในความจริงเพื่อท่านจะสื่อสารได้ลึกซึ้งยิ่งขึ้นกับพระเจ้าเมื่อท่านอ่านพระคำของพระองค์และอธิษฐาน

ถ้าท่านเดินอยู่ในความมืด

ท่านกำลังพูดมุสาถ้าท่านอ้างว่าท่านมีสามัคคีธรรมกับพระเจ้าแต่กลับเดินอยู่ในความมืดด้วยการทำบาป สิ่งนี้ไม่ใช่การเดินอยู่ในความจริงและในที่สุดท่านจะเข้าไปสู่หนทางแห่งความตาย

ใน 1 ซามูเอล 2 บุตรชายเอลีผู้เป็นปุโรหิตประพฤติตนชั่วช้าและทำบาป เอลีควรลงโทษลูกชายของท่าน แต่ท่านกลับตักเตือนเขาเพียงว่า "ทำไมเจ้าจึงกระทำเช่นนั้น...อย่าทำเลย"

ในที่สุด พระพิโรธของพระเจ้าก็มาเหนือคนทั้งสอง บุตรสองคนของปุโรหิตเอลีเสียชีวิตในการทำสงครามและเอลีหงายหลังจากที่นั่งของท่านที่อยู่ข้างประตูคอของท่านหัก และท่านสิ้นชีวิต พระพิโรธของพระเจ้าลงมาเหนือลูกหลานของท่านด้วยเช่นกัน (1 ซามูเอล 2:27-36; 4:11-22)

ด้วยเหตุนี้ เอเฟซัส 5:11-13 จึงกล่าวไว้ว่า *"และอย่าเข้าส่วนกับกิจการของความมืดอันไร้ผล แต่จงเผยกิจการนั้นให้ปรากฏดีกว่า เพราะว่าแม้แต่จะพูดถึงการเหล่านั้นซึ่งพวกเขากระทำในที่ลับก็ยังเป็นที่น่าละอาย แต่เมื่อสิ่งสารพัดที่ได้แสดงเปิดเผยออกโดยความสว่าง สิ่งนั้นก็ปรากฏแจ้งเพราะว่าทุก ๆ สิ่งที่ปรากฏแจ้งก็คือความสว่าง"*

ถ้ามีบางคนอ้างว่าตนมีสามัคคีธรรมกับพระเจ้าแต่ไม่ได้เดินอยู่ในความสว่าง ท่านควรแนะนำบุคคลนั้นด้วยความรัก ถ้าเขายังไม่ยอมหันกลับมาเดินอยู่ในความสว่าง ท่านควรกล่าวตักเตือนเขาเพื่อนำเขาไปสู่ความสว่างและไม่เข้าไปสู่หนทางแห่งความตาย

การยกโทษด้วยการเดินอยู่ในความสว่าง

ในโลกนี้มีกฎหมายและเมื่อมีผู้ฝ่าฝืนกฎหมายก็จะถูกลงโทษตามขนาดของการกระทำ อย่างไรก็ตาม คนที่ฝ่าฝืนกฎหมายนั้นจะรู้สึกผิดในจิตสำนึกของตนเนื่องจากความเสียหายที่เขากระทำลงไปแม้ว่าเขาได้ชดใช้ในสิ่งที่ตนทำผิดและถูกลงโทษ

เช่นเดียวกัน ท่านยังคงมีธรรมชาติบาปในใจของท่านถึงแม้ท่านยอมรับเอาพระเยซูคริสต์ ได้รับการยกโทษบาป และได้รับการประกาศให้เป็นผู้ชอบธรรมแล้วก็ตาม ด้วยเหตุนี้ พระเจ้าทรงบัญชาให้ท่านเข้าสุหนัตในจิตใจเพื่อท่านจะไม่รู้สึกผิดในจิตสำนึกของตน

เหมือนที่เยเรมีย์ 4:4 กล่าวไว้ว่า "ดูก่อน คนยูดาห์และชาวกรุงเยรูซาเล็มเอ๋ย จงเอาตัวรับพิธีเข้าสุหนัตถวายแด่พระเจ้า จงตัดหนังปลายหัวใจของเจ้าเสีย เกรงว่าความกริ้วของเราจะพลุ่งออกไปอย่างไฟและเผาไหม้ไม่มีใครจะดับได้ เหตุด้วยความชั่วแห่งการกระทำทั้งหลายของเจ้า" การเข้าสุหนัตแห่งจิตใจหมายถึงการตัดหนังปลายหัวใจของท่านออก

การตัดหนังปลายหัวใจของท่านออกหมายถึงการทำตามสิ่งที่พระเจ้าบัญชาไว้ในพระคัมภีร์ อย่างเช่น "จง..." "อย่า..." "ให้รักษา..." หรือ "จงละทิ้ง..." ในแง่หนึ่งก็คือ สิ่งนี้หมายถึงการขับไล่ทุกสิ่งทุกอย่างที่ต่อสู้กับพระคำของพระเจ้า ซึ่งได้แก่ ความเท็จ ความชั่วร้าย ความอธรรม การผิดธรรมบัญญัติ และความมืดด้วยการชำระจิตใจของท่านให้สะอาดและเติมจิตใจของท่านให้เต็มด้วยความจริง

ด้วยเหตุนี้ ท่านต้องทำให้พระคำของพระเจ้าเป็นอาหารของท่าน ซึมซับเอาสารอาหารแห่งพระคำนั้นด้วยการประพฤติตามพระคำ และขับของเสียแห่งความชั่วร้ายและความเท็จที่เป็นของความมืดออกมา เมื่อท่านเข้าสุหนัตจิตใจของท่าน ท่านก็สามารถเติบโตขึ้นฝ่ายวิญญาณ

เมื่อท่านเป็นมนุษย์ฝ่ายวิญญาณและเต็มไปด้วยความจริงด้วยการขับของเสียที่เป็นความบาปและความชั่วร้ายออกมา ท่านก็จะมีสามัคคีธรรมกับพระเจ้า จากนั้นพระโลหิตของพระเยซูคริสต์จะสามารถชำระความผิดบาปของท่านเมื่อท่านมีสามัคคีธรรมนี้

ด้วยเหตุนี้ ท่านไม่ควรยอมรับเอาพระเยซูคริสต์และรับการประกาศให้เป็นผู้ชอบธรรมเพียงอย่างเดียว แต่ท่านควรเปลี่ยนแปลงไปสู่การเป็นคนชอบธรรมที่แท้จริงด้วยโดยการกินเนื้อ ดื่มโลหิตบุตรมนุษย์ และเข้าสุหนัตใจของท่าน

5. ความเชื่อพร้อมกับการกระทำคือความเชื่อที่แท้จริง

น่าแปลกใจที่เห็นว่ามีผู้คนมากมายไม่เข้าใจความหมายของความเชื่อที่แท้จริง บางคนพูดว่า "ทำไมคุณไม่ไปโบสถ์เล่า คุณยังสามารถรอดได้น่ะ"

ถ้าท่านฟังพระคำของพระเจ้าและรู้จักพระคำนั้น แต่ไม่ปฏิบัติตามพระคำ นั่นก็เป็นเพียงความเชื่อที่เป็นความรู้ในสมองของท่าน ไม่ใช่ความเชื่อที่แท้จริง การมีความเชื่อเช่นนี้ท่านไม่สามารถรอดได้ ความเชื่อที่พระเจ้ายอมรับมีลักษณะอย่างไร ท่านจะรอดโดยความเชื่อได้อย่างไร

การกลับใจที่แท้จริงต้องเป็นการหันหลังกลับจากความบาป

1 ยอห์น 1:8-9 กล่าวว่า "*ถ้าเราทั้งหลายจะว่าเราไม่มีบาปเราก็ลวงตนเองและสัจจะไม่ได้อยู่ในเราเลย ถ้าเราสารภาพบาปของเรา พระองค์ทรงสัตย์ซื่อและเที่ยงธรรมก็จะทรงโปรดยกบาปของเราและจะทรงชำระเราให้พ้นจากการอธรรมทั้งสิ้น*"

ถ้าเช่นนั้น การสารภาพของท่านหมายถึงอะไร

สมมติว่าพระเจ้าทรงบอกท่านว่า "การเดินทางไปยังทิศตะวันออกเป็นหนทางแห่งชีวิตนิรันดร์และเป็นพระประสงค์ของเรา ดังนั้น เจ้าจงเดินทางไปยังทิศตะวันออก" แต่ถ้าท่านก็ยังคงมุ่งหน้าไปทางด้านทิศตะวันตกอย่างไม่หยุดยั้งและพูดว่า "พระเจ้าข้าพระองค์ควรเดินทางไปยังทิศตะวันออก แต่ตอนนี้ข้าพระองค์กำลังมุ่ง

หน้าไปยังทิศตะวันตก ขอพระองค์ทรงยกโทษให้ข้าพระองค์ด้วยเถิด" นี่ไม่ใช่การ
สารภาพบาป ไม่ใช่เป็นการเชื่อในพระเจ้าหรือการยำเกรงพระองค์ แต่เป็นการเยาะ
เย้ยพระองค์ การกลับใจที่แท้จริงไม่ใช่เป็นการสารภาพความบาปของท่านด้วยริม
ฝีปากเพียงอย่างเดียวแต่ยังเป็นการหันหลังกลับจากความผิดบาปในการกระทำของ
ท่านอย่างสิ้นเชิง เมื่อท่านทำเช่นนั้นพระเจ้าจะยอมรับการสารภาพของท่านว่าเป็น
การกลับใจอย่างแท้จริงและยอมยกโทษให้ท่าน

ในทำนองเดียวกัน ท่านจะเสียชีวิตถ้าท่านไม่ยอมกินอาหารทั้งที่ท่านรู้ว่าท่าน
ต้องกินอาหารเพื่อรักษาชีวิตเอาไว้ ท่านจะไม่ได้รับการชำระโดยพระโลหิตขององค์
พระผู้เป็นเจ้าถ้าท่านเพียงแค่สารภาพบาปของท่านด้วยริมฝีปากและไม่ยอมหันหลัง
กลับจากความผิดบาปเหล่านั้น

ความเชื่อที่ปราศจากการประพฤติเป็นความเชื่อที่ตายแล้ว

ยากอบ 2:22 กล่าวไว้ว่า *"ท่านทั้งหลายก็เห็นแล้วว่าความเชื่อมีกำลังร่วม
กับการประพฤติตามของท่านและความเชื่อนั้นจะบริบูรณ์ด้วยการประพฤติ"* ข้อ 26
กล่าวต่อไปว่า *"เพราะกายที่ปราศจากจิตวิญญาณนั้นไร้ชีพแล้วฉันใด ความเชื่อที่
ปราศจากการประพฤติตามก็ไร้ผลฉันนั้น"*

หลายคนไปโบสถ์เพราะได้ยินว่ามีนรกและสวรรค์ แต่ถ้าเขาไม่เชื่อในข้อเท็จ
จริงเรื่องนี้ในจิตใจของตนอย่างแท้จริงความเชื่อของเขาจึงไม่มีการประพฤติควบคู่
มาด้วย

นี่เป็นเพียงความเชื่อที่เป็นความรู้และเป็นความเชื่อที่ตายแล้ว

นอกจากนั้น ถ้าท่านยอมรับด้วยริมฝีปากของท่านว่าท่านเชื่อในขณะที่ยังอยู่ใน
ความบาปท่านจะบอกว่าท่านมีความเชื่อได้อย่างไร พระคัมภีร์บอกท่านว่าความ
บาปที่กระทำด้วยความรู้เลวร้ายกว่าความบาปที่กระทำโดยไม่มีความรู้

เมื่อท่านยอมรับว่า "ข้าพเจ้าเชื่อ" โดยไม่มีการประพฤติท่านอาจคิดว่าท่านมี
ความเชื่อแต่พระเจ้าไม่ยอมรับสิ่งนี้ว่าเป็นความเชื่อที่แท้จริง

คนอิสราเอลที่ออกมาจากอียิปต์มีประสบการณ์กับการทำงานมากมายของ
พระเจ้า เช่น พระเจ้าทรงแยกทะเลออกจากกัน ทรงให้มานาและนกคุ่มแก่คน
เหล่านั้น และทรงปกป้องคนเขาด้วยเสาเมฆในเวลากลางวันและเสาเพลิงในเวลา
กลางคืน

อย่างไรก็ตาม เมื่อพระเจ้าทรงสั่งให้เขาส่งผู้สอดแนมเข้าไปในแผ่นดินคานาอัน กลับมีเพียงโยชูวาและคาเลบเท่านั้นที่เชื่อในพระคำและฤทธิ์อำนาจของพระเจ้า ผลลัพธ์ก็คือคนอิสราเอลที่ไม่เชื่อฟังพระเจ้าเนื่องจากเขาไม่มีความเชื่อมากพอที่จะเข้าสู่แผ่นดินคานาอันต้องทนทุกข์ทรมานอยู่ในถิ่นทุรกันดารเป็นเวลา 40 ปีและเสียชีวิตที่นั่น

ท่านต้องตระหนักว่าถ้าท่านไม่เชื่อหรือไม่ประพฤติตามพระคำของพระเจ้าก็เปล่าประโยชน์ถึงแม้ท่านได้เห็นและมีประสบการณ์กับการทำงานอย่างมากมายของพระเจ้าก็ตามเพราะความเชื่อบริบูรณ์ได้ด้วยการประพฤติ

คนที่ทำตามธรรมบัญญัติเท่านั้นที่เป็นผู้ชอบธรรม

พระเจ้าตรัสกับเราในโรม 2:13 ว่า *"เพราะว่าคนที่เพียงแต่ฟังธรรมบัญญัติเท่านั้นหาใช่ผู้ชอบธรรมในสายพระเนตรของพระเจ้าไม่ คนที่ประพฤติตามธรรมบัญญัติต่างหากที่พระเจ้าทรงถือว่าเป็นผู้ชอบธรรม"*

ท่านไม่ได้เป็นคนชอบธรรมด้วยการเข้าร่วมนมัสการและการฟังคำเทศนาเพียงอย่างเดียว ท่านเป็นผู้ชอบธรรมเมื่อจิตใจที่ไม่ถูกต้องของท่านเปลี่ยนแปลงไปสู่จิตใจที่ถูกต้องด้วยการทำตามพระคำของพระเจ้าเท่านั้น

บางคนบอกว่าท่านสามารถรอดได้ด้วยการเรียกพระเยซูคริสต์ว่า "องค์พระผู้เป็นเจ้า" ด้วยริมฝีปากของท่านซึ่งเป็นการเข้าใจโรม 10:13 ผิดที่ว่า *"เพราะว่าผู้ที่ร้องออกพระนามขององค์พระผู้เป็นเจ้าจะรอด"* การพูดเช่นนั้นเป็นความเข้าใจผิดอย่างสิ้นเชิง เหมือนที่อิสยาห์ 34:16 กล่าวไว้ว่า *"จงเสาะหาและอ่านจากหนังสือของพระเจ้า สัตว์เหล่านี้จะไม่ขาดไปสักอย่างเดียว ไม่มีตัวใดที่จะไม่มีคู่ เพราะพระโอษฐ์ของพระเจ้าได้บัญชาไว้แล้วและพระวิญญาณของพระองค์ได้รวบรวมไว้"* พระคำของพระเจ้ามีคู่และพระคำจะบริบูรณ์ได้ก็ต่อเมื่อมีการตีความพระคำด้วยคู่ดังกล่าว

โรม 10:9-10 กล่าวว่า *"คือว่าถ้าท่านจะรับด้วยปากของท่านว่าพระเยซูทรงเป็นองค์พระผู้เป็นเจ้าและเชื่อในจิตใจว่าพระเจ้าได้ทรงชุบพระองค์ให้เป็นขึ้นมาจากความตาย ท่านจะรอด ด้วยว่าความเชื่อด้วยใจก็นำไปสู่ความชอบธรรมและการยอมรับสัจจะของพระเจ้าด้วยปากก็นำไปสู่ความรอด"*

คนที่เชื่อในจิตใจอย่างแท้จริงว่าพระเยซูทรงเป็นขึ้นมาเท่านั้นที่สามารถทำให้การยอมรับด้วยริมฝีปากของตนเป็นการยอมรับที่แท้จริงเพราะคนเหล่านี้ดำเนินชีวิตตามพระคำของพระเจ้า คนเหล่านี้จะรอดเมื่อเขายอมรับด้วยความเชื่อที่แท้จริงและกลายเป็นคนชอบธรรม แต่ผู้ที่ไม่ได้ยอมรับด้วยความเชื่อแบบนี้ไม่สามารถรอดได้

นั่นคือสาเหตุที่พระเยซูตรัสไว้ในมัทธิว 13:49-50 ว่า *"ในเวลาสิ้นยุคก็จะเป็นอย่างนั้น พวกทูตสวรรค์จะออกมาแยกคนชั่วออกจากคนชอบธรรม แล้วจะทิ้งลงในเตาไฟอันลุกโพลง ที่นั่นจะมีการร้องไห้ขบเขี้ยวเคี้ยวฟัน"*

คำว่า "คนชอบธรรม" ในที่นี้หมายถึงผู้คนที่รู้จักพระเจ้าและมีความเชื่อ การ "แยกคนชั่วออกจากคนชอบธรรม" หมายความว่าผู้ที่ไม่ประพฤติตามพระคำของพระเจ้าไม่สามารถรอดได้แม้ว่าคนเหล่านั้นจะเข้าร่วมนมัสการในคริสตจักรและดำเนินชีวิตคริสเตียน

ที่จริงพระเจ้าทรงปรารถนาการเข้าสุหนัตในจิตใจ

พระเจ้าทรงต้องการให้บุตรของพระองค์บริสุทธิ์ นั่นคือสาเหตุที่พระองค์ตรัสกับเราใน 1 เปโตร 1:15 ว่า *"แต่เพราะพระองค์ผู้ทรงเรียกท่านทั้งหลายนั้นบริสุทธิ์ ท่านทั้งหลายจงประพฤติให้บริสุทธิ์พร้อมทุกประการ"* และในมัทธิว 5:48 ว่า *"เหตุฉะนี้ท่านทั้งหลายจงเป็นคนดีรอบคอบเหมือนอย่างพระบิดาของท่านผู้ทรงสถิตในสวรรค์เป็นผู้ดีรอบคอบ"*

ในสมัยพระคัมภีร์เดิมผู้คนรอดด้วยการประพฤติซึ่งเป็นการแสดงถึงสิ่งที่กำลังจะมาถึง แต่ในสมัยพระคัมภีร์ใหม่เมื่อพระเยซูคริสต์ทรงทำให้ธรรมบัญญัติสำเร็จด้วยความรัก ท่านจึงรอดด้วยความเชื่อ

"การรอดโดยการประพฤติแห่งธรรมบัญญัติ" หมายความว่าถึงแม้ท่านจะมีจิตใจสกปรกซึ่งเป็นเหตุให้ท่านฆ่าคน เกลียดชัง ล่วงประเวณี มุสา และกระทำการอื่น ๆ การมีจิตใจเช่นนี้ไม่ถือว่าเป็นความบาปเว้นแต่สิ่งนี้จะปรากฏออกมาเป็นการกระทำ

ในสมัยพระคัมภีร์เดิมพระเจ้าไม่ได้กล่าวโทษผู้คนเว้นแต่คนเหล่านั้นประพฤติผิดเพราะเขาไม่สามารถละทิ้งความบาปของตนได้โดยไม่มีพระวิญญาณบริสุทธิ์ แต่ในสมัยพระคัมภีร์ใหม่ท่านจะรอดได้ก็ต่อเมื่อท่านเข้าสุหนัตจิตใจของท่านด้วย

ความเชื่อโดยความช่วยเหลือของพระวิญญาณบริสุทธิ์เท่านั้น เพราะพระวิญญาณบริสุทธิ์ได้เสด็จมาหาท่าน พระองค์จะทำให้ท่านรู้ถึงความแตกต่างระหว่างความบาป ความชอบธรรม และการพิพากษา และทรงช่วยท่านให้สามารถดำเนินชีวิตตามพระคำของพระเจ้า ด้วยเหตุนี้ ท่านจึงสามารถละทิ้งความเท็จและเข้าสุหนัตจิตใจของท่านด้วยความช่วยเหลือของพระวิญญาณบริสุทธิ์

ท่านต้องตระหนักว่าที่จริงพระเจ้าทรงเรียกร้องให้ท่านเข้าสุหนัตจิตใจของท่าน กำจัดความบาป เป็นคนบริสุทธิ์ และมีส่วนร่วมในธรรมชาติของพระเจ้า อัครทูตเปาโลรู้ว่านี่เป็นพระประสงค์ของพระเจ้าและท่านสอนเรื่องการเข้าสุหนัตจิตใจไม่ใช่การเข้าสุหนัตที่เนื้อหนัง (โรม 2:28-29) ท่านอัครทูตแนะนำท่านให้ต่อสู้กับความบาปจนเลือดไหลโดยจดจ้องอยู่ที่พระเยซูผู้ทรงทำให้ความเชื่อของท่านสมบูรณ์ (ฮีบรู 12:1-4)

ข้าพเจ้าหวังว่าท่านจะมีความเชื่อที่แท้จริงซึ่งควบคู่มากับการประพฤติโดยรู้ว่าท่านไม่สามารถเข้าสู่สวรรค์ได้เพียงเพราะท่านร้องเรียกว่า "พระองค์เจ้าข้า พระองค์เจ้าข้า" แต่จะเข้าสู่สวรรค์ได้ด้วยการเดินอยู่ในความสว่างและการเข้าสุหนัตในจิตใจของท่านเท่านั้น

9
การบังเกิดจากน้ำและพระวิญญาณ

นิโคเดมัสมาหาพระเยซู

พระเยซูทรงช่วยนิโคเดมัสให้มีความเข้าใจฝ่ายวิญญาณ

เมื่อเกิดจากน้ำและพระวิญญาณ

พยานทั้งสาม: พระวิญญาณ น้ำ และพระโลหิต

ยอห์น 3:1-5

มีชายคนหนึ่งในพวกฟาริสีชื่อนิโคเดมัสเป็นขุนนางของพวกยิว ชายผู้นี้ได้มาหาพระเยซูในเวลากลางคืนทูลพระองค์ว่า "ท่านอาจารย์เจ้าข้า พวกข้าพเจ้าทราบอยู่ว่าท่านเป็นครูที่มาจากพระเจ้าเพราะไม่มีผู้ใดกระทำหมายสำคัญซึ่งท่านได้กระทำนั้นได้นอกจากว่าพระเจ้าทรงสถิตอยู่ด้วย" พระเยซูตรัสตอบเขาว่า "เราบอกความจริงแก่ท่านว่าถ้าผู้ใดไม่ได้บังเกิดใหม่ผู้นั้นจะเห็นแผ่นดินของพระเจ้าไม่ได้" นิโคเดมัสทูลพระองค์ว่า "คนชราแล้วจะบังเกิดใหม่อย่างไรได้จะเข้าในครรภ์มารดาครั้งที่สองและเกิดใหม่ได้หรือ" พระเยซูตรัสว่า "เราบอกความจริงแก่ท่านว่าถ้าผู้ใดไม่ได้บังเกิดใหม่จากน้ำและพระวิญญาณ ผู้นั้นจะเข้าในแผ่นดินของพระเจ้าไม่ได้"

พระเจ้าทรงส่งพระเยซูคริสต์พระบุตรองค์เดียวของพระองค์และทรงเปิดหนทางสำหรับความรอด ผู้ใดก็ตามที่ต้อนรับพระองค์จะได้รับสิทธิของการเป็นบุตรของพระเจ้าและชื่นชมกับชีวิตนิรันดร์แห่งพระพรทั้งในเวลานี้และในนิรันดร์กาล อย่างไรก็ตาม ในปัจจุบันท่านเห็นว่าผู้คนจำนวนมากไม่มีความมั่นใจเรื่องความรอดนี้แม้ว่าคนเหล่านั้นได้ต้อนรับพระเยซูคริสต์แล้วก็ตาม ยิ่งกว่านั้นบางคนอ้างว่าตนได้รับความรอดแล้วแต่ขาดความเชื่อที่จะทำให้รอด หรือมีบางคนอ้างว่าตนรอดแล้วเพราะครั้งหนึ่งเคยได้รับพระวิญญาณบริสุทธิ์แต่คนเหล่านี้กลับไม่สนใจต่อการประพฤติของตนหลังจากนั้น

ตอนนี้ เพื่อสรุปสาส์นจากกางเขน ขอให้เรามีความชัดเจนเกี่ยวกับวิธีที่จะไปถึงความรอดอย่างสมบูรณ์นับจากช่วงเวลาที่ท่านต้อนรับพระเยซูคริสต์ผ่านเรื่องราวของนิโคเดมัส

1. นิโคเดมัสมาหาพระเยซู

ในสมัยพระเยซูพวกฟาริสีให้ความเคารพนับถือธรรมบัญญัติของโมเสสอย่างสูงและคนเหล่านี้ยึดมั่นในธรรมเนียมปฏิบัติของผู้อาวุโสอย่างต่อเนื่อง คนเหล่านี้คือผู้นำศาสนาที่ถูกเลือกในท่ามกลางคนอิสราเอลที่เชื่อในความยิ่งใหญ่สูงสุดของพระเจ้า การเป็นขึ้นมา ทูตสวรรค์ การพิพากษาครั้งสุดท้าย และพระเมสสิยาห์ที่จะเสด็จมา

ถึงกระนั้น พระเยซูทรงตำหนิคนเหล่านี้ซ้ำแล้วซ้ำอีกว่า "วิบัติแก่เจ้าพวกฟาริสี" ในความเป็นคนหน้าซื่อใจคดพวกฟาริสีมักแสดงให้คนอื่นเห็นจากภายนอกว่าตนเป็นคนบริสุทธิ์แต่ภายในจิตใจของเขาเต็มไปด้วยความโลภและการทำตามใจตนเองเหมือนอุโมงค์ฝังศพที่ฉาบด้วยปูนขาว (มัทธิว 23:25-36)

นิโคเดมัสมีจิตใจดี

นิโคเดมัสเป็นหนึ่งในพวกฟาริสีที่เป็นสมาชิกแห่งสภาแซนเฮดรินซึ่งเป็นสภาการปกครองของชาวยิว อย่างไรก็ตาม ท่านไม่ได้ข่มเหงพระเยซูเหมือนกับฟาริสีคนอื่น ๆ ตรงกันข้าม ท่านเชื่อว่าพระเยซูมาจากพระเจ้าจากการที่ท่านได้เห็นการอัศจรรย์และหมายสำคัญที่พระองค์ทรงกระทำ นิโคเดมัสต้องการรู้ว่าพระเยซูคือใครเพราะท่านมีจิตใจดี

ในยอห์น 7:51 นิโคเดมัสซักถามพวกฟาริสีที่ต้องการจับตัวพระเยซูด้วยการแก้ต่างให้กับพระองค์ว่า *"กฎหมายของเราตัดสินคนใดโดยที่ยังไม่ได้ฟังเขาก่อนและรู้ว่าเขาได้ทำอะไรบ้างหรือ"*

ในฐานะสมาชิกของสภาแซนเฮดรินการพูดเช่นนั้นไม่ใช่สิ่งที่ทำได้ง่ายนักในเวลานั้น แม้แต่ในปัจจุบันถ้ารัฐบาลคว่ำบาตรหรือออกกฎหมายห้ามคริสต์ศาสนาเจ้าหน้าที่ของรัฐไม่กี่ยืนอยู่ข้างคริสต์ศาสนา เช่นเดียวกัน ในเวลานั้นคนอิสราเอลถือว่าศาสนาอื่นเป็นศาสนาเทียมเท็จนอกจากศาสนายิว นิโคเดมัสรู้ว่าท่านอาจถูกอเปหิได้ถ้าท่านยืนอยู่ข้างพระเยซู

กระนั้นก็ตาม นิโคเดมัสก็แก้ต่างให้กับพระเยซู สิ่งนี้พิสูจน์ให้เห็นว่าท่านมีความจริงใจและยืนหยัดอย่างมั่นคงในความเชื่อในพระเยซู

ยอห์น 19:39-40 บรรยายถึงภาพเหตุการณ์ที่เกิดขึ้นทันทีหลังจากการสิ้นพระชนม์ของพระเยซูบนไม้กางเขน

> *ฝ่ายนิโคเดมัสซึ่งตอนแรกไปหาพระองค์ในเวลากลางคืนนั้นก็มาด้วย เขานำเครื่องหอมผสม คือมดยอบกับกฤษณาหนักประมาณสามสิบกว่ากิโลกรัมมาด้วย เขาอัญเชิญพระศพพระเยซูลงมา เอาผ้าป่านกับเครื่องหอมพันพระศพนั้นตามธรรมเนียมฝังศพของพวกยิว*

ด้วยเหตุนี้ นิโคเดมัสเชื่อว่าพระเยซูทรงเป็นคนของพระเจ้า รับใช้พระเยซูอย่างไม่เปลี่ยนแปลงแม้หลังจากการถูกตรึงของพระองค์ และได้รับความรอดด้วยความเชื่อในการเป็นขึ้นมาของพระองค์

นิโคเดมัสมาหาพระเยซู

ในยอห์นบทที่ 3 มีการสนทนาระหว่างพระเยซูกับนิโคเดมัสก่อนที่ท่านจะเข้าใจความจริงในวิญญาณ

คืนหนึ่งท่านมาหาพระเยซูและกล่าวยอมรับว่า *"ท่านอาจารย์เจ้าข้า พวกข้าพเจ้าทราบอยู่ว่าท่านเป็นครูที่มาจากพระเจ้าเพราะไม่มีผู้ใดกระทำหมายสำคัญซึ่งท่านได้กระทำนั้นได้นอกจากว่าพระเจ้าทรงสถิตอยู่ด้วย"* (ข้อ 2)

ครั้งแรกนิโคเดมัสไม่รู้ว่าพระเยซูทรงเป็นพระเมสสิยาห์และพระบุตรของพระเจ้า อย่างไรก็ตาม หลังจากที่ท่านได้เห็นการอัศจรรย์ของพระเยซูนิโคเดมัสตระหนักและยอมรับว่าพระเยซูทรงเป็นคนของพระเจ้าเพราะท่านมีจิตสำนึกที่ดี โดยจิตสำนึกที่ดีของท่านนี้เองนิโคเดมัสจึงรู้ว่าพระเจ้าผู้ทรงฤทธานุภาพสูงสุดเท่านั้นที่สามารถทำให้คนตายเป็นขึ้นมา คนตาบอดมองเห็น คนพิการเดินได้ และคนโรคเรื้อนหายสะอาด

ถ้าเช่น เพราะเหตุใดนิโคเดมัสจึงมาหาพระเยซูในเวลากลางคืน ท่านเป็นเหมือนผู้คนที่ไม่อยากเข้าร่วมในคริสตจักรอย่างเปิดเผยเพราะคนเหล่านี้ยังไม่มีความมั่นใจในพระเจ้าพระผู้สร้าง

แม้นิโคเดมัสจะมีจิตใจที่ดีแต่ท่านก็ไม่มีความเชื่อที่แท้จริง ท่านไม่มีความมั่นใจในพระเยซูในฐานะพระบุตรของพระเจ้าและพระเมสสิยาห์ดังนั้นท่านจึงไม่ไปหาพระเยซูในเวลากลางวันอย่างเปิดเผย—ท่านจึงไปหาพระเยซูในเวลากลางคืน

2. พระเยซูทรงช่วยนิโคเดมัสให้มีความเข้าใจฝ่ายวิญญาณ

พระเยซูตรัสกับนิโคเดมัสว่า *"เราบอกความจริงแก่ท่านว่าถ้าผู้ใดไม่ได้บังเกิดใหม่ผู้นั้นจะเห็นแผ่นดินของพระเจ้าไม่ได้"* (ยอห์น 3:3)

อย่างไรก็ตาม นิโคเดมัสไม่เข้าใจเรื่องนี้เลย จากนั้นท่านจึงถามว่า "บุคคลหนึ่งจะบังเกิดใหม่ได้อย่างไร" ท่านไม่มีความเชื่อฝ่ายวิญญาณ ดังนั้นท่านจึงสงสัยว่า "คนแก่ตายแล้วก็กลับกลายไปเป็นดิน และเขาจะบังเกิดใหม่ได้อย่างไร"

ดังนั้นพระเยซูจึงตรัสกับท่านเกี่ยวกับการบังเกิดจากน้ำและพระวิญญาณ

"เราบอกความจริงแก่ท่านว่าถ้าผู้ใดไม่ได้บังเกิดใหม่จากน้ำและพระวิญญาณผู้นั้นจะเข้าในแผ่นดินของพระเจ้าไม่ได้ ซึ่งบังเกิดจากเนื้อหนังก็เป็นเนื้อหนัง และซึ่งบังเกิดจากพระวิญญาณก็เป็นวิญญาณ" (ยอห์น 3:5-6)

เมื่อนิโคเดมัสเกิดความแปลกใจในสิ่งที่พระเยซูตรัส พระองค์จึงอธิบายเรื่องนี้ด้วยคำอุปมา *"ลมใคร่จะพัดไปข้างไหนก็พัดไปข้างนั้น และท่านได้ยินเสียงลมนั้น แต่ท่านไม่รู้ว่าลมมาจากไหนแจะไปที่ไหน คนที่บังเกิดจากพระวิญญาณก็เป็นอย่างนั้นทุกคน"* (ยอห์น 3:8)

หลังจากการไม่เชื่อฟังของอาดัม วิญญาณของมนุษย์ทุกคนตายและจากนั้นเป็นต้นมามนุษย์ทุกคนถูกกำหนดไว้สำหรับความตาย อย่างไรก็ตาม วิญญาณของมนุษย์ได้รับการรื้อฟื้นหลังจากที่เขาบังเกิดจากพระวิญญาณบริสุทธิ์ เมื่อมนุษย์เป็นบุคคลฝ่ายวิญญาณพระฉายาของพระเจ้าจึงได้รับการรื้อฟื้นและได้รับความรอด ถึงกระนั้น นิโคเดมัสก็ไม่เข้าใจสิ่งที่พระเยซูทรงหมายถึง (ยอห์น 3:9)

ดังนั้นท่านจึงถามว่า "เหตุการณ์อย่างนี้จะเป็นไปได้อย่างไร" พระเยซูตรัสตอบว่า...

> *ถ้าเราบอกท่านทั้งหลายถึงสิ่งฝ่ายโลกและท่านไม่เชื่อ ถ้าเราบอกท่านถึงสิ่งฝ่ายสวรรค์ท่านจะเชื่อได้อย่างไร ไม่มีผู้ใดได้ขึ้นไปสู่สวรรค์นอกจากท่านที่ลงมาจากสวรรค์คือบุตรมนุษย์ โมเสสได้ยกงูขึ้นในถิ่นทุรกันดารฉันใด บุตรมนุษย์จะต้องถูกยกขึ้นฉันนั้น เพื่อทุกคนที่วางใจในพระองค์จะได้ชีวิตนิรันดร์ (ยอห์น 3:12-15)*

ในกันดารวิถี 21:4-9 คนอิสราเอลที่ถูกนำออกมาจากอียิปต์กล่าวร้ายต่อโมเสสเพราะการเดินทางไปสู่แผ่นดินคานาอันของคนเหล่านั้นเริ่มมีความยากลำบากมากขึ้น จากนั้นพระเจ้าทรงหันพระพักตร์ไปจากเขาและส่งงูพิษมากัดคนเหล่านั้น

เมื่อคนเหล่านั้นร้องขอความช่วยเหลือพระเจ้าทรงบัญชาให้โมเสสทำงูทองสัมฤทธิ์ตัวหนึ่งและนำไปติดไว้ที่เสา พระเจ้าทรงช่วยทุกคนที่มองไปยังงูทองสัมฤทธิ์นั้นให้รอด แต่ผู้คนที่ดื้อรั้นเสียชีวิตเนื่องจากคนเหล่านั้นไม่ได้มองไปที่งูทองสัมฤทธิ์นั้นเพราะความไม่เชื่อ

เพื่อเข้าใจพระคำของพระเจ้าในฝ่ายวิญญาณ

เพราะเหตุใดพระเจ้าจึงบัญชาให้ทำรูปงูทองสัมฤทธิ์และติดไว้ที่เสา จาก ปฐมกาล 3:14 เรารู้ว่างูถูกสาป นอกจากนั้น กาลาเทีย 3:13 กล่าวว่า *"ทุกคนที่ต้องถูกแขวนไว้บนต้นไม้ต้องถูกสาปแช่ง"*

ด้วยเหตุนี้ การเอารูปงูทองสัมฤทธิ์ไปติดไว้บนเสาจึงเป็นสัญลักษณ์ว่าพระเยซูจะทรงถูกตรึงไว้บนไม้กางเขนเหมือนงูที่ถูกสาปเพื่อไถ่ท่านให้รอด นอกจากนั้น ผู้ที่มองดูงูทองสัมฤทธิ์นั้นมีชีวิตรอดฉันใด ผู้ที่เชื่อในพระเยซูคริสต์ก็จะรอดฉันนั้น

นิโคเดมัสไม่อาจเข้าใจความหมายของพระคำของพระเจ้าเพราะท่านยังไม่ได้บังเกิดจากน้ำและพระวิญญาณ และสายตาฝ่ายวิญญาณของท่านยังไม่เปิดออก

แม้แต่ในปัจจุบัน ถ้าท่านไม่บังเกิดจากน้ำและพระวิญญาณและถ้าสายตาฝ่ายวิญญาณของท่านยังไม่เปิดออก ท่านก็ไม่สามารถเข้าใจความหมายของคำสอนฝ่ายวิญญาณได้เพราะท่านอาจตีความคำสอนนี้แบบตามตัวอักษรและไม่เข้าใจคำสอนนี้

ท่านต้องอธิษฐานอย่างร้อนรนเพื่อให้เข้าใจความหมายฝ่ายวิญญาณแห่งพระคำของพระเจ้าด้วยการดลใจของพระวิญญาณบริสุทธิ์ จากนั้นพระเจ้าแห่งพระคุณจะทรงเปิดตาใจของท่านและท่านก็จะสามารถเข้าใจพระคำของพระเจ้าและมีความเชื่อได้

3. เมื่อเกิดจากน้ำและพระวิญญาณ

พระเยซูตรัสกับนิโคเดมัสเมื่อท่านไปหาพระองค์ในเวลากลางคืนว่า *"เราบอกความจริงแก่ท่านว่า ถ้าผู้ใดไม่ได้บังเกิดใหม่จากน้ำและพระวิญญาณผู้นั้นจะเข้าในแผ่นดินของพระเจ้าไม่ได้ ซึ่งบังเกิดจากเนื้อหนังก็เป็นเนื้อหนัง และซึ่งบังเกิดจากพระวิญญาณก็เป็นวิญญาณ"* (ยอห์น 3:5-6)

ขอให้เรามีความชัดเจนในความหมายของการบังเกิดจากน้ำและพระวิญญาณ ท่านจะบังเกิดจากน้ำและพระวิญญาณและรับความรอดได้อย่างไร

น้ำเป็นสัญลักษณ์ของน้ำแห่งชีวิตนิรันดร์

น้ำช่วยบรรเทาความกระหายและทำให้เกิดความลื่นไหลของอวัยวะภายในของร่างกาย น้ำยังช่วยล้างชำระร่างกายของท่านทั้งภายนอกและภายในเช่นกัน

ดังนั้น พระเยซูจึงเปรียบเทียบน้ำแห่งชีวิตนิรันดร์กับน้ำเพื่ออธิบายว่าน้ำนี้ชำระท่านและทำให้เกิดชีวิต

พระเยซูตรัสกับเราในยอห์น 4:14 ว่า *"แต่ผู้ที่ดื่มน้ำซึ่งเราจะให้แก่เขานั้นจะไม่กระหายอีกเลย น้ำซึ่งเราจะให้เขานั้นจะบังเกิดเป็นบ่อน้ำพุในตัวเขาพลุ่งขึ้นถึงชีวิตนิรันดร์"*

ถ้าท่านดื่มน้ำทั่วไปท่านจะไม่กระหายอยู่ชั่วขณะหนึ่งแต่ไม่นานท่านก็จะกระหายอีก น้ำในพระคัมภีร์ข้อนี้หมายถึงน้ำแห่งชีวิตนิรันดร์ ใครก็ตามที่ดื่มน้ำซึ่งพระเยซูประทานให้จะไม่กระหายอีกเลย กล่าวคือ "บ่อน้ำพุในตัวเขาพลุ่งขึ้นถึงชีวิตนิรันดร์" น้ำนี้จะให้ชีวิตกับท่าน

ยอห์น 6:54-55 กล่าวว่า *"ผู้ที่กินเนื้อและดื่มโลหิตของเราก็มีชีวิตนิรันดร์และเราจะให้ผู้นั้นฟื้นขึ้นมาในวันสุดท้าย เพราะว่าเนื้อของเราเป็นอาหารแท้และโลหิตของเราก็เป็นของดื่มแท้"* กล่าวคือ เนื้อและโลหิตของพระเยซูคือน้ำแห่งชีวิตนิรันดร์

ยิ่งกว่านั้น "เนื้อ" ของพระองค์ยังหมายถึงถ้อยคำของพระคัมภีร์เพราะพระเยซูทรงเป็นพระวาทะที่เสด็จมารับสภาพของเนื้อหนังในโลก การกินเนื้อของพระองค์หมายถึงการจดจำถ้อยคำของพระองค์ไว้ในความคิดของท่านผ่านทางการอ่านพระคัมภีร์

โลหิตของพระเยซูคือชีวิตและชีวิตคือความจริง ความจริงคือพระคริสต์และพระคริสต์ทรงเป็นฤทธานุภาพของพระเจ้า สิ่งเหล่านี้คือโลหิตของพระเยซู ในเมื่อฤทธานุภาพของพระเจ้าเกิดขึ้นได้ด้วยความเชื่อ การดื่มโลหิตของพระเยซูจึงหมายถึงการเชื่อฟังพระคำของพระองค์โดยความเชื่อ

ท่านได้เรียนรู้ว่าในฝ่ายวิญญาณน้ำเป็นสัญลักษณ์ของเนื้อของพระเยซู—ซึ่งได้แก่พระคำของพระเจ้าและพระเมษโปดกของพระเจ้า น้ำชำระร่างกายของท่านฉันใด พระคำของพระเจ้าก็ชำระสิ่งสกปรกจากจิตใจของท่านฉันนั้น

นั่นคือสาเหตุที่ท่านรับบัพติศมาด้วยน้ำในคริสตจักร และพิธีบัพติศมาเป็นสัญลักษณ์ว่าท่านเป็นบุตรของพระเจ้าและได้รับการยกโทษความผิดบาป ยิ่งกว่านั้นสิ่งนี้หมายความว่าท่านควรใคร่ครวญพระคำของพระเจ้าและรับการชำระโดย

พระคำทุกวัน

บังเกิดใหม่จากน้ำ

ถ้าเช่นนั้น ท่านจะล้างชำระสิ่งสกปรกออกจากจิตใจของท่านด้วพระคำของพระเจ้าซึ่งเป็นน้ำแห่งชีวิตนิรันดร์ได้อย่างไร

คำสั่งของพระเจ้ามีอยู่สี่แบบ นั่นคือ "อย่า..." "จง..." "ให้รักษา..." และ "จงละทิ้ง..." ยกตัวอย่าง พระเจ้าทรงสั่งไม่ให้ท่านทำบางอย่าง เช่น อย่าอิจฉา อย่าเกลียดชัง อย่าพิพากษา อย่าลักขโมย อย่าล่วงประเวณี และอย่าฆ่าคน

ในทำนองเดียวกัน ท่านไม่ควรทำในสิ่งที่ห้ามไว้และในเวลาเดียวกันท่านควรกำจัดความชั่วร้ายทุกสิ่งออกไป ท่านควรรักษาวันสะบาโต ประกาศพระกิตติคุณ อธิษฐาน และรักซึ่งกันและกันด้วยเช่นกัน จากนั้นจิตใจของท่านจะค่อย ๆ ได้รับการเติมเต็มด้วยความจริงด้วยความช่วยเหลือของพระวิญญาณบริสุทธิ์และพระคำของพระเจ้าจะชำระล้างความอสัตย์อธรรมหรือความบาปของท่าน ด้วยวิธีการนี้ จิตใจของท่านจะได้รับการเข้าสุหนัตและรับการเปลี่ยนแปลงไปสู่ความจริงด้วยการทำตามพระคำของพระเจ้า และนี่คือ "การบังเกิดใหม่จากน้ำ"

ด้วยเหตุนี้ เพื่อให้ได้รับความรอดอย่างสมบูรณ์ท่านจึงไม่ควรรับเอาพระเยซูเท่านั้นแต่ท่านควรเข้าสุหนัตจิตใจของท่านด้วยการเชื่อฟังพระคำของพระเจ้าทุกเวลาในชีวิตของท่าน

บังเกิดใหม่จากพระวิญญาณ

เพื่อให้ได้รับความรอด ท่านต้องบังเกิดจากน้ำและบังเกิดจากพระวิญญาณเช่นกัน ท่านจะบังเกิดจากพระวิญญาณได้อย่างไร ในกิจการ 19:2 อัครทูตเปาโลถามสาวกบางคนว่า *"เมื่อท่านทั้งหลายเชื่อนั้น ท่านได้รับพระวิญญาณบริสุทธิ์หรือเปล่า"* การรับพระวิญญาณบริสุทธิ์คืออะไร

อาดัมมนุษย์คนแรกประกอบด้วย "วิญญาณ" "จิตใจ" และ "ร่างกาย" (1 เธสะโลนิกา 5:23) แต่วิญญาณของเขาตายซึ่งเป็นผลจากความไม่เชื่อฟังจากนั้นอาดัมเป็นสิ่งมีชีวิตที่ไม่ดีไปกว่าสัตว์ซึ่งประกอบด้วยจิตใจและร่างกาย (ปัญญาจารย์ 3:18)

ถ้าท่านกลับใจจากความบาปของท่านด้วยการยอมรับว่าท่านเป็นคนบาป พระเจ้าจะทรงมอบพระวิญญาณบริสุทธิ์เป็นของประทานให้กับท่านและเป็นเครื่องหมายของการเป็นบุตรของพระองค์ (กิจการ 2:38)

บุตรของพระเจ้าทุกคนที่ได้รับพระวิญญาณบริสุทธิ์จะสามารถแยกแยะความแตกต่างระหว่างความดีและความชั่วด้วยพระคำของพระเจ้าและดำเนินชีวิตตามพระคำของพระองค์ด้วยฤทธิ์อำนาจและกำลังจากสวรรค์โดยผ่านการอธิษฐานอย่างร้อนรนและไม่หยุดหย่อน

ด้วยวิธีการนี้ ท่านจะเปลี่ยนไปสู่ความจริงและมีความเชื่อฝ่ายวิญญาณจนท่านให้กำเนิดกับวิญญาณโดยผ่านทางพระวิญญาณบริสุทธิ์ ยอห์น 3:6 กล่าวว่า *"ซึ่งบังเกิดจากเนื้อหนังก็เป็นเนื้อหนัง และซึ่งบังเกิดจากพระวิญญาณก็เป็นวิญญาณ"* และยอห์น 6:63 ระบุว่า *"จิตวิญญาณเป็นที่ให้มีชีวิต ส่วนเนื้อหนังไม่มีประโยชน์อันใด ถ้อยคำซึ่งเราได้กล่าวกับท่านทั้งหลายนั้นเป็นจิตวิญญาณและเป็นชีวิต"*

เป็นบุคคลแห่งพระวิญญาณที่ทำตามพระวิญญาณบริสุทธิ์

เมื่อท่านบังเกิดจากน้ำและพระวิญญาณบริสุทธิ์ท่านก็ได้รับความเป็นพลเมืองแห่งสวรรค์ (ฟีลิปปี 3:20) ในฐานะบุตรของพระเจ้าท่านเข้าร่วมนมัสการ สรรเสริญพระองค์ด้วยความยินดี และมุ่งมั่นที่จะดำเนินชีวิตอยู่ในความสว่าง

ก่อนได้รับพระวิญญาณบริสุทธิ์ท่านเคยดำเนินชีวิตอยู่ในความมืดเพราะท่านไม่รู้ความจริง อย่างไรก็ตาม หลังจากท่านได้รับพระวิญญาณบริสุทธิ์ท่านก็พยายามที่จะดำเนินชีวิตในความสว่าง

เมื่อเวลาผ่านไป ท่านพบว่าในขณะที่ท่านมีความยินดีอยู่ในจิตใจของท่าน ท่านกำลังต่อสู้อยู่ภายใน สิ่งนี้เป็นเพราะว่ากฎของพระวิญญาณที่ทำตามความต้องการของพระวิญญาณบริสุทธิ์กำลังต่อสู้กับกฎของเนื้อหนัง (ธรรมชาติบาป) ที่ทำตามความอยากของมนุษย์ฝ่ายเนื้อหนัง ตัณหาของตา และความทะนงในลาภยศของชีวิต (1 ยอห์น 2:16)

อัครทูตเปาโลพูดถึงการต่อสู้ดังกล่าวนี้ว่า *"เพราะว่าส่วนลึกในใจของข้าพเจ้านั้นข้าพเจ้าชื่นชมในธรรมบัญญัติของพระเจ้าแต่ข้าพเจ้ามีกฎอีกอย่างหนึ่งอยู่ในกายของข้าพเจ้าซึ่งต่อสู้กับกฎแห่งจิตใจของข้าพเจ้าและชักนำให้ข้าพเจ้าอยู่ใต้บังคับกฎแห่งบาปซึ่งอยู่ในกายของข้าพเจ้า โอย ข้าพเจ้าเป็นคนน่าสมเพชอะไรเช่นนี้ ใคร*

จะช่วยข้าพเจ้าให้พ้นจากร่างกายนี้ซึ่งเป็นของความตายได้" (โรม 7:22-24)

เมื่อท่านบังเกิดจากน้ำและพระวิญญาณท่านเพิ่งกลายเป็นบุตรของพระเจ้า สิ่งนี้ไม่ได้หมายความว่าท่านเป็นบุคคลสมบูรณ์แบบฝ่ายวิญญาณ

นั่นคือสาเหตุที่กาลาเทีย 5:16-17 บอกเราว่า *"แต่ข้าพเจ้าขอบอกว่า จงดำเนินชีวิตตามพระวิญญาณ อย่าสนองความต้องการของเนื้อหนัง เพราะว่าความต้องการของเนื้อหนังต่อสู้พระวิญญาณและพระวิญญาณก็ต่อสู้เนื้อหนังเพราะทั้งสองฝ่ายเป็นศัตรูกัน ดังนั้นสิ่งที่ท่านทั้งหลายปรารถนาทำจึงกระทำไม่ได้"*

เพื่อจะทำตามพระวิญญาณบริสุทธิ์ท่านควรดำเนินชีวิตตามพระคำของพระเจ้าและทำในสิ่งซึ่งเป็นที่ยอมรับและเป็นที่โปรดปรานต่อพระองค์ ดังนั้นถ้าท่านทำตามความปรารถนาของพระวิญญาณท่านก็จะไม่ถูกทดลองและท่านจะสามารถเอาชนะผีมารซาตานที่พยายามทดสอบท่านให้ทำตามความปรารถนาของเนื้อหนัง ท่านสามารถดำเนินอยู่ในความจริงและอุทิศตัวท่านอย่างสัตย์ซื่อให้กับแผ่นดินของพระเจ้าและความชอบธรรมของพระองค์

เมื่อท่านทำตามความปรารถนาของพระวิญญาณบริสุทธิ์ท่านก็อยู่ในความยินดีและสันติสุข อย่างไรก็ตาม ท่านจะเป็นคนที่น่าสมเพชและแบกภาระหนักเมื่อท่านทำตามความปรารถนาของเนื้อหนัง

เมื่อความเชื่อของท่านเติบโตขึ้นท่านสามารถกำจัดความผิดบาปของท่านและทำตามความปรารถนาของพระวิญญาณบริสุทธิ์ในทุกเรื่อง ความปรารถนาในตัวท่านที่อยากจะทำตามเนื้อหนังจะหายไป ยิ่งกว่านั้น ท่านไม่จำเป็นต้องต่อสู้เพื่อกำจัดความบาปของท่านและเป็นคนที่น่าสมเพชอีกต่อไป ท่านสามารถชื่นชมยินดีภายใต้ทุกสถานการณ์

พระเจ้าทรงพอพระทัยกับผู้คนที่ดำเนินชีวิตตามความปรารถนาของพระวิญญาณ พระองค์ทรงประทานตามใจปรารถนาของคนเหล่านี้เหมือนที่พระองค์ทรงสัญญาไว้ในสดุดี 37:4 ว่า *"จงปีติยินดีในพระเจ้าและพระองค์จะประทานตามใจปรารถนาของท่าน"*

ถ้าท่านเปลี่ยนจิตใจของท่านไปสู่จิตใจที่เต็มล้นด้วยความจริงพระเจ้าทรงพอพระทัยกับท่านและจะทรงทำทุกอย่างให้เป็นไปได้สำหรับท่าน ข้าพเจ้าหวังว่าท่านจะบังเกิดจากน้ำและพระวิญญาณและดำเนินชีวิตตามความปรารถนาของพระวิญญาณ

4. พยานทั้งสาม: พระวิญญาณ น้ำ และพระโลหิต

ตามที่ข้าพเจ้าได้อธิบายไปแล้วว่าท่านต้องบังเกิดจากน้ำและพระวิญญาณเพื่อท่านจะรอด อย่างไรก็ตาม เพื่อให้ได้รับความรอดอย่างสมบูรณ์ท่านต้องรับการชำระล้างจากความบาปด้วยพระโลหิตของพระเยซูโดยการเดินอยู่ในความสว่าง

ถ้าจิตใจของท่านไม่ได้รับการชำระให้สะอาดท่านก็ยังมีความบาปอยู่ ด้วยเหตุนี้ ท่านต้องการพระโลหิตของพระเยซูคริสต์เพื่อท่านจะรับการชำระให้สะอาดจากความบาปที่เหลืออยู่

ในเรื่องนี้ 1 ยอห์น 5:5-8 บอกเราว่า...

> *ใครเล่าชนะโลก ไม่ใช่คนอื่น คือผู้ที่เชื่อว่าพระเยซูทรงเป็นพระบุตรของพระเจ้านั่นเอง นี่แหละคือผู้ที่ได้มาโดยน้ำและพระโลหิต คือพระเยซูคริสต์ ไม่ใช่ด้วยน้ำสิ่งเดียว แต่ด้วยน้ำและพระโลหิต และพระวิญญาณทรงเป็นพยานเพราะพระวิญญาณทรงเป็นความจริง มีพยานอยู่สามประการด้วยกัน คือ พระวิญญาณ น้ำ และพระโลหิต และพยานทั้งสามนี้สอดคล้องกัน*

พระเยซูเสด็จมาในรูปของน้ำและพระโลหิต

ยอห์น 1:1 กล่าวว่า "พระวาทะทรงเป็นพระเจ้า"

และยอห์น 1:14 ระบุว่า "พระวาทะได้ทรงบังเกิดเป็นมนุษย์และทรงอยู่ท่ามกลางเรา บริบูรณ์ด้วยพระคุณและความจริง เราทั้งหลายได้เห็นพระสิริของพระองค์ คือพระสิริอันสมกับพระบุตรองค์เดียวของพระบิดา" กล่าวคือ พระเยซูพระบุตรองค์เดียวของพระเจ้าและทรงเป็นพระวาทะของพระเจ้าเสด็จมาในโลกนี้ในสภาพของเนื้อหนังเพื่อยกโทษความบาปของเรา แม้แต่ในปัจจุบันพระองค์ยังทรงชำระเราด้วยพระคำของพระเจ้า (ซึ่งได้แก่พระคัมภีร์) อย่างต่อเนื่อง

อย่างไรก็ตาม ท่านไม่สามารถดำเนินชีวิตตามพระคำของพระเจ้าโดยไม่มีความช่วยเหลือของพระวิญญาณบริสุทธิ์ เป็นไปไม่ได้ที่ท่านจะกำจัดความบาปออกไปด้วยกำลังของท่านเอง ท่านควรรับความช่วยเหลือของพระวิญญาณบริสุทธิ์ผ่านทางการอธิษฐานอย่างร้อนรนเพื่อท่านจะสามารถกำจัดความอยากของเนื้อหนัง ตัณหาของตาและความทะนงในลาภยศของชีวิต เมื่อนั้นท่านก็จะสามารถขับไล่ความมืด

แห่งความเท็จออกจากจิตใจของท่าน

นอกจากนั้น เพื่อให้ได้รับการอภัยโทษบาปท่านต้องการพระโลหิตที่ไหลออก ฮีบรู 9:22 กล่าวว่า *"ความจริงนั้นตามพระบัญญัติถือว่าเกือบทุกสิ่งจะบริสุทธิ์เพราะโลหิตและถ้าไม่มีโลหิตไหลออกแล้วก็จะไม่มีการอภัยบาปเลย"* ท่านต้องการพระโลหิตของพระเยซูเพราะโดยพระโลหิตที่ปราศจากตำหนิและไม่ด่างพร้อยของพระองค์เท่านั้นที่จะทำให้ท่านได้รับการยกโทษ

ท่านต้องเชื่อในพระเยซูผู้ทรงเสด็จมาในรูปของน้ำและพระโลหิตและรับพระวิญญาณบริสุทธิ์ในฐานะของประทานจากพระเจ้าเพื่อบรรลุถึงความรอด เพื่อให้ได้มาซึ่งสิ่งเหล่านี้ท่านต้องการสามสิ่งต่อไปนี้ ได้แก่ พระวิญญาณ น้ำ และพระโลหิต

ถ้าไม่มีโลหิตไหลออกก็ไม่มีการยกโทษบาปและท่านก็ยังอยู่ในความผิดบาป ท่านไม่ได้ต้องการเฉพาะพระคำ (น้ำ) เท่านั้นเพื่อรับการชำระ แต่ท่านยังต้องการพระวิญญาณบริสุทธิ์เพื่อช่วยท่านให้ดำเนินชีวิตตามพระคำอย่างครบถ้วน ดังนั้นทั้งสามสิ่งนี้จึงสอดคล้องกัน

ด้วยเหตุนี้ หลังจากได้รับการยกโทษบาปของเราด้วยการรับเอาพระเยซูคริสต์แล้ว เราควรบังเกิดจากน้ำและพระวิญญาณเพื่อให้มีความรอดอย่างสมบูรณ์ด้วยการเข้าใจถึงข้อเท็จจริงที่ว่าพระวิญญาณ น้ำ และพระโลหิตเป็นสิ่งที่ช่วยเราให้รอดและนำเราไปสู่สวรรค์

10
ลัทธิเทียมเท็จคืออะไร

คำจำกัดความของพระคัมภีร์เกี่ยวกับลัทธิเทียมเท็จ

พระวิญญาณแห่งความจริงและวิญญาณแห่งความเท็จ

จงระวังเกี่ยวกับลัทธิเทียมเท็จ

2 เปโตร 2:1-3

แต่ว่าได้มีคนที่ปลอมตัวเป็นผู้เผยพระวจนะเกิดขึ้นในชนชาตินั้น เช่นเดียวกับที่จะมีผู้สอนผิดเกิดขึ้นในพวกท่านทั้งหลาย ซึ่งจะลอบเอามิจฉาลัทธิอันจะให้ถึงความพินาศเข้ามาเสี้ยมสอนจนถึงกับปฏิเสธองค์พระผู้เป็นเจ้าผู้ได้ทรงไถ่เขาไว้ ซึ่งจะทำให้เขาพินาศโดยเร็วพลัน จะมีคนหลายคนประพฤติชั่วตามอย่างเขาและเพราะคนเหล่านั้นเป็นเหตุ ทางสัจจะจะถูกกล่าวร้าย และด้วยใจโลภเขาจะกล่าวตลบตะแลงค้ากำไรจากท่านทั้งหลาย การลงโทษคนเหล่านั้นที่ได้ถูกพิพากษานานมาแล้วจะไม่เนิ่นช้าและความวิบัติที่จะเกิดกับเขาก็หาสลายไปไม่

เมื่อความเจริญรุ่งเรืองในเรื่องวัตถุนิยมพัฒนามากขึ้นผู้คนหันมาปฏิเสธพระเจ้า เพราะคนเหล่านั้นพึ่งพิงสติปัญญาและความรอบรู้ของตนเอง เมื่อความผิดบาปแพร่กระจายออกไปวิญญาณของคนเริ่มมืดมิดและผู้คนมีความชั่วร้ายมากขึ้น ด้วยเหตุนี้หลายคนจึงถูกล่อลวงด้วยคำมุสาเพราะเขาไม่สามารถแยกแยะความแตกต่างระหว่างสิ่งที่จริงและสิ่งที่เท็จ เขาจึงยังทำผิดด้วยการพิพากษาคนอื่นบนพื้นฐานของความรู้และทฤษฎีอันชอบธรรมของตนเอง

ในมัทธิว 12:22-23 พระเยซูทรงรักษาชายที่ถูกผีเข้าสิงซึ่งตาบอดและเป็นใบ้ อย่างไรก็ตาม เมื่อพวกฟาริสีได้ยินเรื่องนี้จึงพูดว่า "ผู้นี้ขับผีออกได้ก็เพราะใช้อำนาจเบเอลเซบูลผู้เป็นนายผี" (ข้อ 24) คนเหล่านี้เห็นว่าพระเจ้าทรงใช้ผีมารซาตานทำงานของพระองค์

พระเยซูจึงตรัสกับคนเหล่านี้ในมัทธิว 12:31-32 ว่า "เพราะฉะนั้นเราบอกท่านทั้งหลายว่าความผิดบาปและคำหมิ่นประมาททุกอย่างจะโปรดยกให้มนุษย์ได้ เว้นแต่คำหมิ่นประมาทพระวิญญาณบริสุทธิ์จะทรงโปรดยกให้มนุษย์ไม่ได้ ผู้ใดจะกล่าวร้ายบุตรมนุษย์จะโปรดยกให้ผู้นั้นได้ แต่ผู้ใดจะกล่าวร้ายพระวิญญาณบริสุทธิ์จะทรงโปรดยกให้ผู้นั้นไม่ได้ทั้งยุคนี้ยุคหน้า"

พวกฟาริสีสรุปว่าสิ่งที่พระเยซูทรงกระทำโดยฤทธิ์เดชอำนาจของพระเจ้าเป็นการทำงานของผีมารซาตาน นี่เป็นการหมิ่นประมาทต่อต้านพระวิญญาณบริสุทธิ์ ด้วยเหตุนี้ พวกฟาริสีเหล่านี้จึงไม่อาจรับการยกโทษได้

ถ้าท่านแยกความแตกต่างอย่างชัดเจนระหว่างความจริงกับความเท็จด้วยพระคัมภีร์ท่านก็จะไม่พิพากษาคนอื่นหรือถูกล่อลวงด้วยสิ่งที่เทียมเท็จ

ขอให้เราศึกษาคำว่า "ลัทธิเทียมเท็จ" จากมุมมองของพระเจ้า วิธีการแยกแยะระหว่างพระวิญญาณของพระเจ้ากับวิญญาณชั่ว และลัทธิเทียมเท็จบางกลุ่มที่ท่านต้องระวัง

1. คำจำกัดความของพระคัมภีร์เกี่ยวกับลัทธิเทียมเท็จ

พจนานุกรมภาษาอังกฤษฉบับออกซ์ฟอร์ดให้คำจำกัดความของ "ลัทธิเทียมเท็จ" ไว้ว่าเป็น "ความเชื่อหรือความเห็นที่ผิดแผกไปจากหลักการของศาสนาหนึ่งศาสนาใดโดยเฉพาะ" บางคนเห็นว่าสิ่งที่ตนเชื่อเท่านั้นที่ถูกต้อง และถือว่าศาสนาของคนอื่นเป็นสิ่งเทียมเท็จ ยกตัวอย่าง เช่นคนที่เป็นมุสลิมจะเห็นว่าศาสนาอิสลามเท่านั้นคือแนวทางที่ถูกต้องและเป็นจริง คนเหล่านี้เห็นว่าศาสนาอื่นไม่ใช่ความจริง

เปาโลถูกกล่าวหาว่าเป็นผู้นำลัทธิเทียมเท็จ

กิจการ 24:5 ระบุว่า *"ด้วยข้าพเจ้าทั้งหลายตระหนักว่าคนนี้เป็นคนพาลยุยงพวกยิวทั้งหลายให้เกิดการวุ่นวายทั่วพิภพและเป็นตัวการของพวกนาซาเร็ธนั้น"* คำว่า "พวกนาซาเร็ธ" ในที่นี้หมายถึง "ลัทธิเทียมเท็จ" หรือกลุ่มสอนผิดกลุ่มหนึ่ง และนี่เป็นครั้งแรกที่คำว่า "เทียมเท็จ" ปรากฏในพระคัมภีร์

พวกยิวกล่าวหาเปาโลต่อหน้าผู้ว่าราชการเมืองเพราะเขาคิดว่าพระกิตติคุณที่เปาโลกำลังประกาศอยู่นั้นเป็นคำสอนเทียมเท็จ เปาโลหักล้างข้อกล่าวหาและประกาศยืนยันถึงความเชื่อของท่านตามที่บันทึกไว้ในกิจการ 24:13-16

> *เหตุการณ์ทั้งปวงที่เขากำลังฟ้องข้าพเจ้านี้เขาพิสูจน์ไม่ได้ แต่ว่าข้าพเจ้าขอรับต่อหน้าท่านอย่างหนึ่งคือตามทางนั้นที่เขาถือว่าเป็นลัทธินอกรีต ข้าพเจ้าปฏิบัติพระเจ้าแห่งบรรพบุรุษทั้งหลายของข้าพเจ้า ข้าพเจ้าได้เชื่อถือคำซึ่งมีเขียนไว้ในคัมภีร์ธรรมบัญญัติและในคัมภีร์ผู้เผยพระวจนะทั้งหมด ข้าพเจ้ามีความหวังใจในพระเจ้าตามซึ่งเขาเองก็มีความหวังใจด้วย คือหวังใจว่าคนทั้งปวงทั้งคนที่ชอบธรรมและคนที่ไม่ชอบธรรมจะเป็นขึ้นมาจากความตาย ในข้อนี้ข้าพเจ้าอุตส่าห์ประพฤติตามที่จิตสำนึกเห็นว่าดีเสมอ มิให้ผิดต่อพระเจ้าและต่อมนุษย์*

อัครทูตเปาโลเป็นผู้สอนผิดจริงหรือ

ท่านควรศึกษาคำนิยามของลัทธิเทียมเท็จในพระคัมภีร์เพราะพระคัมภีร์เป็นพระคำของพระเจ้าซึ่งเป็นผู้ทรงพระชนม์อยู่อย่างแท้จริงแต่ผู้เดียวที่สามารถ

แยกแยะความแตกต่างระหว่างความจริงกับความเท็จ คำศัพท์ที่มีความหมายโดยนัย ของคำว่า "ลัทธิเทียมเท็จ" ปรากฏ 5 ครั้งในพระคัมภีร์ แต่มีการอภิปรายถึงคำนิยาม ของลัทธิเทียมเท็จเพียงครั้งเดียว

> *แต่ว่าได้มีคนที่ปลอมตัวเป็นผู้เผยพระวจนะเกิดขึ้นในชนชาตินั้นเช่นเดียว กับที่จะมีผู้สอนผิดเกิดขึ้นในพวกท่านทั้งหลายซึ่งจะลอบเอามิจฉาลัทธิ อันจะให้ถึงความพินาศเข้ามาเสี้ยมสอนจนถึงกับปฏิเสธองค์พระผู้เป็นเจ้า ผู้ได้ทรงไถ่เขาไว้ซึ่งจะทำให้เขาพินาศโดยเร็วพลัน (2 เปโตร 2:1)*

"องค์พระผู้เป็นเจ้าผู้ได้ทรงไถ่เขาไว้" หมายถึงพระเยซูคริสต์ ครั้งแรกมนุษย์ เป็นของพระเจ้าและดำเนินชีวิตตามน้ำพระทัยของพระองค์ แต่หลังจากการไม่เชื่อ ฟังของอาดัมมนุษย์จึงเป็นคนบาปและเป็นของซาตาน อย่างไรก็ตาม พระเจ้าทรงมี พระเมตตาต่อมนุษย์ผู้ซึ่งมุ่งหน้าไปสู่หนทางแห่งความตาย พระองค์ทรงส่งพระเยซู พระบุตรองค์เดียวของพระองค์เพื่อให้เป็นเครื่องศาเนติบูชาและยอมให้พระองค์ถูก ตรึงเพื่อพระเยซูจะสามารถเปิดหนทางแห่งความรอดโดยทางพระโลหิตของ พระองค์

พระเจ้าทรงกระทำการเพื่อเราผู้ซึ่งครั้งหนึ่งเคยเป็นของซาตานเพื่อให้เราได้รับ การยกโทษความผิดบาปถ้าเราเชื่อในพระเยซูคริสต์ เรายังได้รับชีวิตและกลับมาเป็น ของพระเจ้าอีกครั้งหนึ่งเช่นกัน นี่คือเหตุผลที่เราสามารถพูดว่าพระเยซูทรงซื้อเรามา ด้วยการถูกตรึงของพระองค์ พระคัมภีร์บอกท่านว่าพระเยซูทรงเป็น "องค์พระผู้เป็น เจ้าผู้ได้ไถ่เขาไว้"

ลัทธิเทียมเท็จปฏิเสธพระเยซูคริสต์

ตอนนี้ท่านรู้ว่า "ผู้สอนเท็จ" หมายถึงผู้คนที่ "ปฏิเสธองค์พระผู้เป็นเจ้าผู้ได้ทรง ไถ่เขาไว้ซึ่งจะทำให้เขาพินาศโดยเร็วพลัน" (2 เปโตร 2:1) คำนี้ไม่เคยมีการใช้ จนกระทั่งพระเยซูทรงกระทำให้พันธกิจของพระองค์ในฐานะพระผู้ช่วยให้รอด ครบถ้วนสมบูรณ์ พระนาม "เยซู" หมายถึง "ผู้ซึ่งจะช่วยประชากรของท่านให้รอด จากความบาปของเขา" คำว่า "พระคริสต์" หมายถึง "ผู้ถูกเจิม" พระเยซูทรงเป็น พระผู้ช่วยให้รอดหลังจากที่พระองค์ทรงกระทำภารกิจของพระองค์คือการถูก

ตรึงและการเป็นขึ้นมาจนสำเร็จแล้วเท่านั้น

นั่นคือสาเหตุที่เราไม่พบคำศัพท์นี้ในพระคัมภีร์เดิมหรือในพระกิตติคุณมัทธิว มาระโก ลูกา และยอห์นซึ่งเป็นบันทึกชีวประวัติของพระเยซู แม้แต่พวกฟาริสีซึ่งเป็นครูสอนธรรมบัญญัติและพวกปุโรหิตที่ข่มเหงพระเยซูก็ไม่ได้ใช้คำนี้ แม้พวกมหาปุโรหิตก็ไม่ใช้คำศัพท์คำนี้เช่นกัน

ผู้คนที่ "ปฏิเสธองค์พระผู้เป็นเจ้าผู้ได้ทรงไถ่เขาไว้" ปรากฏตัวขึ้นหลังจากพระเยซูเป็นขึ้นมาจากความตายเพื่อทำให้พันธกิจของพระองค์ในฐานะพระคริสต์สำเร็จแล้วเท่านั้น พระคัมภีร์เริ่มเตือนเราให้ระวังเกี่ยวกับผู้สอนเทียมเท็จนับจากนั้นเป็นต้นมา

ด้วยเหตุนี้ ถ้าผู้คนเชื่อในพระเยซูคริสต์ว่าเป็น "องค์พระผู้เป็นเจ้าผู้ได้ทรงไถ่เขาไว้" คนเหล่านี้จึงไม่ใช่ผู้สอนเทียมเท็จ แต่ถ้าคนเหล่านี้ปฏิเสธความจริงดังกล่าว เขาก็คือผู้สอนเท็จ

อัครทูตเปาโลไม่ได้ปฏิเสธพระเยซูคริสต์ผู้ทรงซื้อท่านไว้ด้วยพระโลหิตประเสริฐของพระองค์ ตรงกันข้าม เปาโลขอบพระคุณพระเยซูคริสต์ผู้ซึ่งท่านป่าวประกาศในที่ต่างๆ ที่ท่านเดินทางไปและท่านถูกข่มเหงอย่างรุนแรงเพราะเห็นแก่พระองค์ เปาโลถูกพวกยิวเฆี่ยนห้าครั้ง ๆ ละสามสิบเก้าที ถูกหินขว้างหนึ่งครั้ง ถูกจำคุก ถูกข่มเหงจากคนต่างชาติและเพื่อนร่วมชาติของท่าน และถูกทรยศหักหลังจากผู้คนที่ท่านไว้วางใจ แม้ต้องเผชิญกับสิ่งเหล่านี้ เปาโลยังได้กลายเป็นบุคคลที่มีพลังอำนาจยิ่งใหญ่โดยการเอาชนะความทุกข์ยากลำบากทั้งหลายด้วยความชื่นชมยินดีและการขอบพระคุณ เปาโลถวายเกียรติยศแด่พระเจ้าด้วยการรักษาผู้คนจำนวนนับไม่ถ้วนให้หายจากโรคภัยไข้เจ็บในพระนามของพระเยซูคริสต์ จนกระทั่งวันที่ท่านเสียชีวิตในฐานะผู้ที่สละชีวิตเพราะเห็นแก่ความเชื่อของตน

เปาโลประกาศพระกิตติคุณที่แสดงถึงฤทธิ์อำนาจของพระเจ้า

ท่านควรรู้ว่าผู้คนที่ปฏิเสธพระเจ้าพระผู้สร้างและพระเยซูคริสต์ผู้ทรงเป็นพระเจ้าจะไม่สามารถแสดงถึงฤทธานุภาพของพระเจ้าได้เพราะพระคัมภีร์กล่าวไว้อย่างชัดเจนว่า *"พระเจ้าตรัสครั้งหนึ่ง ข้าพเจ้าได้ยินอย่างนี้สองครั้งแล้วว่าฤทธานุภาพเป็นของพระเจ้า"* (สดุดี 62:11)

ท่านต้องไม่พิพากษาบุคคลที่แสดงถึงฤทธิ์อำนาจของพระเจ้า เพราะฤทธิ์

อำนาจนั้นพิสูจน์ให้เห็นว่าพระเจ้าทรงสถิตอยู่กับเขาและบุคคลนั้นรักพระเจ้าอย่างสุดใจ ในกาลาเทีย 1:6-8 เปาโล (ผู้ซึ่งถูกเรียกว่าผู้นำลัทธินาซาเร็ธ) ตักเตือนอย่างเข้มงวดไม่ให้ติดตามหรือประกาศข่าวเสริฐอื่นนอกเหนือไปจากข่าวสารเรื่องไม้กางเขน

ข้าพเจ้ารู้สึกประหลาดใจที่พวกท่านพากันละทิ้งพระองค์ไปอย่างรวดเร็ว พระองค์ทรงเรียกท่านมาโดยพระคุณของพระคริสต์ แต่ท่านกลับหันไปหาข่าวประเสริฐอื่นเสีย ความจริงข่าวประเสริฐอื่น ไม่มี แต่ว่ามีบางคนที่ทำให้ท่านยุ่งยากและปรารถนาที่จะบิดเบือนข่าวประเสริฐของพระคริสต์ แม้แต่เราเองหรือทูตสวรรค์ ถ้าประกาศข่าวประเสริฐอื่นแก่ท่านซึ่งขัดกับข่าวประเสริฐที่เราได้ประกาศแก่ท่านไปแล้วนั้นก็จะต้องถูกแช่งสาป

แม้ในปัจจุบัน มีบางคนที่ถูกมองว่าเป็นผู้สอนเท็จแม้เขาจะไม่เคยปฏิเสธพระเยซูคริสต์เลย คนเหล่านี้มีแต่เทศนาข่าวประเสริฐเรื่องพระคริสต์และประกาศถึงพระเจ้าผู้ทรงพระชนม์อยู่ด้วยการสำแดงและการทำงานร่วมกับฤทธานุภาพของพระเจ้าเพียงอย่างเดียว

อย่าพิพากษาคนอื่นอย่างส่งเดชว่าเป็นผู้สอนเท็จ

ข้าพเจ้าต้องประสบและสู้ทนกับความทุกข์ยากลำบากของการถูกกล่าวหาว่าเป็นผู้สอนเท็จเมื่อข้าพเจ้าสำแดงถึงฤทธิ์อำนาจของพระเจ้าและคริสตจักรของข้าพเจ้าเจริญเติบโตขึ้น ที่จริง คริสตจักรเติบโตจนมีสมาชิกมากกว่า 8 หมื่นคนในช่วงสองทศวรรษที่ผ่านมานับตั้งแต่ก่อตั้งคริสตจักรในปี 1982

ข้าพเจ้าเคยป่วยเป็นโรคร้ายหลายชนิดเป็นเวลา 7 ปีและได้รับการรักษาด้วยฤทธิ์อำนาจของพระเจ้า จากนั้น ข้าพเจ้าพยายามที่จะดำเนินชีวิตเพื่อถวายเกียรติยศแด่พระเจ้าไม่ว่าในเรื่องการกินหรือการดื่มเหมือนที่เปาโลเคยกระทำ ข้าพเจ้ามอบชีวิตไว้ในพระหัตถ์ของพระเจ้าและจดจ่ออยู่ที่ “พระเยซูแต่ผู้เดียวตลอดเวลา”

นับจากช่วงเวลาที่ข้าพเจ้าเป็นฆราวาสข้าพเจ้าพยายามเป็นพยานว่าพระเจ้าทรงรักษาข้าพเจ้าให้หายจากโรคและประกาศพระกิตติคุณ หลังจากได้รับการทรงเรียกให้เป็นผู้รับใช้ของพระเจ้า ข้าพเจ้ามุ่งเทศนาข่าวประเสริฐเรื่องกางเขนและประกาศ

ถึงพระเจ้าผู้ทรงพระชนม์อยู่และพระเยซูพระผู้ช่วยให้รอด ข้าพเจ้าเป็นพยานเกี่ยวกับพระเจ้าแม้เมื่อข้าพเจ้าทำพิธีแต่งงานเพราะข้าพเจ้าต้องการที่จะนำผู้คนจำนวนมากขึ้นไปสู่หนทางแห่งความรอด

ข้าพเจ้าตระหนักว่าพระวจนะที่มีฤทธิ์อำนาจของพระเจ้าและหลักฐานของพระเจ้าผู้ทรงพระชนม์อยู่เป็นสิ่งจำเป็นต่อการเป็นพยานถึงองค์พระผู้เป็นเจ้าจนถึงสุดปลายแผ่นดินโลก ดังนั้นข้าพเจ้าจึงอธิษฐานด้วยความกระตือรือร้น (เหมือนที่บรรดาบรรพบุรุษแห่งความเชื่อได้กระทำ) เพื่อรับเอาฤทธิ์อำนาจของพระเจ้าและผ่านพ้นความทุกข์ยากลำบากต่าง ๆ ที่เกิดขึ้นกับข้าพเจ้าด้วยใจขอบพระคุณและความชื่นชมยินดี

บางครั้งการทดลองและความทุกข์ยากลำบากเหล่านี้คล้ายคลึงกับความตาย เมื่อพระเยซูได้รับสง่าราศีของการเป็นขึ้นมาหลังจากการสิ้นพระชนม์โดยไม่มีความผิดของพระองค์ พระเจ้าก็ได้ทรงเพิ่มพูนฤทธิ์อำนาจให้กับข้าพเจ้าตามน้ำพระทัยของพระองค์เมื่อใดก็ตามที่ข้าพเจ้ามีชัยชนะเหนือการทดลองแต่ละอย่าง

ผลลัพธ์ก็คือ ทุกครั้งที่ข้าพเจ้าเป็นพยานกับผู้คนทั่วโลก (ในประเทศเคนย่า อูกานดา ฮอนดูรัส ญี่ปุ่น และแม้ในประเทศที่มีชาวมุสลิมหนาแน่นที่สุดอย่างปากีสถานและอินเดียซึ่งนับถือศาสนาฮินดูมากที่สุด) นับตั้งแต่ปี 2000 ว่าทำไมพระเจ้าจึงเป็นพระเจ้าเที่ยงแท้แต่องค์เดียวและเพราะเหตุใดท่านจึงรอดเมื่อท่านเชื่อในพระเยซูคริสต์ ผู้คนนับหมื่นกลับใจใหม่ คนตาบอดมองเห็น คนใบ้พูดได้ คนหนูหนวกได้ยิน และโรคร้ายนานาชนิดที่ไม่มีทางรักษา (อย่างเช่น โรคเอดส์และโรคมะเร็ง) ล้วนได้รับการรักษาจนหายขาด การอัศจรรย์เหล่านี้ถวายเกียรติยศอันยิ่งใหญ่แด่พระเจ้า

ด้วยเหตุนี้ ผู้ที่เข้าใจความหมายของการเป็นลัทธิเทียมเท็จอย่างครบถ้วน ก็จะไม่พิพากษาคนอื่นว่าเป็นผู้สอนเท็จโดยพลการ ในกิจการ 5:33-42 มีเรื่องราวของกามาลิเอลซึ่งเป็นฟาริสีและเป็นบาเรียนที่ได้รับการยกย่องจากผู้คนทั่วไป บุคคลคนนี้แสดงออกอย่างไร

ในเวลานั้น พวกฟาริสีแห่งสภาแซนเฮดรินสั่งห้ามเปโตรและยอห์นไม่ให้เป็นพยานเรื่องพระเยซูคริสต์ แต่ท่านทั้งสองเต็มล้นด้วยพระวิญญาณบริสุทธิ์และไม่เชื่อฟังสภานั้น ดังนั้น สมาชิกสภาแซนเฮดรินจึงต้องการให้ประหารชีวิตอัครทูตทั้งสองคน แต่กามาลิเอลลุกขึ้นในสภาและสั่งให้บุคคลทั้งสองออกไปข้างนอกชั่ว

คราว จากนั้น ท่านจึงกล่าวกับสมาชิกในสภาแห่งนั้นว่า

ท่านจึงได้กล่าวแก่เขาว่า "ท่านชนชาติอิสราเอล ซึ่งท่านหวังจะทำแก่คนเหล่านี้ จงระวังตัวให้ดี เมื่อคราวก่อนมีคนหนึ่งชื่อธุดาสอวดตัวว่าเป็นผู้วิเศษ มีผู้คนติดตามประมาณสี่ร้อยคน แต่ธุดาสถูกฆ่าเสีย คนที่เป็นพรรคพวกก็กระจัดกระจายสาบสูญไป ภายหลังผู้นี้มีอีกคนหนึ่งชื่อยูดาสเป็นชาวกาลิลีได้ปรากฏขึ้นในคราวจดบัญชีสำมะโนครัวและได้เกลี้ยกล่อมผู้คนให้ติดตามตัวไป ผู้นั้นก็พินาศด้วย คนที่เป็นพรรคพวกก็กระจัดกระจายไป ในกรณีนี้ข้าพเจ้าจึงว่าแก่ท่านทั้งหลายว่า จงปล่อยคนเหล่านี้ไปตามเรื่อง อย่าทำอะไรแก่เขาเลย เพราะว่าถ้าความคิดหรือกิจการนี้มาจากมนุษย์ก็จะล้มละลายไปเอง แต่ถ้ามาจากพระเจ้า ท่านทั้งหลายจะทำลายเสียก็ไม่ได้ เกลือกว่าท่านกลับจะเป็นผู้สู้รบกับพระเจ้า" (กิจการ 5:35-39)

เมื่อท่านอ่านพระคัมภีร์ตอนนี้ท่านจะรู้ว่าถ้าการอัศจรรย์ไม่ได้มาจากพระเจ้าหรือไม่ได้เป็นของพระเจ้าการนั้นก็จะล้มเลิกไปเองในที่สุด ถึงแม้จะไม่มีผู้ใดทำการสิ่งใดเพื่อหยุดยั้งการนั้นก็ตาม แต่ถ้าคนเหล่านั้นต่อต้านหรือก่อกวนงานที่มาจากพระเจ้าเขาก็จะไม่สามารถหยุดยั้งงานนั้นได้ ตรงกันข้าม ความพยายามของคนเหล่านั้นก็ไม่แตกต่างไปจากการสู้รบกับพระเจ้าและเขาเองจะตกอยู่ภายใต้การลงโทษและการพิพากษาของพระองค์

บางครั้งผู้คนพิพากษาคนอื่นว่าเป็นผู้สอนเท็จเพราะความแตกต่างในเรื่องการตีความพระคัมภีร์ เรื่องนิมิตจากพระวิญญาณบริสุทธิ์ และเรื่องภาษาแปลก ๆ แม้ทุกคนจะยอมรับความเป็นตรีเอกานุภาพและยอมรับว่าพระเยซูคริสต์ทรงเสด็จมารับสภาพของเนื้อหนัง

บางคนถึงกับพูดว่าตนไม่ต้องการภาษาแปลก ๆ หรือนิมิต (ของพระวิญญาณ) และการงานเหล่านี้ของพระวิญญาณบริสุทธิ์เป็นสิ่งที่ผิดเพราะไม่มีบันทึกว่าพระเยซูทรงพูดภาษาแปลก ๆ หรือทรงมองเห็นนิมิต อย่างไรก็ตาม พระคัมภีร์บอกเราว่าสิ่งเหล่านี้ก็เพื่อประโยชน์ของเรา

การสำแดงของพระวิญญาณนั้นมีแก่ทุกคนเพื่อประโยชน์ร่วมกัน พระเจ้าทรงโปรดประทานโดยทางพระวิญญาณให้คนหนึ่งมีถ้อยคำประกอบด้วยสติปัญญาและให้อีกคนหนึ่งมีถ้อยคำอันประกอบด้วยความรู้ แต่เป็นพระวิญญาณองค์เดียวกัน และให้อีกคนหนึ่งมีความเชื่อและให้อีกคนหนึ่งมี

ความสามารถรักษาคนป่วยได้ แต่เป็นพระวิญญาณองค์เดียวกัน และให้อีก
คนหนึ่งทำการอิทธิฤทธิ์ต่าง ๆ และให้อีกคนหนึ่งเผยพระวจนะได้ และให้
อีกคนหนึ่งรู้จักสังเกตวิญญาณต่าง ๆ และให้อีกคนหนึ่งแปลภาษานั้น ๆ ได้
สิ่งสารพัดเหล่านี้พระวิญญาณองค์เดียวกันทรงบันดาลและประทานแก่แต่
ละคนตามชอบพระทัยพระองค์ (1 โครินธ์ 12:7-11)*

เพราะฉะนั้น ท่านไม่ควรใส่ร้ายป้ายสีหรือพิพากษาคนอื่นที่มีของประทานแห่ง
พระวิญญาณที่แตกต่างไปจากท่านว่าเป็นผู้สอนเท็จเพียงเพราะท่านเองไม่มี
ประสบการณ์กับของประทานเหล่านั้น

2. พระวิญญาณแห่งความจริงและวิญญาณแห่งความเท็จ

ใน 2 เปโตร 2:1-3 มีคำอธิบายเกี่ยวกับลัทธิเทียมเท็จ พระคัมภีร์เตือนท่านเกี่ยว
กับผู้พยากรณ์และครูสอนเทียมเท็จที่ลอบเอามิจฉาลัทธิซึ่งจะนำไปสู่ความพินาศเข้า
มาเสี้ยมสอน ซึ่งมีข้อความว่า *"จะมีคนหลายคนประพฤติชั่วตามอย่างเขาและเพราะ
คนเหล่านั้นเป็นเหตุ ทางของสัจจะจะถูกกล่าวร้าย และด้วยใจโลภเขาจะกล่าวตลบ
ตะแลงค้ากำไรจากท่านทั้งหลาย การลงโทษคนเหล่านั้นที่ได้ถูกพิพากษานานมา
แล้วจะไม่เนิ่นช้าและความวิบัติที่จะเกิดกับเขาก็หาสลายไปไม่"* (2 เปโตร 2:2-3)

นอกจากนั้น 1 ยอห์น 4:1-3 กล่าวว่า *"ท่านที่รักทั้งหลาย อย่าเชื่อวิญญาณเสีย
ทุก ๆ วิญญาณ แต่จงพิสูจน์วิญญาณนั้น ๆ ว่ามาจากพระเจ้าหรือไม่ เพราะว่ามีผู้
พยากรณ์เท็จเป็นอันมากจาริกไปในโลก โดยข้อนี้ท่านทั้งหลายก็จะรู้จักพระ
วิญญาณของพระเจ้า คือวิญญาณทั้งปวงที่ยอมรับว่าพระเยซูคริสต์ได้เสด็จมาเป็น
มนุษย์ วิญญาณนั้นก็มาจากพระเจ้า และวิญญาณทั้งปวงที่ไม่ยอมรับเชื่อพระเยซู
วิญญาณนั้นก็ไม่ได้มาจากพระเจ้า วิญญาณนั้นแหละเป็นปฏิปักษ์ของพระคริสต์ ซึ่ง
ท่านทั้งหลายได้ยินว่าจะมาและบัดนี้ก็อยู่ในโลกแล้ว"*

จงทดสอบทุก ๆ วิญญาณว่ามาจากพระเจ้าหรือไม่

มีวิญญาณที่ดีซึ่งเป็นของพระเจ้าที่จะนำท่านไปสู่ความรอดในขณะเดียวกันก็มี
วิญญาณชั่วที่จะล่อลวงท่านไปสู่ความพินาศด้วยเช่นกัน

ในด้านหนึ่ง คนที่มีพระวิญญาณของพระเจ้าจะยอมรับว่าพระเยซูคริสต์เสด็จมาในสภาพของเนื้อหนัง เขาเชื่อในตรีเอกานุภาพที่ประกอบด้วยพระเจ้า พระเยซูคริสต์ และพระวิญญาณดังนั้น เขาจึงได้รับการประทับตราในฐานะบุตรของพระเจ้า บุคคลนี้สามารถเข้าใจความจริงและดำเนินชีวิตตามความจริงด้วยความช่วยเหลือของพระวิญญาณ

ในอีกด้านหนึ่ง คนที่มีวิญญาณของผู้ต่อต้านพระคริสต์จะต่อสู้กับพระเยซูคริสต์ด้วยพระคำของพระเจ้าและปฏิเสธการไถ่ของพระองค์ ท่านต้องระมัดระวังและสามารถที่จะวินิจฉัยบุคคลที่เป็นผู้ต่อต้านพระคริสต์เพราะผู้ต่อต้านพระคริสต์มักทำงานอยู่ท่ามกลางผู้เชื่อด้วยการใช้พระคำของพระเจ้าในทางที่ผิด

ในกรณีใดก็ตาม การปฏิเสธพระเยซูคริสต์ไม่ได้แตกต่างไปจากการต่อสู้กับพระเจ้าผู้ทรงส่งพระเยซูเข้ามาในโลกนี้

พระคัมภีร์เตือนเกี่ยวกับผู้ต่อต้านพระคริสต์ใน 2 ยอห์น 7-8 ไว้ดังนี้

> เพราะว่ามีผู้ล่อลวงเป็นอันมากเที่ยวจาริกไปในโลก คนไหนไม่รับว่าพระเยซูคริสต์ได้เสด็จมาเป็นมนุษย์ คนนั้นแหละเป็นผู้ล่อลวงและเป็นปฏิปักษ์กับพระคริสต์ ท่านทั้งหลายจงระวังตัวให้ดี เพื่อท่านจะได้ไม่สูญเสียสิ่งที่ท่านได้กระทำมาแล้ว แต่อาจจะได้รับบำเหน็จเต็มที่

1 ยอห์น 2:19 เตือนเราไว้อีกว่า..

> เขาเหล่านั้นได้ออกไปจากพวกเรา แต่เขาเหล่านั้นก็ไม่ใช่พวกเรา เพราะว่าถ้าเขาเป็นพวกของเราเขาก็จะอยู่กับเราต่อไป แต่เขาได้ออกไปแล้วซึ่งก็เป็นที่ปรากฏชัดแล้วว่าเขาเหล่านั้นหาใช่พวกของเราไม่

ผู้ต่อต้านพระคริสต์มีสองประเภท ได้แก่ ผู้ที่ถูกวิญญาณของผู้ต่อต้านพระคริสต์เข้าสิงและผู้ที่ถูกล่อลวงโดยวิญญาณของผู้ต่อต้านพระคริสต์ บุคคลทั้งสองกลุ่มพยายามล่อลวงมนุษย์ในที่ใดก็ตามที่พระวิญญาณบริสุทธิ์สถิตอยู่ คนเหล่านี้ครอบงำคนอื่นให้ต่อสู้พระคำของพระเจ้าและล่อลวงคนเหล่านั้นผ่านทางแนวคิดของตน เราเรียกผู้คนที่ถูกควบคุมอย่างเบ็ดเสร็จโดยวิญญาณของผู้ต่อต้านพระคริสต์ว่า "คนถูกผีเข้าสิง"

ถ้าสมมติว่าผู้รับใช้มีวิญญาณของผู้ต่อต้านพระคริสต์สมาชิกของคริสตจักรก็จะมุ่งหน้าไปสู่หนทางแห่งความพินาศซึ่งถูกครอบงำโดยวิญญาณของผู้ต่อต้านพระคริสต์

ด้วยเหตุนี้ ท่านต้องรู้เกี่ยวกับพระวิญญาณแห่งความจริงและวิญญาณแห่งความเท็จอย่างชัดเจนเพื่อท่านจะไม่ถูกล่อลวงโดยวิญญาณของผู้ต่อต้านพระคริสต์แต่เพื่อท่านจะดำเนินชีวิตตามความจริงและความสว่าง

วิธีการแยกแยะวิญญาณ

1 ยอห์น 4:5-6 กล่าวไว้ว่า *"เขาเหล่านั้นเป็นฝ่ายโลก เหตุฉะนั้นเขาจึงพูดตามโลกและโลกก็เชื่อฟังเขา เราทั้งหลายเป็นฝ่ายพระเจ้าผู้ที่คุ้นกับพระเจ้าก็ฟังเราและผู้ที่ไม่ใช่ฝ่ายพระเจ้าก็ไม่ฟังเรา ดังนี้แหละเราทั้งหลายจึงรู้จักวิญญาณของความจริงและวิญญาณของความเท็จ"*

คำว่า "ความเท็จ" หมายถึง "คำแถลงที่ไม่เป็นความจริง" วิญญาณของความเท็จเป็นวิญญาณฝ่ายโลกที่ล่อลวงท่านให้เชื่อสิ่งที่ไม่จริงเสมือนหนึ่งว่าเป็นความจริง และวิญญาณนี้ทำให้ท่านหลุดออกไปจากกรอบของความเชื่อ กล่าวคือ วิญญาณที่มาจากพระเจ้าจะรับฟังถ้อยคำแห่งความจริง แต่วิญญาณที่เป็นของโลกจะรับฟังคำพูดฝ่ายโลกซึ่งไม่ใช่ความจริง ดังนั้น จึงไม่ยากที่จะรู้จักวิญญาณทั้งสองประเภทนี้ ถ้าท่านรู้ความจริงท่านแน่ชัดเจนว่าสิ่งนั้นเป็นความสว่างหรือความมืด แล้วท่านก็สามารถพูดว่า "คนนี้อยู่ในความจริงแต่คนนั้นอยู่ในความมืด"

ยกตัวอย่าง ถ้าคนหนึ่งพูดว่า "ตอนบ่ายวันอาทิตย์ให้เราไปปิกนิกกันเถอะ การไปนมัสการในตอนเช้าวันอาทิตย์ก็เพียงพอแล้วมิใช่หรือ" หรือถ้าบุคคลนั้นพยายามทำลายอาณาจักรของพระเจ้าด้วยแผนการที่ชั่วร้ายและยังอ้างว่าตนเชื่อในพระเจ้า นั่นคือการงานของวิญญาณแห่งความเท็จ

ท่านอาจเข้าใจหลายสิ่งหลายอย่างที่พระเจ้าทรงประทานให้โดยไม่คิดมูลค่าถ้าท่านได้รับพระวิญญาณแห่งความจริงที่มาจากพระเจ้า (1 โครินธ์ 2:12) นั่นคือสาเหตุที่พระวิญญาณบริสุทธิ์ทรงสถิตอยู่ในท่านที่เป็นบุตรที่รักของพระเจ้า พระองค์ทรงเป็นพระวิญญาณแห่งความจริงผู้ทรงนำท่านไปสู่ความจริงทั้งมวล พระองค์ไม่ได้ตรัสโดยพระองค์เอง แต่ตรัสสิ่งที่พระองค์ได้ยิน และพระองค์จะทรงบอกท่านในสิ่งที่ยังมาไม่ถึง

ด้วยเหตุนี้ พระเยซูจึงตรัสไว้ในยอห์น 14:17 ว่า "คือพระวิญญาณแห่งความจริงซึ่งโลกรับไว้ไม่ได้เพราะแลไม่เห็นและไม่รู้จักพระองค์ ท่านทั้งหลายรู้จักพระองค์ เพราะพระองค์ทรงสถิตอยู่กับท่านและจะประทับอยู่ในท่าน" ยอห์น 15:26 เตือนสติเราอีกครั้งหนึ่งเกี่ยวกับพระวิญญาณบริสุทธิ์ว่า "แต่เมื่อองค์พระผู้ช่วยที่เราจะใช้มาจากพระบิดาหาท่านทั้งหลาย คือพระวิญญาณแห่งความจริงผู้ทรงมาจากพระบิดานั้นได้เสด็จมาแล้ว พระองค์ก็จะทรงเป็นพยานให้แก่เรา"

นอกจากนั้น 1 โครินธ์ 2:10 กล่าวว่า "พระเจ้าได้ทรงสำแดงสิ่งเหล่านั้นแก่เราทางพระวิญญาณเพราะว่าพระวิญญาณทรงหยั่งรู้ทุกสิ่งแม้เป็นความล้ำลึกของพระเจ้า" เหมือนที่มีบันทึกไว้ว่าพระวิญญาณบริสุทธิ์ทรงเป็นผู้เดียวที่รู้จักและหยั่งรู้พระทัยทั้งสิ้นของพระเจ้า

เพราะฉะนั้น ผู้ที่ได้รับพระวิญญาณแห่งความจริงจะรับฟังพระคำแห่งความจริงและเชื่อฟังพระคำนั้น ยิ่งแผ่นดินของพระเจ้าและความชอบธรรมของพระองค์ขยายกว้างออกไปมากเท่าใด คนเหล่านี้ก็ยิ่งมีความชื่นชมยินดีมากขึ้นเท่านั้น เขาเต็มไปด้วยชีวิตซึ่งปรารถนาจะเข้าสู่แผ่นดินสวรรค์

ถึงกระนั้น บางคนเพียงแค่เข้าร่วมกับคริสตจักรโดยไม่มีความชื่นชมยินดีเพราะเขาไม่มีความเชื่อที่เกิดจากพระเจ้า แต่ยังคงเป็นของโลกและชื่นชอบสิ่งของฝ่ายโลกมากกว่า เช่น เงินทองและความสนุกสนาน ดังนั้น เขาจึงไม่สามารถดำเนินชีวิตในความจริง และปรารถนาจะเข้าสู่แผ่นดินสวรรค์ หรือรักพระเจ้าอย่างสิ้นสุดใจของตนได้

ท้ายที่สุดคนเหล่านี้จะละทิ้งพระเจ้าด้วยวิญญาณแห่งความเท็จเพราะเขาเป็นของโลกและไม่มีพระวิญญาณแห่งความจริง นอกจากนั้น ถ้ามีบางคนใส่ร้ายป้ายสีหรือนินทาพี่น้องชายหญิงในความเชื่อหรือก่อกวนคนอื่นด้วยความอิจฉาริษยาคนที่มีความสัตย์ซื่อต่อแผ่นดินของพระเจ้าและความชอบธรรมของพระองค์ บุคคลเช่นนี้ไม่ได้มาจากพระวิญญาณแห่งความจริง

อย่าให้ผู้ใดชักนำท่านให้หลง

1 ยอห์น 3:7 ขอร้องเราว่า "ลูกทั้งหลายเอ๋ย อย่าให้ใครชักจูงท่านให้หลง ผู้ที่ประพฤติชอบก็ชอบธรรมเหมือนอย่างพระองค์ชอบธรรม" ท่านไม่ควรหันเหไปจากพระคำของพระเจ้าเพื่อท่านจะไม่ถูกล่อลวงโดยความรู้ที่เป็นเท็จเพราะไม่มีสิ่ง

ใดที่สามารถสอนท่านได้นอกจากพระคำของพระเจ้า เมื่อนั้นท่านก็จะได้รับความรอดที่สมบูรณ์ มีความมั่งคั่งในโลกนี้ และชื่นชมกับชีวิตนิรันดร์ในแผ่นดินสวรรค์

อย่างไรก็ตาม ผีมารซาตานพยายามทำทุกวิถีทางที่จะกีดกันไม่ให้บุตรของพระเจ้าดำเนินชีวิตโดยพระคำและทำให้ท่านประนีประนอมกับโลก หันไปจากพระเจ้า สงสัยพระองค์ และต่อต้านพระเจ้า 1 เปโตร 5:8 กล่าวว่า "ท่านทั้งหลาย จงสงบใจ จงระวังระไวให้ดี ด้วยว่าศัตรูของท่านคือมารวนเวียนอยู่รอบ ๆ ดุจสิงห์คำรามเที่ยวไปเสาะหาคนที่มันจะกัดกินได้"

ถ้าเช่นนั้น ผีมารซาตานจะล่อลวงบุตรของพระเจ้าได้อย่างไร ท่านสามารถเปรียบเทียบความคล้ายคลึงของเรื่องนี้กับผู้หญิงคนหนึ่งที่ถูกทดสอบโดยผู้ชาย ถ้าผู้หญิงคนหนึ่งวางตัวด้วยความงดงามและศักดิ์ศรีและประพฤติตนเป็นอย่างดี ผู้ชายจะไม่กล้าทดสอบเธอ ผู้ชายจะทดสอบผู้หญิงที่ประพฤติตัวไม่เหมาะสมได้ไม่ยาก ในทำนองเดียวกัน ผีมารซาตานจะเข้าหาคนที่ไม่ได้ยืนหยัดมั่นคงในความจริงและมีความสงสัยพระเจ้า ผีมารซาตานจะทดสอบคนเหล่านี้ให้หันไปจากพระเจ้าและต่อต้านพระองค์ และในที่สุดมันก็จะนำคนเหล่านี้ไปสู่หนทางแห่งความตาย เอวาถูกผีมารซาตานทดสอบเพราะซาตานจับได้ว่าเอวาบิดเบือนพระคำของพระเจ้า

แน่นอน ท่านอาจพบกับความทุกข์ยากลำบากแม้ว่าท่านไม่มีความผิด ที่เป็นเช่นนี้ก็เพราะพระเจ้าต้องการที่จะอวยพระพรท่านด้วยวิธีการเดียวกันกับที่ท่านเห็นดาเนียลต้องตกในความทุกข์ยากลำบากโดยถูกโยนเข้าไปในถ้ำสิงห์หรือความทุกข์ยากลำบากของอับราฮัมในการถวายอิสอัคบุตรชายของท่านเป็นเครื่องเผาบูชา

เมื่อท่านพบกับการทดลองหรือความทุกข์ยากลำบากเพราะท่านไม่ได้ยืนหยัดในความจริงอย่างมั่นคง ท่านควรหันหลังให้กับความบาปของท่านทันทีด้วยการกลับใจ ขับไล่การทดลองและความยากลำบากออกไปด้วยพระคำของพระเจ้า และพยายามเป็นอย่างดีที่สุดที่จะยืนอยู่บนศิลาแห่งความจริง

จงยืนหยัดมั่นคงในความจริง อย่าถูกล่อลวง

ผู้เขียน 1 ทิโมธี 4:1-2 บันทึกไว้ว่า "พระวิญญาณได้ตรัสไว้อย่างชัดแจ้งว่าต่อไปภายหน้าจะมีบางคนละทิ้งความเชื่อ โดยหันไปเชื่อฟังวิญญาณที่ล่อลวงและฟังคำสอนของพวกผีปีศาจซึ่งมาจากการหน้าซื่อใจคดของคนที่โกหก คือคนที่

จิตสำนึกเป็นทาสของมาร"

พระคัมภีร์ข้อนี้พูดถึงวาระสุดท้ายซึ่งเป็นช่วงเวลาที่บางคนซึ่งอ้างว่าตนมีความเชื่อจะหันจากความเชื่อของตนเพื่อไปติดตามวิญญาณที่ล่อลวงและสิ่งต่างๆ ที่สอนโดยผีมารซาตาน

ผู้ที่ถูกล่อลวงเป็นคนหน้าซื่อใจคดแม้การกระทำของคนเหล่านั้นจะดูเหมือนเป็นสิ่งที่สัตย์ซื่อและชอบธรรม เขาอธิษฐานต่อหน้าคนอื่นและพยายามเป็นคนสัตย์ซื่อเพราะเห็นแก่เงินไม่ใช่เพราะการสำนึกในพระคุณของพระเจ้า สุดท้ายเขาจะละทิ้งความเชื่อของตนและมุ่งไปสู่หนทางแห่งความตายเพราะจิตสำนึกของเขาเป็นทาสของการมุสา ดำเนินชีวิตโดยปราศจากความจริง และปล่อยตัวตามความสนุกสนานฝ่ายโลก

พระเจ้าทรงเตือนท่านอย่างเข้มงวดผ่านทางพระคัมภีร์เพื่อไม่ให้ท่านถูกล่อลวง พระเยซูทรงตักเตือนเราในมัทธิว 7:15-16 ว่า "ท่านทั้งหลายจงระวังผู้เผยพระวจนะเท็จที่มาหาท่านนุ่งห่มดุจแกะแต่ภายในเข้าร้ายกาจดุจหมาป่า ท่านจะรู้จักเขาได้ด้วยผลของเขา ผลองุ่นนั้นเก็บได้จากต้นไม้มีหนามหรือ หรือว่าผลมะเดื่อนั้นเก็บได้จากพืชหนาม"

คำพูดและการกระทำของคนสะท้อนให้เห็นถึงความคิดและความตั้งใจของเขา กล่าวคือ ท่านสามารถรู้จักผู้คนด้วยผลของเขา ถ้าบางคนมีผลของความชั่วร้าย อย่างเช่น การเกลียดชัง และความอิจฉาริษยา แทนที่จะเป็นผลของความจริง ความดีงาม และความชอบธรรม บุคคลเช่นนี้คือผู้เผยพระวจนะเทียมเท็จ

ผู้เผยพระวจนะเท็จที่ต่อต้านพระคริสต์มีอยู่ทั่วไปในโลกนี้ ด้วยเหตุนี้ บุตรของพระเจ้าจำเป็นต้องมีความเข้าใจที่ถูกต้องเกี่ยวกับลัทธิเทียมเท็จและแยกแยะความแตกต่างระหว่างวิญญาณของความจริงและวิญญาณของความเท็จ

ผีมารซาตานไม่เคยพลาดโอกาสที่จะล่อลวงบุตรของพระเจ้าและทำให้คนเหล่านี้ทำบาปเมื่อใดก็ตามที่ซวนเซไปจากความจริง เมื่อท่านมั่นคงในความจริงและเชื่อฟังความจริงท่านจะไม่ถูกล่อลวงโดยวิญญาณของความเท็จแต่ท่านจะเอาชนะวิญญาณแห่งความเท็จนั้นได้ไม่ยาก

ท่านต้องไม่ยอมรับหรือติดตามคำสอนอื่นใดหรือถูกล่อลวงด้วยคำสอนเหล่านั้นที่ต่อสู้กับความจริง ตรงกันข้าม จงเชื่อฟังพระคำของพระเจ้าและทำตามความปรารถนาของพระวิญญาณบริสุทธิ์เพื่อท่านจะมีความกล้าหาญและปราศจากตำหนิในการเสด็จมาครั้งที่สองของพระเยซูคริสต์องค์พระผู้เป็นเจ้าของเรา

3. จงระวังเกี่ยวกับลัทธิเทียมเท็จ

หลังจากที่พระกิตติคุณได้แพร่กระจายออกไปทั่วทุกมุมโลก ลัทธิเทียมเท็จจำนวนมากก็กระจายตัวออกไปด้วยเช่นกัน ลัทธิเทียมเท็จเหล่านี้ได้ล่อลวงและชักนำบุตรของพระเจ้าไปสู่หนทางแห่งความตาย

ลักษณะของลัทธิเหล่านี้มีปัจจัยหลายอย่างที่เหมือนกัน เช่นการละเลยพระคัมภีร์และบิดเบือนพระกิตติคุณ ลัทธิเหล่านี้มีคัมภีร์ของตนนอกเหนือไปจากพระคัมภีร์ และยังยึดมั่นในตัวผู้ก่อตั้งลัทธิของตนว่าเป็นผู้ศักดิ์สิทธิ์ โดยมุ่งให้ความสนใจกับคัมภีร์ของตน ลัทธิเหล่านี้ไม่เทศนาสาระเรื่องกางเขน การเป็นขึ้นมา และการเสด็จกลับมาของพระเยซูคริสต์ แต่กลับล่อลวงผู้คนให้หลงไปจากพระเจ้า และลุ่มหลงไปด้วยความโลภโดยทำทุกอย่างเพื่อให้ได้มาซึ่งทรัพย์สินเงินทอง

ขอให้เราสำรวจลัทธิเทียมเท็จบางลัทธิในรายละเอียด

ประการแรก ท่านต้องระมัดระวังลัทธิที่เรียกตนเองว่า “สหคริสตจักรแห่งโลก” (The Unification Church) “สมาคมพระวิญญาณบริสุทธิ์เพื่อการรวมตัวกันของโลกคริสตชน” (The Holy Spirit Association for the Unification of World Christianity) หรือที่เรียกโดยทั่วไปว่า “ลัทธิมูน” ซึ่งก่อตั้งโดยนายซัน มิยุง มูน ลัทธินี้ปฏิเสธพระลักษณะความเป็นพระเจ้าของพระเยซูคริสต์และความเป็นตรีเอกานุภาพโดยเห็นว่าพระเยซูเป็นเพียงหนึ่งในสิ่งทรงสร้างทั้งปวง นอกจากนั้นลัทธินี้อ้างว่าพระเยซูช่วยวิญญาณของเราให้รอดเพียงอย่างเดียว แต่ไม่ได้ช่วยเนื้อหนังที่เปื่อยเน่าของเราให้รอด ลัทธินี้ยืนกรานว่าเราต้องการพระผู้เป็นเจ้าที่จะเสด็จมาครั้งที่สองอีกองค์หนึ่งผู้ซึ่งจะมาในสภาพของเนื้อหนังเพื่อช่วยเนื้อหนังที่เปื่อยเน่าของเราให้รอด ลัทธินี้ยังสอนว่าตามคัมภีร์ของลัทธิมูน “กฎเกณฑ์แห่งพระเจ้า” ถือว่าซัน มิยุง มูนคือบุคคลที่มีลักษณะของพระผู้เป็นเจ้าดังกล่าว

มูนอ้างว่าตนเองคือพระผู้ช่วยให้รอดที่เสด็จกลับมา เขาใช้พลังงานทุกอย่างของตนเพื่อแสวงหากำไรผ่านทางธุรกิจต่าง ๆ ของตนซึ่งอยู่ในประเทศเกาหลี สหรัฐอเมริกา และในยุโรปซึ่งทำให้เขากลายเป็นเศรษฐี

ประการที่สอง ท่านต้องระมัดระวังเกี่ยวกับกลุ่ม “พยานพระยะโฮวาห์” ลัทธินี้เริ่มต้นในศตวรรษที่ 19 ที่สหรัฐอเมริกา ลัทธินี้ปฏิเสธเรื่องตรีเอกานุภาพและเห็นว่าพระเยซูเป็นเพียงหนึ่งในสิ่งทรงสร้างทั้งปวงของพระเจ้า และยืนกรานว่าไม่มีการเสด็จมาครั้งที่สองของพระเยซูคริสต์และแผ่นดินสวรรค์ตั้งอยู่ในโลกนี้

นอกจากนั้น ลัทธินี้เชื่อว่าแผ่นดินของพระเจ้าเริ่มต้นขึ้นแล้วบนโลกนี้ในปี 1914 ลัทธินี้สอนด้วยคัมภีร์ของตนเองซึ่งเป็นพระคัมภีร์ฉบับ New World Translation เนื่องจากความเข้าใจและความเชื่อในเรื่องยุคพันปีของคนกลุ่มนี้ ลัทธิพยานพระยะโฮวาห์เป็นต้นเหตุของการโต้แย้งและปัญหาต่าง ๆ ทางสังคมด้วยหลบเลี่ยงการเป็นทหารและการไม่แสดงความเคารพต่อธงประจำชาติของตน

ประการที่สาม ท่านต้องระมัดระวังเกี่ยวกับลัทธิ "มอร์มอน" ซึ่งเป็นผู้ที่เลื่อมใสในคริสตจักรของพระเยซูคริสต์แห่งสิทธิชนยุคสุดท้าย ลัทธินี้ก่อตั้งขึ้นในปี 1830 โดยโยเซฟ สมิธ มอร์มอนถือเป็นลัทธิเทียมเท็จหลักเช่นเดียวกับลัทธิพยานพระยะโฮวาห์และลัทธิคริสเตียนวิทยาศาสตร์[1] ลัทธิมอร์มอนสอนจาก "หนังสือมอร์มอน" ซึ่งปฏิเสธเรื่องความเป็นพระผู้ช่วยให้รอดของพระเยซู ความบาปดั้งเดิม และตรีเอกานุภาพ ลัทธินี้ใกล้เคียงกับลัทธิที่เชื่อในพระเจ้าหลายองค์

ประการที่สี่ ท่านต้องระมัดระวังกลุ่ม "สมาคมการประกาศฟื้นฟูของพระเยซูแห่งเกาหลี" (Jesus' Evangelization Revival Association of Korea) ในช่วงเริ่มต้นกลุ่มนี้มีชื่อว่า "สมาคมการประกาศ" (Evangelization Association) แต่ในปี 1980 กลุ่มนี้เปลี่ยนชื่อมาเป็น "คริสตจักรของพระบิดาแห่งสวรรค์" (Heavenly Father's Church) ผู้ก่อตั้งกลุ่มนี้ชื่อ แทซัน ปาร์คซึ่งเสียชีวิตไปแล้ว เขาเคยเรียกตนเองว่า "ผู้ชอบธรรมจากตะวันออก" หรือ "ต้นมะกอกเทศ" เขาเทศนาเกี่ยวกับพระเจ้าอีกองค์หนึ่งซึ่งแตกต่างจากพระเจ้าของคริสตศาสนาและประกาศว่าเขาเป็นผู้ช่วยให้รอดที่พระเจ้าของเขาส่งมา กลุ่มนี้มีคัมภีร์ของตนเองชื่อ "คัมภีร์แห่งความลึกลับ" ซึ่งอ้างว่าความรอดไม่ได้มาจากคริสต์ศาสนาแต่มาจากตัวเขาซึ่งเป็นต้นมะกอกเทศ กลุ่มนี้แยกตัวออกจากคริสตศาสนาและตั้งตนเป็นสมาคมการประกาศในหลายเมืองของเกาหลี นอกจาก นั้น กลุ่มนี้ยังบริหารจัดการบริษัทบางแห่ง อย่างเช่น บริษัทซินังชอนและบริษัทซีโยน เป็นต้น

สิ่งที่อาจทำให้เราแปลกใจก็คือในปัจจุบันมีลัทธิเทียมเท็จในลักษณะนี้เกิดขึ้นมากมาย มีผู้คนที่ต่อต้านพระเยซูคริสต์ด้วยการนำเอาพระคำของพระเจ้าไปใช้ในทางที่ผิด มีผู้คนที่ปฏิเสธเรื่องแผ่นดินสวรรค์ มีผู้คนที่อ้างตนว่าเป็นพระเยซูคริสต์และปฏิเสธข่าวสารเรื่องไม้กางเขน ตรีเอกานุภาพ และงานของพระวิญญาณบริสุทธิ์ มีผู้เผยพระวจนะเทียมเท็จจำนวนมากและยังมีอีกหลากหลายรูปแบบ

พระเยซูทรงบอกเราว่า "คนดีก็เอาของดีมาจากคลังแห่งความดีในตัวของเขา คนชั่วก็เอาของชั่วมาจากคลังแห่งความชั่วในตัวของเขา ฝ่ายเราบอกเจ้าทั้งหลายว่า คำที่ไม่เป็นสาระทุกคำซึ่งมนุษย์พูดนั้น มนุษย์จะต้องรับผิดในถ้อยคำเหล่านั้นในวันพิพากษา เหตุว่าที่เจ้าจะพ้นโทษได้หรือจะต้องถูกปรับโทษนั้นก็เพราะวาจาของเจ้า" (มัทธิว 12:35-37)

คนดีก็มีจิตใจดีและไม่อาจเป็นต้นเหตุของความชั่วร้ายและความเสียหายให้คนอื่น ไม่ว่าการกระทำนั้นจะเป็นข้อได้เปรียบต่อเขาหรือไม่ก็ตาม

อย่างไรก็ตาม คนชั่วร้ายไม่อาจชื่นชมยินดีในความจริง เขาจะนำเอาความชั่วร้ายทุกชนิดออกมาจากความอิจฉาริษยาของตนเพื่อทำให้คนอื่นสะดุด แม้คำพูดของเขาอาจฟังดูถูกต้องและเป็นธรรม ท่านก็พูดไม่ได้ว่าเขาเป็นคนดีถ้าเขามีเจตนาที่จะพูดให้ร้ายคนอื่นหรือทำให้คนหนึ่งแตกแยกกับอีกคนหนึ่ง

ด้วยเหตุนี้ ท่านต้องอธิษฐานและเฝ้าระวังอยู่ตลอดเวลาเพื่อท่านจะไม่ถูกล่อลวง ท่านต้องสามารถแยกแยะระหว่างวิญญาณต่าง ๆ ว่าเป็นวิญญาณจริงหรือไม่ และอย่าพิพากษาคนอื่น ยิ่งกว่านั้น ท่านควรยืนหยัดอยู่ในความเชื่อเรื่องตรีเอกานุภาพในพระบิดา พระบุตร และพระวิญญาณบริสุทธิ์ จงเชื่อมั่นในพระคัมภีร์ทั้งหมดรวมทั้งเชื่อฟังและดำเนินชีวิตตามพระคัมภีร์นั้น

"พระเยซูเจ้า เชิญเสด็จมาเถิด"

หนังสือเล่มอื่น ๆ ที่เขียนขึ้นโดยผู้เขียนคนเดียวกัน ได้แก่...

สวรรค์ (ภาค 1) : สดใสและงดงามดังแก้ว
บรรยายถึงสภาพแวดล้อมของที่อยู่อันงดงามโดยละเอียดซึ่งพลเมืองสวรรค์จะได้ชื่นชมในท่ามกลางพระสิริของพระเจ้า และเป็นการอธิบายถึงสวรรค์ทั้งหมดซึ่งประกอบด้วยแผ่นดินสวรรค์ห้าชั้น

สวรรค์ (ภาค 2) : เต็มด้วยพระสิริของพระเจ้า
เชิญชวนท่านเข้าสู่เยรูซาเล็มใหม่ซึ่งเป็นวิสุทธินครซึ่งประตูนครทั้งสิบสองด้านทำด้วยไข่มุกแสงระยิบระยับที่อยู่ท่ามกลางสรวงสวรรค์อันมหึมาซึ่งส่องแสงเจิดจ้าเหมือนเพชรพลอยที่ทรงคุณค่า

นรก
เป็นข่าวสารสำคัญจากพระเจ้าที่ให้กับมนุษย์ทุกคน พระองค์ไม่ปรารถนาให้ดวงวิญญาณแม้แต่ดวงเดียวลงไปสู่บึงไฟนรก ท่านจะค้นพบเรื่องราวที่ไม่เคยเปิดเผยมาก่อนเกี่ยวกับความเป็นจริงที่โหดร้ายของแดนผู้ตายและบึงไฟนรก

ลิ้มรสชีวิตนิรันดร์ก่อนเสียชีวิต
เป็นบันทึกเรื่องจริงเกี่ยวกับคำพยานของศจ.ดร.แจร็อก ลีผู้ที่บังเกิดใหม่และได้รับการช่วยให้รอดจากหุบเหวแห่งความตายและดำเนินชีวิตคริสเตียนที่เป็นแบบอย่าง

ขนาดแห่งความเชื่อ
พระเจ้าทรงจัดเตรียมสถานที่อยู่ มงกุฎ และรางวัลประเภทใดไว้สำหรับท่านในสวรรค์ หนังสือเล่มนี้ให้ความรู้และแนวทางแก่ท่านที่จะวัดขนาดความเชื่อของท่านและปลูกฝังความเชื่อที่ดีและมีวุฒิภาวะที่สุด

www.urimbook.com

www.ingramcontent.com/pod-product-compliance
Lightning Source LLC
LaVergne TN
LVHW012013060526
838201LV00061B/4290
* 9 7 9 1 1 2 6 3 0 0 8 4 6 *